D1771743

தருநிழல்

தருநிழல்

ஆர். சிவகுமார்

மாநிலக் கல்லூரியின் ஆங்கிலத் துறையில் இணைப் பேராசிரியராகப் பணியாற்றி ஓய்வு பெற்றவர். 1970களிலிருந்து இவருடைய மொழிபெயர்ப்புகள் சிறுபத்திரிகைகளில் வெளியாகி வருகின்றன. சில லத்தீன் அமெரிக்கச் சிறுகதைகள், 'உருமாற்றம்' (காஃப்கா), 'பிறமொழிக் கதைகள்', 'இரண்டு வார்த்தைகளும் மூன்று துறவிகளும்' (உலகச் சிறுகதைகள்), பின் நவீனத்துவக் கோட்பாடு குறித்த சில கட்டுரைகள், 'பதேர் பாஞ்சாலி' (திரைக்கதை), 'இலக்கியக் கோட்பாடு' (ஜானதன் கல்லர்), 'சோஃபியின் உலகம்' (யொஸ்டைன் கார்டெர்), 'மார்க்ஸின் ஆவி' (சார்ல்ஸ் டார்பர்), 'வசை மண்' (மார்ட்டீன் ஓ' கைன்) ஆகியவை இவருடைய மொழிபெயர்ப்புகளில் குறிப்பிடத்தக்கவை. சங்கப் பாடல்கள் சிலவற்றையும் நகுலனின் சில கவிதைகளையும் ஆங்கிலத்தில் மொழிபெயர்த்துள்ளார்.

கைப்பேசி : 9444367697

மின்னஞ்சல் : sivaranjan51@yahoo.co.in

ஆர். சிவகுமார்

தருநிழல்

காலச்சுவடு பதிப்பகம்

● அன்பார்ந்த வாசகருக்கு,

வணக்கம்.

காலச்சுவடு நூலை வாங்கியமைக்கு நன்றி.

நூலின் உள்ளடக்கம், உருவாக்கம், அட்டைப்படம் இன்ன பிற அம்சங்கள் பற்றிய உங்கள் கருத்துகளையும் ஆலோசனைகளையும் காலச்சுவடு வரவேற்கிறது. தகவல், எழுத்து, வாக்கியப் பிழைகள் தென்பட்டால் கட்டாயம் தெரிவித்து உதவுங்கள். நூல் தயாரிப்பில் கடும் குறைபாடு இருப்பின் மாற்றுப் பிரதி உங்களுக்குக் கிடைக்கக் காலச்சுவடு ஏற்பாடு செய்யும்.

மின்னஞ்சல்: **publisher@kalachuvadu.com**

காலச்சுவடு நாகர்கோவில் தலைமையகத்துக்கும் கடிதம் அனுப்பலாம்.

தங்கள்
எஸ்.ஆர். சுந்தரம் (கண்ணன்)
பதிப்பாளர் — நிர்வாக இயக்குநர்

தருநிழல் ✲ நாவல் ✲ ஆசிரியர்: ஆர். சிவகுமார் ✲ © ஆர். சிவகுமார் ✲ முதல் பதிப்பு: செப்டம்பர் 2021✲ வெளியீடு: காலச்சுவடு பப்ளிகேஷன்ஸ் (பி) லிட்., 669, கே.பி. சாலை, நாகர்கோவில் 629001

காலச்சுவடு பதிப்பக வெளியீடு: 1004

tarunizal ✲ Novel ✲ Author: R. Sivakumar ✲ © R. Sivakumar ✲ Language: Tamil ✲ First Edition: September 2021 ✲ Size: Demy 1 x 8 ✲ Paper: 18.6 kg maplitho ✲ Pages: 168

Published by Kalachuvadu Publications Pvt. Ltd., 669 K.P. Road, Nagercoil 629001, India ✲ Phone: 91-4652-278525 ✲ e-mail: publications @kalachuvadu.com ✲ Printed at Mani Offset, Chennai 600077

ISBN: 978-93-91093-00-6

09/2021/S.No. 1004, kcp 3168, 18.6 (1) ass

அன்பின் வழியது உயிர்நிலை அஃதுஇலார்க்கு
என்புதோல் போர்த்த உடம்பு.

(குறள் 80)

அப்பா ரங்கசாமிக்கும்
அம்மா அகிலாண்டத்துக்கும்

நன்றி

நாவல் எழுதத் தூண்டுதலாக இருந்த
தமிழினி வசந்தகுமார், இந்நாவலின் கைப்படியை முதலில்
வாசித்த என் ஆசிரியரும் கவிஞருமான திரு. அபி,
சுகுமாரன், பெருமாள்முருகன் ஆகியோர்க்கும் பிரசுரிக்கும்
காலச்சுவடு பதிப்பகத்துக்கும்

1

மூன்றாவது புளிய மரத்தை ஒட்டி இறங்கினால் பள்ளிக்கூடம் போகும் பாதையை அடைந்துவிடலாம். கன்னியப்பன் வந்திருப்பானா? அவன் இருந்தால் கொஞ்ச நேரம் லெக் கிரிக்கெட் விளையாடலாம். எட்டி நடைபோட்ட சந்திரன் தற்செயலாகக் கால்சட்டைப் பாக்கெட்டில் கைவிட்டான். கையில் பீடிகள் தட்டுப்பட்டன. திக்கென்றது. அப்பா வாங்கிவரச் சொன்னதைக் கொடுக்க மறந்துவிட்டான். அவரும் அவசரத்தில் வேலைக்குப் போய்விட்டார். இருபது பைசாவுக்கு வாங்கிய பத்து பீடிகள். என்ன செய்வது. புளிய மர இறக்கம் வந்துவிட்டது. பின்னால் யாரும் வருகிறார்களா என்று திரும்பிப் பார்த்தான். கொஞ்சம் தள்ளியே இரண்டு பையன்கள் வந்துகொண்டிருந்தார்கள். நின்று புத்தகப் பையை மறைப்பாக வைத்து பீடிகளை எடுத்துக் காலோடு நழுவவிட்டான். அய்யோ, பீடிகளோடு பள்ளிக்கூடம் போயிருந்தால் என்ன ஆவது? அப்பாவுக்கு நினைவு வந்தால் பதறப்படுவார். அவன் பள்ளிக்கூடம் கண்டிப்புக்குப் பேர்போனது. ஒரு முறை கணக்கு வாத்தியார் ஹரிதாஸ் ஒரு பையனை ஒவ்வொரு வகுப்பாக அழைத்து வந்தார். அந்த வாத்தியாரின் முகமே கடுகடு என்றுதான் இருக்கும். கணக்கு சரியாக வராத பையன்கள் அவரைப் பார்த்து இன்னும் கொஞ்சம் கூடவே பயப்படுவார்கள். இவனுடைய ஒன்பதாம் வகுப்பு சி பிரிவுக்கும் அந்தப் பையனை அவர் கூட்டி வந்தார். அந்தப் பையனின் கழுத்தில் ‘நான் திருடன்’ என்று ஒரு அட்டையில் எழுதித் தொங்கவிட்டிருந்தார்கள். வகுப்பிலுள்ள ஒருவனின் பேனாவை எடுத்துவிட்டதற்காக அந்தத் தண்டனை. பள்ளிக்குப் போகும் வழியில் பாதியில் சந்திரனின் ஊர்ப் பையன்களோடு மேற்கிலிருந்து வந்து சேர்ந்துகொள்ளும் சிலரில் அவனும் ஒருவன்.

அவனைப் பார்க்கவே ரொம்பப் பரிதாபமாக இருந்தது. முகமே அவமானத்தால் சுருங்கிப்போன மாதிரி இருந்தது. பீடிகள் வகுப்பறைக்குள் தவறி விழுந்திருந்தால் என்று நினைக்கவே சந்திரனுக்கு வியர்த்தது. கீழே போட்டுவிட்டதால் பெரிய பாரம் நீங்கியது. அப்பாடா என்று நிம்மதியாக வகுப்பில் பையையும் டிபன் பாக்ஸையும் வைத்துவிட்டு மைதானத்துக்கு ஓடினான். கன்னியப்பனோடு இன்னொரு பையன் இருந்தான். "யாரு?" என்றதற்கு, "எங்கள் தெருவுதான். வேற செக்ஷன்," என்றான் கன்னியப்பன். மூன்றாவதாக ஒருத்தன் இருந்தால் நல்லதுதான். ஓடி பந்தைப் பொறுக்க வசதியாக இருக்கும். ஆனால், ஸ்டம்புக்கு முன்னால் நின்று பந்தை உதைக்கும் நேரம் இன்னும் குறைந்துவிடுமே என்று கவலைப்பட்டான். தச்சுவேலைப் பயிற்சிக் கூடத்துப் பக்கவாட்டுச் சுவரில் மூன்று கரிக்கோடுகள் போட்டிருக்கும். அதற்கு முன்னால் ஒருவன் நிற்க, இன்னொருவன் முன்னாலிருந்து ஓடிவந்து குறிப்பிட்ட இடத்திலிருந்து பந்தை வீசுவான். அதை நிற்பவன் உதைத்துவிட்டு ஸ்டம்புக்கும் பந்து வீசத்தொடங்கும் இடத்துக்கும் இடையே ஓடி ரன் எடுக்க வேண்டும். வீசுபவன் கேச் பிடித்துவிட்டாலோ கரிக்கோடுகள்மீது எறியப்படும் பந்து பட்டாலோ உதைத்தவன் அவுட். அப்புறம் அவன் பந்து வீச வேண்டும். ஒரு இருபது நிமிடங்கள் போல விளையாடிவிட்டு வியர்க்க வியர்க்க வகுப்புக்குப் போய் வரிசையில் பிரேயர் திடலுக்குப் போக வேண்டும். இது அநேகமாக தினசரி நடக்கும்.

ஆணியில் மாட்டியிருக்கும் ராமசாமியின் கைக்கடிகாரத்தில் எட்டரை மணி ஆகும்போது கிளம்பிவிடுவார்கள். சந்திரன், அவனுடைய சித்தப்பா மகன் சுந்தரம், அத்தை மகன் சக்திவேல் என்று மூன்று பேரும் ஒன்றாகத்தான் பள்ளிக்குப் போவார்கள். ஊர்ப் பையன்கள் இன்னும் இரண்டு பேர் கூட வருவார்கள். அவர்கள் கொஞ்சம் பெரியவர்கள். வீட்டிலிருந்து இரண்டு நிமிட நடையில் ரயில் ரோடு வந்துவிடும். அதில் ஏறி வடக்கே ஒரு பாலம் தாண்டி இரண்டு மைல் நடந்தால் ரயில் சந்திப்பு வரும். அதில் நுழைந்து வெளியே போனால் பஸ் பாதை. ரயில்வே குவார்ட்டர்ஸ் வழியாகவும் சில சமயம் அந்தப் பாதைக்குப் போவார்கள். அங்கே ஒவ்வொரு வீட்டுக்கு முன்னாலும் பூந்தோட்டம் இருப்பது பார்க்க அழகாக இருக்கும். ரீப்பர் வேலி போட்டிருக்கும். டிசம்பர் மாதம் சில வீடுகளில் ஸ்டார் தொங்கவிட்டிருப்பார்கள். பஸ் பாதையில் கொஞ்ச தூரம் போனால் ஜன நெரிசல் குறைந்துவிடும். அப்புறம் மூன்று புளிய மரங்களைக் கடந்து கீழே இறங்கினால் பள்ளியை அடைந்ததுபோலத்தான்.

ஆறாம் வகுப்பில்தான் இந்தப் பள்ளியில் அவன் சேர்ந்தான். ராமசாமி நுழைவுத் தேர்வுக்கு வந்திருந்தார். அப்புறம் இரண்டு தடவை வந்தார். எஸ்.எஸ்.எல்.சி. புத்தகத்தில் கையெழுத்துப்போட ஒரு தடவை. அப்புறம் தலைமை ஆசிரியர் வரவைத்ததால் இன்னொரு தடவை. இரண்டு தடவையும் வேலைபார்க்கும் இடத்திலிருந்து வந்தார். பெரிய இந்தி எதிர்ப்புப் போராட்டம் முடிந்து மூன்று ஆண்டுகள் கழித்து இன்னொரு போராட்டம் நடந்தது. பள்ளியிலிருந்த இந்திப் பாடத்தையும் என்.சி.சி. பயிற்சியிலிருந்த இந்திக் கட்டளைகளையும் நீக்க வேண்டும் என்ற கோரிக்கைகளை வைத்து நடந்தது அது. போன தடவைபோல இல்லாவிட்டாலும் ஓரளவுக்குப் பரவலாக நடந்தது. அப்போது சந்திரன் பள்ளி இறுதி வகுப்பில் இருந்தான். தமிழ் வித்துவான்களாக இருந்தவர்கள் தமிழாசிரியர்களாக ஆகியிருந்த சமயம். பள்ளிக் கையேட்டில் அந்த மாற்றம் தெரிந்தது. நடேசன் அய்யா ஒரு சிலருக்குத் தனித் தமிழ் ஆர்வத்தை ஊட்டியிருந்தார். கரும்பலகையில் உள்ளோர், உரியோர் தொடர்பான எண்களையே தமிழ் எண்களாக அவர்கள் எழுதியதைப் பார்த்த தலைமை ஆசிரியர் கடும் கோபம் கொண்டார். தமிழ் ஆர்வம் இந்தி எதிர்ப்பாக மாறி சந்திரனும் ஒரு சிலரும் நோட்டீஸ் அடித்துப் பள்ளிக்கு வெளியே விநியோகித்தார்கள். பள்ளி நிர்வாகம் அதை பெரிய ஒழுக்கக்கேடாகப் பார்த்தது. அப்போது எஸ்.எஸ்.எல்.சி. பையன்களின் பெற்றோர்கள் வரவழைக்கப் பட்டார்கள். ராமசாமி இயல்பிலேயே ஒடுங்கிய சுபாவம் கொண்டவர். நடுங்கும் குரலில் மன்னித்துவிடச் சொல்லிக் கேட்டார். சந்திரனைத் திட்டிவிட்டு கையை நீட்டச் சொல்லி பிரம்பில் ஒவ்வொரு கைக்கும் இரண்டிரண்டு அடிகள் கொடுத்தார் தலைமை ஆசிரியர். இரண்டு உள்ளங்கைகளிலும் சிவப்புக் கோடுகள் பதிந்துவிட்டன. அவன் வகுப்புக்குப் போகும்போது வாயிலில் நின்று திரும்பிப்பார்க்கும் அப்பாவைக் கவனித்தான். அவருக்கு ஏதும் நினைவுக்கு வந்திருக்குமா? அந்த வருடம் எஸ்.எஸ்.எல்.சி. குரூப் புகைப்படம் கிடையாது என்று தலைமை ஆசிரியர் கண்டிப்புடன் சொல்லிவிட்டார். அது பையன்களுக்குப் பெரிய தண்டனையாகப் பட்டது. கழிவறைச் சுவர்களில் 'கழுகு மூக்கன் ஒழிக' என்று நாலைந்து இடங்களில் எழுதி ஆத்திரத்தைத் தீர்த்துக்கொண்டார்கள்.

சந்திரன் ஆறாம் வகுப்பு சேர்ந்து ஒரு மாதம் கழித்துதான் அந்தப் பள்ளிக்கு ஆங்கில வழிக் கல்விக்கு அரசாங்கத்தின் அனுமதி கிடைத்தது. ஆசிரியர்கள் அந்தச் செய்தியை ஆறாம் வகுப்புப் பிரிவுகளில் சொன்னார்கள். அப்பாவிடம் சந்திரன் இதைச் சொன்னபோது, "ஒன்னக் கேட்டா அதில் சேர்றன்னு

சொல்லு," என்றார். அடுத்த நாள் தலைமை ஆசிரியர் ஆறாம் வகுப்பின் ஒவ்வொரு பிரிவுக்கும் வந்து புதுப் பிரிவில் சேர விரும்புபவர்களைக் கையை உயர்த்தச் சொன்னார். சந்திரனும் கை உயர்த்தினான். அவர்கள் ஒவ்வொருவரின் அப்பாவும் என்ன வேலை செய்கிறார் என்று கேட்டார். சந்திரனும் சொன்னான். உடனே அவர், "உட்கார், உட்கார்," என்று சொல்லிவிட்டார். அவன் வகுப்பிலிருந்து ஐந்து பேர் அந்த வகுப்புக்குப் போனார்கள். அப்பாவுக்கும் மகனுக்கும் ஏமாற்றமாக இருந்தது.

ஒற்றை ரயில் பாதையாக இருந்தது இரட்டைப் பாதையாக மாறியது சந்திரன் ஏழாவதும் எட்டாவதும் படிக்கும்போதுதான். இருபது, முப்பது ஃபார்கோ லாரிகள் எங்கிருந்தோ மண்ணைக் கொண்டுவந்து மாதக் கணக்கில் கொட்டிக்கொண்டே இருந்தன. மண் சரிவு கொஞ்சம் கொஞ்சமாக உயர்ந்து கொண்டே வந்தது. கோயம்புத்தூர் வரை இந்த ரயில் பாதை போகும் என்று சொன்னார்கள். அவன் வீட்டுக்கு இரண்டு வீடுகள் தள்ளி அந்த நிறுவனம் ஒரு வீட்டை வாடகைக்கு எடுத்து அலுவலகம் வைத்திருந்தது. ஒரு தடவை அதன் தலைவரோ என்னவோ ஒருவர் வந்து கொஞ்ச நேரம் அங்கே இருந்தார். கோட், சூட் போட்ட ஒருவரை சந்திரன் முதன்முதலாக அப்போதுதான் நேரில் பார்த்தான். அவருக்கு அங்கங்கே தோல் சிவப்பாக இருந்தது. பள்ளியிலிருந்து திரும்பும்போது அந்த மண்சரிவில் தாவிக் குதிப்பது, உட்கார்ந்து சரிந்து கீழே போவது என்று விளையாடிவிட்டே வீட்டுக்குப் போவார்கள். சினிமா கதாநாயகர்களாகப் பாவித்துக்கொண்டு சண்டைக் காட்சிகளையும் நிகழ்த்துவார்கள். மூத்த பையன்கள் எம்.ஜி.ஆர். படக் காட்சிகளை நடித்துக்கொண்டே விவரிப்பார்கள். பள்ளி அவ்வளவாகப் பிடிக்கவில்லையென்றாலும் பள்ளிக்குப் போவதும் வருவதும் சந்தோஷமாகத்தான் இருந்தது. ரயில் சந்திப்பை அடைவதற்குள் ஒரு 'ஜனங்க' வண்டியும் ஒரு கூட்ஸ் வண்டியும் அவர்களைக் கடக்கும். பக்கத்திலேயே சந்திப்பு என்பதால் ரயில்கள் மெதுவாகத்தான் போகும். சில கூட்ஸ் வண்டிகள் சந்திப்பில் நிற்காது என்பதால் வேகமாகப் போகும். எஞ்ஜின் கடக்கும் வரை நடப்பதை நிறுத்துவார்கள். பெட்டிகள் ஆரம்பித்தவுடன் மீண்டும் மெதுவாக நடந்து பெட்டிகளை எண்ணுவார்கள். ஆரம்பத்தில் டிரைவருக்கும் கார்டுக்கும் டாட்டா காண்பித்தார்கள். கொஞ்சம் பெரிய பையன்கள் ஆனபோது அப்படிச் செய்யக் கூச்சமாக இருந்ததால் அந்தப் பழக்கத்தை விட்டுவிட்டார்கள். எஞ்ஜின்கள் தனியாக முன்னே பின்னே போவது, ரயில் போகும் திசைக்கு ஏற்ப எஞ்ஜினைத் திருப்ப

இருக்கும் ஒரு வட்டக் கிணறு, அதற்குள் வட்ட வடிவில் ஒற்றைத் தண்டவாளம், மத்தியில் பெரிய அச்சு, தண்டாவளத்தின்மீது ஒரு உருளை, மொத்த அமைப்பையும் ஒரே ஆள் சுலபமாகச் சுழற்றுவது என்று பார்க்க பல சுவாரசியமான காட்சிகள் கிடைக்கும். சில சமயங்களில் கரி எஞ்ஜின் புஸ்ஸென்று விடும் நீராவியோடு வெளியேறும் கருப்பு நிலக்கரித் துகள்கள் சீருடை வெள்ளைச் சட்டையில் காலையில் பள்ளிக்குப் போகும்போதே புள்ளிகளாகப் பட்டுவிடும். என்ன தட்டினாலும் போகாது. அன்றைக்கு முழுக்கவே மனசு சங்கடப்படும். பள்ளிக்கு வேறு வழி இருந்தால் தேவலையே என்று சந்திரனுக்குப் படும். ஆனால், பலரும் போகும் பாதை இதுதான். உயர்நிலைப்பள்ளிப் படிப்பு முடிய முடியவே கரி எஞ்ஜின்கள் மறைந்து டீசல் எஞ்ஜின்கள் ஓடத் தொடங்கிவிட்டன. கரி எஞ்ஜின்கள் சிலவற்றின் மேல் எஸ்.ஐ.ஆர். என்று எழுதியிருந்தது. பிறகு எஸ்.ஆர். என்று மாற்றினார்கள்.

பள்ளியிலிருந்து வீடு திரும்புவது ஒரே நேரமாக இருக்காது. விளையாடும் நேரத்தைப் பொறுத்து மாறும். சமயத்தில் ரயில் நிலையத்தில் மெட்ராஸிலிருந்து வரும் வெஸ்ட் கோஸ்ட் எக்ஸ்பிரஸ் நின்றுகொண்டிருக்கும். அரைக் கால்சட்டை, ஷூ, தொப்பி அணிந்த வெள்ளைக்கார டிரைவர் பிளாட்ஃபாரத்தில் நின்று பைப் பிடித்துக்கொண்டிருப்பார். சமயத்தில் அவனைப் பார்த்து, "ஹாய், கிட், கமிங் ஃப்ரம் ஸ்கூல்?" என்று கேட்டுவிட்டுச் சிரிப்பார். பதில் எதுவும் சொல்லத் தெரியாமல் அவனும் சிரித்துவிட்டு நகர்ந்துவிடுவான். அன்றைக்கெல்லாம் தனக்கு ஏதோ முக்கியத்துவம் வந்துவிட்டது மாதிரி அவனுக்குத் தோன்றும். மேல் வகுப்புக்குப் போனபோதுதான் அவர் வெள்ளைக்காரர் அல்ல, ஆங்கிலோ இந்தியர் என்பதைத் தெரிந்துகொண்டான். அவன் வகுப்பிலேயே பென்னட் என்று ஒரு ஆங்கிலோ இந்தியப் பையன் வந்து சேர்ந்தான். அவன் அப்பாவும் ரயில்வேயில் வேலை பார்ப்பதாகச் சொன்னான்.

பள்ளியில் இரண்டு, மூன்று வாத்தியார்கள் எதற்கெடுத்தாலும் பையன்களை ஜென்ம எதிரிகள் போல பாவித்து உதைப்பார்கள். ஓரிருவர் ஆங்கிலத்தையும் தமிழையும் ஆசிரியைகள் சிலர் மற்ற பாடங்களையும் நன்றாகச் சொல்லிக்கொடுப்பார்கள். பெரியசாமி அய்யா கல்லூரியில் தமிழ் படித்துவிட்டு ஆசிரியராக வந்தார். அப்போது சந்திரன் பத்தாம் வகுப்பிலிருந்தான். அவர் இனிமையாகத் தமிழ் பேசி பாடம் நடத்துவார். சிரித்த முகமும் சேர்ந்துகொள்ள பையன்கள் அவர் கண்களையே

பார்த்துக்கொண்டிருப்பார்கள். அரையாண்டுத் தேர்வில் தமிழில் முதல் மதிப்பெண் வாங்கியதால் மு.வ. வின் திருக்குறள் தெளிவுரையை 'தமிழில் முதன்மை பெற்றதைப் பாராட்டி' என்று எழுதி சந்திரனுக்கு அன்பளிப்பாகக் கொடுத்தார். வித்துவான் சம்பந்தம் அய்யா எப்போதும் பாடியே செய்யுள் நடத்துவார். 'மாசில் வீணையும் மாலை மதியமும் வீசு தென்றலும் வீங்கிள வேனிலும்' என்ற தேவாரப் பாட்டை அவர் தொடங்கும்போதே மனதில் மகிழ்ச்சி பரவும். இன்னொரு வித்துவான், 'உறங்குகின்ற கும்பகர்ண, உங்கள் மாய வாழ்வெல்லாம், இறங்குகின்றது இன்றுகாண், எழுந்திராய் எழுந்திராய்' என்று தாள லயத்தோடு வாசிப்பது கேட்க நன்றாகயிருக்கும். எப்போதும் வேட்டியில் வரும் அவர் டி.இ.ஓ. இன்ஸ்பெக்ஷன் அன்று மட்டும் வெள்ளை பேன்ட் போட்டு வருவது வேடிக்கையாக இருக்கும். பள்ளி அலுவலக மேனேஜர் ஒருவரும் எல்லா நாளும் வேட்டியில்தான் வருவார். எப்போதாவது ஆசிரியர்கள், சீனியர் மாணவர்களோடு கிரிக்கெட் ஆடும்போது பேன்ட் போட்டுக்கொள்வார். விளையாட்டுக்கென்று மூன்று வாத்தியார்கள் இருப்பது சந்திரனுக்கு அதிசயமாக இருக்கும். எட்டாம் வகுப்பு முடிய ஐம்பது பேர் கொண்ட இவர்கள் வகுப்பே இரண்டாகப் பிரிந்து கால்பந்து விளையாடும். எந்த விதிகளும் கிடையாது. தங்கள் அணியிடமிருந்தே பந்தைப் பறிக்க முயல்வார்கள். ஆனால், பள்ளியில் மாவட்ட அளவில் பரிசு பெரும் சீனியர் அணி உண்டு. டவுனில் இருக்கும் ஒரு கிறித்துவப் பள்ளியோடுதான் பெரும்பாலும் இறுதி ஆட்டம் இருக்கும். அன்றைக்கு மூன்று மணியோடு வகுப்புகளை முடித்துக்கொண்டு போட்டியைப் பார்க்கப் போகிறவர்களை அனுமதிப்பார்கள். சந்திரன் நண்பன் ஒருவன் சைக்கிளில், அதற்குக் கேரியர் இல்லாததால், முன் கம்பியில் உட்கார்ந்து நான்கு மைல் போவான். அவ்வளவு தூரம் போவதே ஒரு சாகசம் போலத்தான் இருக்கும். பசி, தாகம் எதுவும் தெரியாது. பெரும்பாலும் இவர்கள் பள்ளியே ஜெயிக்கும். இதெல்லாம் சின்ன வகுப்புகள் படித்தபோதுதான். அந்த மாதிரி நாட்களில் வீடு திரும்பும்போது கிட்டத்தட்ட இருட்டிவிடும். கைகால் கழுவி காபி குடிக்கும்போது சந்திரனின் அக்கா கலாவதி அரிக்கேன் விளக்குக்கு மண்ணெண்ணெய் நிரப்பி, வட்டக் கண்ணாடியைத் திருநீறு போட்டுத் துடைத்துக் கொளுத்திக்கொண்டிருப்பாள்.

திரெளபதி அம்மன் கோயிலுக்குத்தான் ஊரில் முதலில் மின்சாரம் வந்தது. அப்புறம் வசதியான குடும்பங்கள் இரண்டுக்கு இணைப்பு கொடுத்தார்கள். அதெல்லாம் சாத்தியமில்லை

என்பதால் அப்படி ஒரு பேச்சு இவர்கள் வீட்டில் எழவேயில்லை. இரவில் கிராமமே கிட்டத்தட்ட இருளில் அமிழ்ந்திருக்கும். பத்துப் பன்னிரண்டு இடங்களில் கல் தூணுக்கு மேல் கம்பிவலைக்குள் மண்ணெண்ணெய் விளக்குப் பொருத்தியிருப்பார்கள். இருட்டத் தொடங்கியதும் ஏணியோடு ஒருவர் வந்து தூணில் ஏறி மண்ணெண்ணெய் விட்டு விளக்கேற்றிவிட்டுப் போவார். அது இருட்டை அதிகரிப்பது மாதிரித்தான் எரியும். இரண்டு மாதங்களுக்கு ஒருமுறை பள்ளியில் மாலை ஆறரை மணிக்கு ஃபிலிம்ஷோ நடக்கும். புரொஜெக்டரை இயக்கி, தேவையானால் விளக்கமும் கொடுக்கும் ஜெகந்நாதன் சார் ஒரு கனவான். ஜெமினி கணேசன் மாதிரி தோற்றம் அவருக்கு. எல்லாருக்கும் அவரைப் பிடிக்கும். இத்தனைக்கும் அவரும் கணக்கு வாத்தியார்தான். ஆங்கில வகுப்பில் அவர் பேசுவது அவ்வள வாகப் புரியாவிட்டாலும் கேட்க நன்றாக இருக்கும். மாலையில் பள்ளி முடிந்து வீட்டுக்குப் போய்விட்டுத் திரும்பவும் இரண்டு மூன்று பேராகப் படம் பார்க்க வருவார்கள். இரவு நேரத்தில் பள்ளி புதுமாதிரி இருக்கும். பையன்களே வித்தியாசமாகத் தெரிவார்கள். சீருடையில் இல்லாதது ஒரு காரணம். வகுப்பு இல்லை, வாத்தியார்கள் இல்லை, இருக்கும் ஒருவரும் அன்பானவர் என்பதே அந்தச் சூழலின் உல்லாசத்தைக் கூட்டும். படம் முடிந்து ஏழரை மணிபோலக் கிளம்புவார்கள். மின்சார விளக்கில் தெருக்களும் வீடுகளும் புது உலகமாகத் தெரியும். அது புறநகர்ப் பகுதி என்பதால் வீடுகள் பெரியவை யாக இருக்கும். அங்கிருப்பவர்கள் தன்னம்பிக்கையோடும் சந்தோஷமாகவும் இருப்பதாக அவனுக்குத் தோன்றும். 'தன் ஊருக்கும் இங்கிருப்பதற்கும் எவ்வளவு வித்தியாசம். தானும் அப்பாவும் அம்மாவும் அக்காக்களும் இவர்களில் சேர்த்தியில்லையா. தன்னுடைய ஊரிலிருப்பவர்கள் இந்த அளவுக்கு சந்தோஷம் உடையவர்களாகத் தெரியவில்லையே' என்றெல்லாம் யோசிப்பான். அந்த மாதிரி நாளில் ரயில் ரோடில் போக பயமாக இருப்பதால் வேறு வழியில் போவார்கள். கொஞ்சம் சுற்றுதான். அதில் போய்த்தான் ஆக வேண்டும். கொஞ்ச தூரத்தில் பனைமர வரிசையும் விவசாய நிலங்களும் வரும். பாம்பு எதையாவது மிதித்துவிடுவோமோ என்ற பயத்தில் ஓட்டமும் நடையுமாக வீடு திரும்புவார்கள்.

முன்கூட்டியே அறிவிக்கப்பட்ட விடுமுறை நாட்கள் குறித்து சந்திரனுக்கு அவ்வளவாக சந்தோஷம் கிடையாது. அவை வழக்கமாக வருபவைதானே. டவுனில் நடக்கும் மாரியம்மன் பண்டிகையின்போது சுற்றுவட்டாரப் பள்ளிகள் மதியத்தோடு

முடிந்துவிடும். அது ஓரளவுக்குப் பரவாயில்லை என்று தோன்றும். அந்த மாதிரி நாட்களில் டிபன் பாக்ஸ் தூக்க வேண்டியதில்லை. வீட்டில் வந்து சாப்பிடலாம். அப்புறம் அம்மா டவுனுக்கு அழைத்துப் போகும். பெரிய இந்தி எதிர்ப்புப் போராட்டம் நடந்தபோது எட்டாம் வகுப்பில் இருந்தான். போராட்டம் தொடங்கி ஓரிரு நாட்கள் கழித்து இவர்கள் ரயில் சந்திப்பை அடைவதற்கு சற்று முன்னால் எதிரே வந்த சிலர், "பள்ளிக்கூட மெல்லாம் லீவு விட்டாச்சு, வீட்டுக்குப் போங்க," என்றார்கள். அப்படியே பறக்கிற மாதிரி உணர்ச்சி உண்டானது. இருந்தாலும் கொஞ்சம் சந்தேகம் ஏற்பட இன்னும் கொஞ்சம் நடந்தார்கள். பள்ளியிலிருந்து திரும்பிய சீனியர் பையன்கள் இரண்டு பேர், "போங்கடா வூட்டுக்கு. ஸ்கூல மூடியாச்சு," என்றார்கள். இந்த வார்த்தைகளுக்கு இணையான சந்தோஷத்தைக் கொடுத்த வேறு வார்த்தைகளை அவன் முன்பு எப்போதும் கேட்டதில்லை. திரும்பும் வழியில் புது ரயில் பாதையின் மண்சரிவில் ஆசைதீர விளையாடிவிட்டுத்தான் வீடுபோய்ச் சேர்ந்தார்கள். பள்ளிக்கூட நாளில் காலை பத்தரை மணிக்கு வீடும் ஊரும் வித்தியாசமாகத் தெரிந்தன. கொஞ்ச நேரத்துக்கு என்ன செய்வதென்றே தெரியவில்லை. அப்பா வேலைக்குப் போய்விட்டார். அம்மா வசந்தாவுக்குப் போராட்டம் பற்றி அவன் சொன்னது புரிய வில்லை. அவனுக்குமே அது சரியாகப் புரியவில்லை.

மதியச் சாப்பாட்டைப் பள்ளியின் விளையாட்டு மைதானத்தை ஒட்டிய புல்வெளியில் உட்கார்ந்து சாப்பிடுவான். வசந்தா பெரும்பாலும் அவனுக்குத் தயிர்ச் சோறுதான் கொடுத்துவிடுவார். ஏதோ ஒரு நாளில் தக்காளிச் சோறு இருக்கும். அவன் அப்பாவுக்கும் அதையேதான் டிபன் பாக்ஸில் போட்டு அனுப்புவார். மதியம் என்றில்லை, வேலைநாளில் காலையிலும் அதைத்தான் சாப்பிடுவார்கள். சுடுசோற்றில் தாளித்த தயிர் ஊற்றிப் பிசைந்து பாக்ஸில் போட்டு எடுத்துப் போவார்கள். மதியத்தில்தான் வழக்கமான சமையல் செய்வார்கள். காலையில் இருக்கும் தயிர் சாதத்தின் சுவை மதியம் அவ்வளவாக இருக்காது. வீட்டிலிருந்து தண்ணீர் எடுத்துவரும் பழக்கம் கிடையாது. அப்படியெல்லாம் ஒருநாளும் விக்கிக்கொண்டதில்லை. மதியச் சாப்பாட்டின்போது அம்மாவை நினைத்துக்கொள்வான். 'இப்போது என்ன செய்யும்? கிளம்பி வீட்டுக்குப் போய்விடலாமா? அம்மாவுக்கு எப்பவும் ஏதாவது வேலை இருந்துகொண்டே இருக்கும். பள்ளியும் வீடும் ஒரே இடத்தில் இருந்தால் என்ன? ஏன் இப்படிப் பிரித்து வைத்திருக்கிறார்கள்?' பள்ளியில் டிபன் பாக்ஸ் கழுவும் வசதி இல்லை. வெளியே இரண்டு இடங்கள் உண்டு. ஒன்று பள்ளிக்கு

எதிரே இருந்த பொதுக் குழாய். அங்கு ஒரே அடிதடியாக இருக்கும். ஒரே நேரத்தில் ஐந்தாறு பேர் பாத்திரங்கள் 'டங்டங்'கென்று இடித்துக்கொள்ள கழுவுவார்கள். அப்படியே அதில் கொஞ்சம் தண்ணீர் பிடித்துத் தூர வந்து குடிப்பார்கள். சந்திரனுக்கு இது ஒத்து வராது. ஓரிரு முறை முயற்சி செய்து சரிவராமல் விட்டுவிட்டான். இன்னொன்று, பள்ளியைச் சுற்றியுள்ள பெரிய வீடுகளின் பின்பகுதியிலுள்ள கிணறுகள். அதற்கும் சிலர்தான் அனுமதி தருவார்கள். அங்கெல்லாம் தண்ணீர் சேந்திக் கழுவலாம். கிணற்றை ஒட்டி அவர்கள் நிறைய வீட்டுப் பாத்திரங்களைக் கழுவப் போட்டிருப்பார்கள். அதெல்லாம் பார்க்க சந்திரனுக்கு ஆச்சரியமாக இருக்கும். கிணற்றின் இரண்டு பக்கங்களிலும் ராட்டினம் இருக்கும். சில சமயங்களில் பையன்கள் ஒரு பக்கமும் சிறுமிகள் இன்னொரு பக்கமுமாகத் தண்ணீர் சேந்துவார்கள். யார் முதலில் பக்கெட்டை மேலே இழுப்பது என்று போட்டிகூட நடக்கும். பெரும்பாலும் பையன் யாராவதுதான் ஜெயிப்பான். அப்படி ஒரு தடவை சந்திரன் ஜெயித்தபோது அவன் வகுப்புப் பெண் ஜெயலட்சுமி சொன்னாள், "அதுக்கென்னா, நீ பையன்." பையன் என்ற வார்த்தையை ஆங்கிலத்தில் சொன்னாள். அதைச் சொன்னபோது அவள் கண்களில் ஏமாற்றம் தென்பட்டது. இவனுக்கு என்னவோபோல ஆகிவிட்டது. தோற்றிருக்க வேண்டுமோ என்றுகூட பட்டது. அவளுடையதைப் போன்ற அழகான, பெரிய கண்கள் கொண்ட பெண்கள் அபூர்வமாகத்தான் இருந்தார்கள். டிபன் பாக்ஸைக் கழுவியதும் பலரும் போவது எஸ்.கே.ப்பி. ஸ்டோர்ஸ்தான். சௌத் கனரா புரொவிஷன்ஸ் ஸ்டோர்ஸ் என்று எழுதப்பட்ட பெரிய போர்டு கடைக்கு வெளியே இருக்கும். சகோதராகள் மூன்று பேர் அதை நிர்வகித்தார்கள். நிலக்கடலை கொடுக்க மாறாமல் ஒருவரேதான் இருப்பார். பத்து பைசாவுக்குக் கூம்பு வடிவத்தில் சுருட்டப்பட்ட பேப்பரில் வெதுவெதுப்பான நிலக்கடலை கிடைக்கும். அன்றாடம் அப்பா அவனுக்குக் கொடுப்பது பத்துப் பைசா.

ஆறாம் வகுப்பு வரை அவன் பிரிவான சி செக்‌ஷனில் இரண்டு அல்லது மூன்றாவது ரேங்க்கில் இருப்பான். ஆறாம் வகுப்புவரை வேறு பள்ளியில் படித்துவிட்டு ஏழாம் வகுப்பில் குலாம் மொகைதீன் என்று ஒரு பையன் வந்து சேர்ந்தான். அப்புறம் முதல் ரேங்க் மொகைதீனுக்குத்தான் என்று ஆகிவிட்டது. முதல் ரேங்க் எடுத்துவந்த பையனை அநாயாசமாகப் பின்னுக்குத் தள்ளினான். அவன் கணக்குப் போடும் விதமே மற்றவர்களுக்கு ஆச்சரியமாக இருக்கும். அவர்கள் திணறும் இடங்களை அவன்

எளிதாகக் கடப்பான். சந்திரனுக்கு அவனைப் பார்த்தால் பிரமிப்பாக இருக்கும். தனக்கு ஏன் கணக்குப் பாடம் இப்படிக் கஷ்டமாக இருக்கிறது என்று கவலைப்படுவான். வீட்டிலும் யாராலும் சொல்லிக்கொடுக்க முடியாது. வாத்தியார்களுக்கே மொகைதீன் செய்வது அதிசயமாக இருக்கும். எல்லாப் பாடங்களிலும் அவனைப் 'புலி' என்று சொல்வார்கள். பாட்டு சொல்லிக்கொடுக்கும் வாத்தியார் ஒருவர் இருந்தார். காலையில் பிரேயரின்போது பாடப்படும், 'சகல கலா வாணியே சரணம் தாயே,' பாட்டை வருடா வருடம் புதுப்புதுப் பெண் குழுக்களுக்கும் மாதம் ஒருமுறை முழுப் பள்ளியையும் உட்காரவைத்து, 'ஐகிரி நந்தினி,'யையும் சொல்லித் தருவது அவர் வேலை. மற்ற பாடங்களையும் சொல்லித்தருவார். அவர் மொகைதீனை, 'எமகாதகன்,' என்று சொல்லிப் பாராட்டுவார். தேர்வு சமயங்களில் கூடப்படிக்கும் பையன்கள் யாரிடமிருந்தாவது பாடப் புத்தகங்களை வாங்கிக்கொண்டு போய்ப் படித்துவிட்டு அடுத்த நாள் திருப்பித் தந்துவிடுவான். சில புத்தகங்களை அவனால் வாங்க முடியாது. அவன் வீடு ரயில் சந்திப்புக்குப் போகும் வழியில்தான் இருந்தது.தூர இருந்து காண்பித்திருக்கிறான். அவனுடைய அப்பா, வீட்டுக் கிணற்று மோட்டார்களைப் பழுதுபார்ப்பவர். வீட்டின் முன் பகுதியில் ஒரு சின்ன பட்டறை இருந்தது. குழந்தைகள் நான்கைந்து இருந்த மாதிரி தெரிந்தது. அந்தப் பகுதியில் இருந்த பல வீடுகளின் முன்பகுதியில் துணித் திரை ஒன்று தொங்கும். அவர்களைச் சேர்ந்தவர்களின் ஏழ்மை மற்றவர்களின் ஏழ்மையைவிடக் கூடுதல் பரிதாபத்தைக் கொண்டிருப்பதாக சந்திரன் நினைத்தான். தனக்கும் மொகைதீனுக்கும் உறவு இருந்த மாதிரி அவனுக்குத் தோன்றும். அது அரசாங்க உதவி பெறும் பள்ளி என்றாலும் இரண்டு பேரும் பதினைந்து ரூபாய் வருடாந்திரக் கட்டணம் கட்டித்தான் படித்தார்கள். "கொஞ்சம் முன்கூட்டியே சொல்லுப்பா," என்று சந்திரனின் அப்பா சொல்வார். பள்ளி இறுதிவரை அவர்கள் ஒரே பிரிவிலேயே இருந்தார்கள். இறுதித் தேர்வில் மொகைதீன் பள்ளியில் முதல் ரேங்க் எடுத்தான். அவர்கள் பத்தாம் வகுப்பு படித்தபோது ஆட்சி மாறியது. சில நாட்களிலேயே அந்த ஆட்சியில் இருந்த குறைகளை மொகைதீன் சொன்னான். கேட்க சந்திரனுக்கு வருத்தமாக இருந்தது.

ஒரு வருடமாகவே ஜனங்கள் விலைவாசி உயர்வால் ரொம்பக் கஷ்டப்பட்டார்கள். அரிசிப் பஞ்சம் பெரிய அளவில் உருவாகி யிருந்தது. யாரைப் பார்த்தாலும் பேசிக்கொள்வது அரிசியைப் பற்றித்தான். ஆட்களின் தோற்றத்திலேயே பஞ்சம் தெரியும்.

வசந்தா குறைந்த வருவாயில் குடும்பத்தைக் கச்சிதமாக நிர்வாகம் செய்பவர். கடன் வாங்கும் பழக்கம் அறவே கிடையாது. உள்ளதை வைத்து எப்படியோ சமாளிப்பார். இருபது வயதில் மாமனார், மாமியார், கணவர், சிறுமிகளான நாத்தனார்கள், இளைஞர்களான கொழுந்தனார்கள் என்று சமைத்துப் போட்டுக் கவனித்த சாமர்த்தியமும் கணக்கும் அவருக்கு உண்டு. இப்போது அவரே திணறும் அளவுக்குப் பஞ்சம் பிடுங்கியது. ஓரிரு நாட்கள் பள்ளிக்குப் போகும் முன்பாக சந்திரனுக்கு ஒரு சிறிய குண்டானில் பழைய சாதம்தான் கிடைக்கும். அவனுக்கு அது போதாது என்று அவருக்குத் தெரியும். அவன் முன்னால் பாத்திரத்தை வைத்துவிட்டு நகர்ந்துவிடுவார். காலையில் வடிப்பது மதியத்துக்காக. வீட்டில் மற்றவர்கள் என்ன சாப்பிட்டார்களோ என்று பள்ளிக்குப் போகும் வழியில் சந்திரனுக்குத் தோன்றும். கேட்க மாட்டான். கேட்டால் என்ன பதில் கிடைக்குமோ என்று பயமாக இருக்கும். அவர்களிடம் இருக்கும் பணத்துக்குக் கடைகளில் வாங்க முடிந்த அரிசி ரொம்ப மோசமாக இருந்தது. கிலோ ஐந்து ரூபாய்க்கு விற்கும் அரிசிதான் நன்றாக இருக்கும். அது சாத்தியமே இல்லை. ரேஷனில் இரண்டு ரூபாய் வீதம் வாரம் நான்கு கிலோ அரிசி போடுவார்கள். அது ஓரளவுக்குப் பரவாயில்லையாக இருக்கும். அதை வாங்குவது அவ்வளவு சுலபமில்லை. ரேஷன் கடையை நிர்வகித்தவர் சொந்தக்காரர்தான். சந்திரனுக்கு மாமா முறை வேண்டும். கடைக்கு வருபவர்களில் பாதிப்பேர் சொந்தக்காரர்கள் என்றால் அவர் யாருக்குத்தான் சலுகை காட்டுவார்? டோக்கன் வாங்கக் காலையில் ஏழரை மணிக்கெல்லாம் கியூவில் நிற்க வேண்டும். அது சந்திரனுடைய வேலை. பள்ளி இருந்தாலும் செய்ய வேண்டும். குளித்து முடித்துச் சீருடையில்தான் இருப்பான். எவ்வளவு சீக்கிரம் போனாலும் ஒரு இருபது பேராவது முன்னால் நிற்பார்கள். எட்டு மணிக்குத்தான் டோக்கன் கொடுக்க ஆரம்பிப்பார்கள். வாங்கி வீட்டில் கொடுத்துவிடுவான். பன்னிரண்டு மணிபோலத்தான் அரிசி போடுவார்கள். அதற்கும் கியூதான். வசந்தாதான் வாங்குவார். இருப்பதை சாப்பிட்டுவிட்டுப் பள்ளிக்கு எட்டரை மணிக்குக் கிளம்பிவிடுவான். சில சமயங்களில் தாமதமாகி விடும். அவசரமாக நடக்க வேண்டியிருக்கும். அன்றைக்கு லெக் கிரிக்கெட் விளையாடும் நேரம் குறையும். அப்படியான ஒரு நாளில்தான் அவன் கால்சட்டைப் பாக்கெட்டில் பீடிகள் தங்கிப்போயின. அன்றைக்குக் காலையில் சந்திரனுக்கு இரண்டு வேலைகள். அப்போது வந்த தேர்தலில் தி.மு.க.வுக்கு இளைஞர்கள் மும்முரமாக பிரச்சாரம் செய்தார்கள். வாக்கே இல்லாத சந்திரனைப் போன்ற சிறுவர்கள் அவர்களோடு சுற்றினார்கள். வீட்டுச் சுவர்களில் பென்சிலில் சின்னத்தை

வரைந்தார்கள். ஒரு பொதுக்கூட்டம்கூட ஊரில் நடந்தது. 'ஓடி வருகிறான் உதயசூரியன், உள்ளமெல்லாம் புதுவெள்ளம் பெருகவே' என்ற நாகூர் ஹனீஃபாவின் பாட்டைக் கேட்டால் உடம்பில் ஆவேசமும் மனதில் தெம்பும் உண்டாகும். பெரியவர்கள் தேர்தல் நாளுக்காக ஆர்வமாகக் காத்திருந்தார்கள். எதிர்பார்த்தபடியே ஆட்சி மாறியது. பலரும் அதைப் பெரிய கொண்டாட்டமாக உணர்ந்தார்கள்.

பத்தாம் வகுப்புப் படித்தபோதுதான் சந்திரனின் இரண்டாவது அக்கா கலாவதிக்குக் கல்யாணம் நடந்தது. முதல் அக்கா கௌசல்யாவின் கல்யாணத்தின்போது அவன் ஐந்து வயது முடியாத சிறுவன். அது மங்கலாகத்தான் நினைவிருக்கிறது. உமாராணி இன்னொரு அக்கா. அவளுக்கும் சந்திரனுக்கும் ஒரு வருடத்துக்கும் சற்று கூடுதல்தான் வித்தியாசம். சம வயதுக்காரர்கள் மாதிரித்தான் பேசிச் சண்டைபோட்டுக் கொள்வார்கள். இந்தக் கல்யாண ஏற்பாட்டின்போது அப்பாவும் அம்மாவும் பேசிக்கொண்டது புரியும் வயது அவனுக்கு. அரசாங்க வேலை பார்த்த பின்வீட்டுக்காரரிடம் வசந்தா சீட்டுக் கட்டிவந்தார். மாதம் பதினைந்து ரூபாய் வீதம் இருபது மாதங்கள் கட்ட வேண்டும். ஓரிரண்டு ரூபாய் கசர் கிடைக்கும். பல வருடங்களாகவே அவருக்கு இந்தப் பழக்கம் உண்டு. இப்படித் தொடர்ந்து போட்டே இரண்டு கல்யாணங்களை நடத்தினார்கள். ஒரு பழங்கால வீட்டை ஆயிரத்து இருநூறு ரூபாய்க்கு வாங்கி, கொஞ்ச நாள் கழித்து அந்த வீட்டுக்குப் பின்னால் ஒரு சிறிய அறையைக் கட்டினார்கள்.

ராத்திரி சாப்பிட்டுவிட்டு பீடி பற்றவைத்துக்கொண்டு, "சீட்டுப் பணம் எவ்ளோ வரும்?" என்று ராமசாமி கேட்டார்.

"அடுத்த மாசம் சீட்டு முடியுது. முன்னூர்ரூபா முழுசாக் கெடைக்கும். இப்ப எடுக்கப் போனா தள்ளித்தான் போவும். அடுத்த மாசம் முடிஞ்சி வச்சிக்கலாமான்னு மாப்ள வீட்டுல கேக்கலாமா?"

"அது சரி வராது. அடுத்த மாசக் கடசீட்லன்னாகூட பரவால்ல."

"கொறச்ச நாள்ல என்ன பண்ண முடியும்?"

"சரி, அடுத்த மாசம் போகட்டும்னு சொல்லிப் பாப்பம்."

"ஆபீஸ்ல எதாவது கெடைக்குமா?"

"ஐநூர்ரூபா கேட்ருக்கேன். எவ்ளோ கெடைக்கும்னு தெரியாது. எப்பிடியும் மாசம் நாப்பது, அம்பது ரூபா போல போய்டும்."

"அவ்ளோ போய்ட்டா என்ன பண்றது?"

"சமாளிக்கிணும்தான். வேற வழி?"

தூங்குவதற்கு முன்னால் ராமசாமி இரண்டு, மூன்று பீடிகள் புகைத்துவிடுவார். மூக்குத் துவாரங்கள் வழியாக அடர்த்தியாகப் புகைவிடும்போது அவருக்கு ஏதோ நிம்மதி கிடைப்பதாகத் தோன்றும். முகத்தில் திருப்தி தெரியும்.

அடுத்த மாதம் முடிந்து செய்தால் பரவாயில்லையென்று மாப்பிள்ளை வீட்டில் சொல்லிவிட்டார்கள். சீட்டுப் பணம், ஆபீஸில் கொடுத்தது, வசந்தாவின் சிறுவாடு காசு எல்லாமாகச் சேர்ந்து கிடைத்த ஆயிரம் ரூபாயில் கல்யாணத்தை நடத்தினார்கள். ஒரு நாள் விஞ்ஞான வகுப்பின்போது சந்திரன் ரஃப் நோட்டில் வரப்போகும் கல்யாணச் செலவுகளைக் கூட்டிப் பார்த்துக்கொண்டிருந்தான். டீச்சர் கவனித்து விட்டார். நிற்கவைத்துத் திட்டினார். அவன் அமைதியாகக் கேட்டுக்கொண்டான். ஊருக்கு அப்போது வந்திருந்த குடவாசல் பொன்னையா நாயுடுவிடம் நாலு பவுன் நெக்லஸ் ஒன்று செய்யச் சொன்னார்கள். அவர் அந்த ஊருக்குப் போய் ஷராப் கடை நடத்திவந்தார். ராமசாமிக்கு சிறுவயதிலிருந்தே ஊர்ச் சிநேகிதர். மாப்பிள்ளைக்கு முக்கால் பவுனில் டவுன நகைக்கடையில் மோதிரம் வாங்கினார்கள். மிச்சமிருந்த ஐநூறு ரூபாயில் கல்யாணச் செலவை முடித்துக்கொண்டார்கள். கலாவதியும் அவள் கணவரும் அந்தப் பஞ்ச காலத்தில் வீட்டுக்கு வந்தால் வசந்தா நல்ல அரிசிச் சாப்பாடு சமைப்பார்.

தருநிழல்

2

கலாவதியைச் சந்திரன் ஒரு பத்து தடவையாவது கீழே தள்ளியிருப்பான். கலாவதி என்றில்லை, சித்தப்பாவின் மகள்கள் இரண்டு பேரையும்கூடத்தான். அவர்களெல்லாம் ஊர்ப் பள்ளியில் ஐந்தாம் வகுப்பு முடித்ததோடு சரி. எல்லாரும் வீட்டில்தான் இருந்தார்கள். தொடக்கப்பள்ளியில் சந்திரனைச் சேர்த்தது சரஸ்வதி பூஜையின்போது. அது சின்ன அளவில் ஒரு விழாபோல நடந்தது. புஷ் கோட் என்று சொல்லப்படும் மேல் சட்டையையும் அரைக்கால் சட்டையையும் கெட்டியான ஒரே துணியில் தைத்தார்கள். கழுத்தில் மாலையும் போட்டு அவனை ராமசாமியும் வசந்தாவும் பள்ளிக்கு அழைத்துப் போனார்கள். தாம்பாளத்தில் அரிசி, வெற்றிலை, பாக்கு, பழம், மிட்டாய் வைத்து வசந்தா எடுத்துப் போனார். பெயர் எழுதிவிட்டு தாம்பாளத்தில் பரப்பியிருந்த அரிசியில் அவன் வலது கையைப் பிடித்துத் தலைமை ஆசிரியர் தலைமலை ஜீயர் 'அ' 'ஆ' என்று ஆட்காட்டி விரலில் எழுத வைத்தார். அவர் ஏதோ பாட்டு ஒன்றும் பாடினார். எல்லாருக்கும் மிட்டாய் கொடுத்துவிட்டு அப்பாவும் அம்மாவும் அவனைக் கூட்டிக்கொண்டு போய்விட்டார்கள். மாலையைக் கொஞ்ச நேரம் போட்டுக்கொண்டே விளையாடினான். அப்புறம் கழற்றச் சொல்லி தன் அம்மாவிடம் சொன்னான். அவர் அதைக் கழற்றி ஆணியில் மாட்டினார். தசரா விடுமுறை முடிந்து கலாவதி பள்ளிக்கு அழைத்துப் போய் விட்டுவிட்டு வந்தாள். விவசாய நிலத்துக்கு மத்தியில் இருந்த நான்கு வீடுகளில் அவர்களுடையதும் ஒன்று. வீட்டிலிருந்து ஐந்தாறு பெரிய வயல்கள் தாண்டினால் பள்ளி வந்துவிடும். பள்ளிக்குச் சற்று முன்னால் ஒரு பெரிய விவசாயக் கிணறு இருந்தது. அதற்குச் சுற்றுச் சுவர் எதுவும் கிடையாது. குழந்தைகளை ஜாக்கிரதையாகப் போகச் சொல்வார்கள். முதல்

நாள் பள்ளியில் இருந்தவற்றை வேடிக்கை பார்த்தான். பள்ளி என்பது ஒரு நீளமான கூடம். எந்தத் தடுப்புகளும் இல்லாத வகுப்புகள். மற்ற வகுப்புப் பையன்களும் சிறுமிகளும் ஏதோ கத்திக் கத்திப் படித்துக்கொண்டிருந்தார்கள். சந்திரன் வகுப்பில் சிலர் அழுதுகொண்டிருந்தார்கள். சிலர் வெளியே ஓடப்பார்த்தார்கள். அவனுக்கும் அழுகை முட்டியது. அம்மா இல்லாமல் எவ்வளவு நேரம் இருப்பது. திரும்பத் திரும்ப 'அ' 'ஆ' 'இ' 'ஈ' என்றே சொல்லச் சொன்னார்கள். அவனுக்கு அம்மா ஞாபகமாகவே இருந்தது.

அடுத்த நாள் காலை பள்ளிக்குப் போக மறுத்தான். அழுது ஆர்ப்பாட்டம் பண்ணினான். உமாராணி அதே பள்ளியில் இரண்டாம் வகுப்புப் படித்தாள். அவளால் அவனை அடக்கிக் கூட்டிக்கொண்டு போகமுடியாது. கலாவதிதான் அவனைப் பள்ளிக்குத் தயார்செய்வாள். அவன் கையைப் பிடித்து இழுத்துப்போக அவள் முயன்றாள். கொஞ்ச தூரம் போனதும் கையை விடுவித்துக்கொண்டு வீட்டுக்கு ஓடிவந்துவிட்டான். அவனைத் தூக்கி இடுப்பில் வைத்துக்கொண்டு போனவளை, திமிறி இறங்கிக் கீழே தள்ளினான். அவளும் விடாமல் எழுந்து நின்று ஓடினவனைப் பிடித்துக் கொண்டுபோய்ப் பள்ளியில் விட்டாள். ஒருவரால் சமாளிக்க முடியாது என்பதால் இரண்டு பெண்கள் கூட்டாகப் போராடுவார்கள். சமயத்தில் அவர்களில் ஒருவரையாவது கீழே தள்ளிவிட்டு ஓட்டம் பிடிப்பான். சில சமயங்களில் அவர்களும், 'ச்சீ போ' என்று விட்டுவிடுவார்கள். இது அடிக்கடி நடந்தது. இந்தப் பிடிவாதம் அந்தக் கிணறுவரைக்கும்தான். அதுவரை போய்விட்டால் இனித் தப்ப முடியாது என்று அவனுக்குத் தெரிந்துவிடும். முகததைச் சட்டைக் கையால் துடைத்துக்கொண்டு, "நீ போ" என்று இழுத்துக்கொண்டு வந்தவளிடம் சொல்லிவிட்டுப் பள்ளிக்குப் போய்விடுவான். தான் அடம்பிடிப்பதை யாரும் பார்த்துவிடக்கூடாது என்று அவனுக்குத் தோன்றுமாக இருக்கலாம். அந்தக் கிணறு அவன் தன்மானத்தின் தொடக்கப் புள்ளி. அவளும் நின்று அவன் பள்ளிக்குள் நுழைவதைப் பார்த்துவிட்டு வீடு திரும்புவாள். இரண்டு நாட்கள் கழித்துப் பள்ளிக்குப் போக மாட்டேன் என்று திரும்பவும் அடம்பிடிப்பான். இப்படியான பிள்ளைகளைப் பள்ளிக்குக் கொண்டுவரும் வேலையையும் பள்ளியின் ஆயாவான கோவிந்தம்மாள் செய்தார். அந்த மாதிரி பையன்களுடைய பெயர்களை ஆயாவிடம் காலையில் சொல்லி அனுப்புவார் தலைமை ஆசிரியர். கோவிந்தம்மாள் வாசலுக்கு வந்தாலே சந்திரன் அடுக்குப்பானை வரிசைகளுக்கிடையே போய்ப் பதுங்கிவிடுவான். "சந்திரா, வாடா கண்ணு" என்று அந்த அம்மா அன்பாகத்தான் ஆரம்பிப்பார். "இன்னைக்கு மட்டும் வுட்ருங்க,

கோவிந்தம்மா. நாளைக்கு வர்றேன்." என்று அழுதுகொண்டே கெஞ்சுவான். 'கோவிந்தம்மா' என்று அந்த அம்மாவைப் பெயர் சொல்லியே கூப்பிடுவான். எல்லாரும் அப்படிக் கூப்பிடுவதால் அவனும் அப்படிச் சொன்னான். அந்த அம்மா அவனைப் பிடித்து இடுப்பில் வைத்துக்கொண்டு போவார்கள். சிலசமயங்களில் பரிதாபப்பட்டு விட்டுவிடவும் செய்வார்கள். இது ஒரு இரண்டு மாதங்கள் போல நடந்தது. ராமசாமி ஓரிரண்டு நாட்கள் இதைப் பார்த்திருக்கிறார். பெரும்பாலும் அதற்கு முன்பாகவே வேலைக்குப் போய்விடுவார். ராத்திரி அவர் வரும்போது அவன் பெரும்பாலும் தூங்கியிருப்பான். "இன்னிக்குப் பள்ளிக்கூடம் போனானா?" என்று கேட்டுக்கொள்வார். அவனுடைய பிடிவாதம் அங்கிருந்தவர்களுக்கு அதிசயமாக இருந்தது. அவன் வயதில் இருக்கும் மற்ற இரண்டு குழந்தைகள் அழாமல் பள்ளிக்குப் போனார்கள்.

ஒரு நாள் காலை வேலைக்குப்போக ராமசாமி சைக்கிளை எடுத்துக் கிளம்பினார். அன்றும் சந்திரன் அடம்பிடித்தான். அதைப் பார்த்தவர் சைக்கிளை ஸ்டாண்ட் போட்டு நிறுத்திவிட்டு வீட்டுக்குள் வேகமாகப் போனார். திரும்பி வந்தவரின் கையில் ஒரு பிரம்பு இருந்தது. அவர் உடம்பு நடுங்கிக்கொண்டிருந்தது. சந்திரனைத் தனியாகப் பிடித்து இழுத்த அவர், "ஸ்கூலுக்குப் போமாட்டேன்னு சொல்லுவியா, சொல்லுவியா?" என்று கேட்டுக்கொண்டே அவன் இரண்டு கால்களிலும் மாறி மாறி அடித்தார். அவன், "அய்யோ, அப்பா, அடிக்காதீங்க, போறேன், போறேன்." என்று கத்திக்கொண்டே அழுதான். வசந்தா, கலாவதி, உமாராணியோடு சுற்றியிருந்தவர்களும் ஓடிவந்து அவரிடமிருந்து பிரம்பைப் பிடுங்க முயன்றார்கள். அதற்குள் பிரம்பு இரண்டு மூன்று தப்பைகளாகப் பிரிந்துபோயிருந்தது. "ஒத்தப் பையன இப்பிடி அடிக்கிறியே, எப்படித்தான் உனக்கு மனசு வருது" என்று சின்ன அப்பாயி அவரைத் திட்டினார். ராமசாமிக்கு இன்னும் உதடுகள் துடித்துக்கொண்டிருந்தன. வீட்டுக்குள் போனவர் கொஞ்ச நேரம் கட்டிலில் உட்கார்ந்தார். தண்ணீர் குடித்துவிட்டு சைக்கிளை எடுத்துக்கொண்டு போய்விட்டார். சந்திரனுக்கு முகம் கழுவிவிட்டு, தண்ணீர் குடிக்கவைத்துப் பள்ளிக்குக் கொண்டுபோய் விட்டார்கள். பள்ளிக்கூடத்தில் அவன் என்ன பண்ணுகிறானோ என்று வசந்தா கவலைப்பட்டார். மத்தியானம்வரை அவன் கேவிக்கொண்டிருந்தான். ராமசாமிக்கும் அன்று பூராவும் தன்மீதே வெறுப்பாக இருந்தது. அடுத்த நாளிலிருந்து சந்திரன் தவறாமல் பள்ளிக்கூடம் போகத் தொடங்கினான்.

ஆர். சிவகுமார்

பரம சாதுவான அவர் அப்படி அடித்தது எல்லாருக்கும் ஆச்சரியமாக இருந்தது. முன்கூட்டியே பிரம்பு ஒன்றை வாங்கி ஒளித்துவைத்திருக்கிறார். தாங்க முடியாமல் ஒரு நாள் கண்மூடித்தனமாக அடித்திருக்கிறார். ஒரே மகன் படிக்காமல் போய்விடுவானோ என்ற கவலையும் பதற்றமும் அவரை நிலைகுலையச் செய்திருந்தன. எத்தனை கஷ்டம் என்றாலும் அவனைப் படிக்கவைக்க வேண்டுமென்ற ஆசை குடும்பத்தில் மற்ற யாரையும்விட அவருக்குக் கூடுதலாக இருந்தது. படிப்பின் அருமையும் தெரிந்தவர். டவுனிலிருக்கும் லண்டன் மிஷன் உயர்நிலைப்பள்ளியில் தேர்டு ஃபார்ம் படித்தவர் அவர். அது எட்டாம் வகுப்பு. சந்திரனைப் படித்தவனாகப் பார்க்க வேண்டும் என்ற கனவு அவர் மனதில் வளர ஆரம்பித்திருந்தது. ஆரம்பத்திலேயே அதற்கு பங்கம் வருவது மாதிரி தெரிந்ததும் நிதானம் தவறிவிட்டார். அன்றைக்கு ராத்திரி சீக்கிரமே வீடு திரும்பினார். சந்திரனுக்கு எல்லாம் மறந்துவிட்டது. அவனைக் கிட்ட வரும்படி செய்து கால்களைத் தடவினார். வாங்கிவந்திருந்த சர்க்கரைச் சேவுப் பொட்டலத்தைக் கொடுத்தார். கயிற்றுக் கட்டிலில் அவர் பக்கத்தில் படுத்துதான் அவன் தூங்குவான். எட்டரை மணிக்குள் தூங்க ஆரம்பித்துவிடுவான். அம்மாவும் அக்காக்களும்கூட வேலை அசதியில் சீக்கிரமேதூங்கிவிடுவார்கள். அவர் அன்று தூக்கம் வராமல் புரண்டு புரண்டு படுத்தார். 'ஒழுங்காகப் பள்ளிக்கூடம் போய்ப் படித்தானென்றால் எவ்வளவு நல்லது. படிப்புக் குறைவால் எனக்கு என்னென்ன கஷ்டங்கள். இன்னும் கொஞ்சம் படித்திருந்தால் நல்ல வேலைக்குப் போயிருக்கலாம். வசந்தா படும் பாடு சொல்லித் தீராது. அவளைத்தவிர வேறு யாராலும் குடும்பக் கஷ்டத்தையெல்லாம் இப்படிச் சமாளிக்க முடியாது. படிப்பைத் தவிர தான் வேறு எதை அவனுக்கு விட்டுப்போக முடியும்' என்று என்னென்னவோ யோசித்துக்கொண்டே படுத்திருந்தார். நான்கு தடவை வெளியே போய் பீடி பிடித்தார். நடு இரவில் திடுக்கிட்டு எழுந்த சந்திரன் தண்ணீர் கேட்டான்.

அவர்கள் வசிப்பதற்காக ராமசாமியின் சின்னம்மா சவுந்தரம்மாள் கொடுத்த வீடு அது. எட்டு ஏக்கரில் நடந்த விவசாயத்தை நிர்வாகம் செய்த தைரியமான விதவை அவர். சந்திரனும் அக்காக் களும் அவரைச் சின்ன அப்பாயி என்றே குறிப்பிடுவார்கள். அவர்களுடைய அப்பாயியும் தாத்தாவும் ஊருக்குள் ஒரு சித்தப்பா குடும்பத்தோடு இருந்தார்கள். சவுந்தரம்மாள் கிட்ட இருப்பது இந்தக் குடும்பத்துக்கு ஒரு ஆதரவு. மற்றபடி ராமசாமி குடும்பத்துக்கும் விவசாயத்துக்கும் எந்த சம்பந்தமும் இல்லை.

விவசாயம் தொடர்பான அத்தனை வேலைகளையும் எருமைகள், மாடுகள், ஆடுகள் போன்றவை பராமரிக்கப்படுவதையும் கிட்ட இருந்து பார்த்தவர்கள், அவ்வளவுதான். கமலையால் இறைக்கப்பட்டு வாய்க்காலில் ஓடிவரும் நீரையும் சாயங்கால நேரத்து மஞ்சள் வெயிலில் கூட்டமாக வரப்பில் உட்கார்ந்து குனிந்தும் நிமிர்ந்தும் அந்த நீரைக் குடிக்கும் சிட்டுக்குருவிகளை யும் பார்ப்பது சந்திரனின் அன்றாடப் பொழுதுபோக்கு. அவை கூட்டாகப் பறந்துபோவதும் திரும்பப் பறந்து வருவதும் வெகு அழகாக இருக்கும். பௌர்ணமியை ஒட்டி முன்னும் பின்னுமாக வரும் இதமான நாட்களில் இரவுச் சாப்பாடு முடிந்து வாசலில் உட்கார்ந்து பேசிக்கொண்டிருப்பார்கள். சமயத்தில் வாசலிலேயே உட்கார்ந்து சாப்பிடவும் செய்வார்கள். அது விநோத சுகத்தைக் கொடுக்கும். வீடுகளுக்குள் மங்கலாக எரியும் மண்ணெண்ணெய் விளக்குகளிலிருந்து தப்பித்து இப்படி வந்து உட்கார்ந்திருப்பது அவர்களுக்கு ஒரு கேளிக்கை. முன்புறமிருந்த வீட்டிலிருந்தவர்கள் அவர்கள் வாசலில் கூடியிருப்பார்கள். எல்லாருக்கும் எல்லார் பேசுவதும் கேட்கும். சில சமயங்களில் கொஞ்சம் உரக்கவும் பேசவேண்டியிருக்கும். பின்புற வீட்டிலிருந்து சந்திரன் சித்தப்பா வீட்டுப் பெண்களும் வந்து சேர்ந்துகொள்வார்கள். சேந்து கிணற்றின் ராட்டினம், கிணற்றை ஒட்டியிருந்த முருங்கை மரம், சற்றுத் தள்ளியிருந்த கோணப் புளியங்கா மரம், வயல்களை ஒட்டியிருந்த தென்னை மரங்கள் போன்றவை நிலா வெளிச்சத்தில் அழகாக இருக்கும். தென்னை ஓலைகளுக்கிடையே நிலா தென்படுவதையும் அவற்றின்மீது நிலா வெளிச்சம் மின்னுவதையும் பார்ப்பது அவர்கள் எல்லாருக்குமே ரொம்பப் பிடிக்கும். பெண்கள் சினிமாக் கதைகள் ஏதாவது சொல்லிக்கொள்வார்கள். ஓரிரண்டு சினிமாப் பாட்டுக்களையும் பாடுவார்கள். சிறுவர்களுக்கும் இளம்பெண்களுக்கும் அந்த எளிமையான வாழ்க்கை குறித்து எந்தப் புகாரும் இல்லை. வயதுக்குத் தக்க வீட்டு வேலைகளைச் செய்துவந்தார்கள். சின்னச் சின்ன சந்தோஷங்கள் அவர்களுக்குப் போதுமானவையாக இருந்தன. தாங்கள் எளியவர்கள், அனேகமாக எதுவுமே சொந்தமில்லாதவர்கள் என்பதைக்கூட அவர்கள் உணர்ந்திருக்கவில்லை. கஷ்டங்களெல்லாம் பெரியவர்களுக்குத்தான்.

சந்திரனுக்கு மூன்று வயது நடந்தபோது பக்கத்துக் காட்டிலிருந்த ஒரு பாட்டி வீட்டுக்கு உமாராணி அவனை அழைத்துப் போனாள். அந்த வீட்டில் அவளுக்கு ஒரு சிநேகிதி உண்டு. வேறு இடத்துக்கு யாரும் கூப்பிட்டால் ஆட்டுக்குட்டி மாதிரி

அவர்களுக்குப் பின்னாலேயே சந்திரன் போய்விடுவான். அங்கே பல வீடுகளுக்குக் கதவு இருக்காது. ராத்திரியில் ஒரு தட்டி வைத்து மூடிவிடுவார்கள். அவர்கள் போனது பிற்பகல் நேரம்தான். நுழையுமிடத்தில் அவர்கள் வீட்டு நாய் படுத்திருந்தது. உமாராணி அதைத் தாண்டிக்கொண்டு உள்ளே போய்விட்டாள். அவன் நுழையும்போது நாயின் வாலை மிதித்துவிட்டான். தெரிந்து விளையாட்டாகச் செய்தானா, தெரியாமல் செய்தானா என்பது யாருக்கும் புரியவில்லை. சீறியெழுந்த நாய் அவன் வலது காலில் முழங்காலுக்கும் கணுக்காலுக்கும் இடையே கவ்விக் கடித்துவிட்டது. அலறித் துடித்தான். வீட்டுக்காரர்கள் ஓடிவந்து நாயை விரட்டினார்கள். கடிபட்ட இடங்களில் சுண்ணாம்பு வைத்தார்கள். ஏதோ இலைகளைக் கசக்கிச் சாறு விட்டார்கள். வீட்டுக்குத் தூக்கிக்கொண்டு போனார்கள். உமாராணியும் பதறி அழுதாள். கடைக்குப் போயிருந்த வசந்தாவுக்குச் செய்தி கிடைத்து ஓடிவந்தார். அவனைத் தூக்கி, "ஒண்ணுமில்ல, ஒண்ணுமில்ல, கண்ணு" என்று சமாதானம் சொல்லியும் அவன் அழுகையை நிறுத்தவே இல்லை. சட்டென்று அவனை மார்பில் அணைத்து பாலூட்ட ஆரம்பித்தார். சந்திரனுக்கு இது மனதில் ஆழப்படிந்த காட்சி. அவன் அழுகை சட்டென்று நின்றது. அவன் பால்குடியை மறந்து அப்போது ஆறு மாதங்களுக்கு மேல் ஆகியிருந்தது.

வீட்டு நாய்தான், பயப்பட வேண்டியதில்லை என்றார்கள். ஆனால், ராமசாமி அவனைத் தூக்கிக்கொண்டு அடுத்த நாள் பெரியாஸ்பத்திரிக்குப் போனார். இரண்டு கடிவாய்கள் பெரியவையாக இருந்ததைப் பார்த்த டாக்டர் எதற்கும் ஊசி போட்டுவிடலாம் என்று அன்றைக்கே முதல் ஊசியை அவன் தொப்புளை ஒட்டிப் போட்டார். தினம் ஒன்றாகப் பதினான்கு நாட்கள் ஊசி போட்டார்கள். ஊரிலிருந்து ஒரு மைல் போனால்தான் ஆஸ்பத்திரிக்கு பஸ் கிடைக்கும். அத்தனை நாளும் அவனை அவர் நடக்கவே விடவில்லை. அப்போது மதியத்துக்குப் பிறகுதான் வேலைக்குப் போனார். வலது முழங்காலுக்குச் சற்று கீழே உள்பக்கம் ஒன்று, வெளிப்பக்கம் ஒன்று என்று கடிவாய்கள் இரண்டு தழும்புகளாகத் தங்கிவிட்டன.

அவன் மூன்றாம் வகுப்புப் படிக்கும்போது ஊர் நடுவிலிருந்த ஒரு வீட்டுக்கு வாடகைக்குக் குடிபோனார்கள். பள்ளிக்கூடம் இப்போது ரொம்பப் பக்கத்தில் வந்துவிட்டது. முன்பெல்லாம் இடைவேளைகளில் வீட்டுக்குப் போக முடியாது. மதியச் சாப்பாட்டுக்கு மட்டும்தான் போவான். வீடு மாறிய

பிறகு இரண்டு இடைவேளைகளுக்கும்கூட வீட்டுக்குப் போய்வந்தான். மதிய உணவு இடைவேளை இரண்டு மணி நேரம். முதலில் கொஞ்ச நேரம் விளையாட்டு, அப்புறம் சாப்பாடு, திரும்பவும் விளையாட்டு என்று சிறுவர்களுக்கு சந்தோஷமான நேரமாக அது இருந்தது. டீச்சர்களெல்லாம் சாப்பிட்டுவிட்டுக் கொஞ்ச நேரம் தூங்குவார்கள். மதியம் முதல் பீரியடில் அவர்கள் கண்கள் சிவந்து, முகம் கொஞ்சம் உப்பின மாதிரி இருக்கும். தலைமலை ஜீயர் ஊரின் போஸ்ட் ஆஃபீஸையும் பார்த்துக்கொண்டார். அவருடைய வீடு சந்திரனின் வீட்டுக்கு எதிர்த்தாற்போல சற்றுத் தள்ளி இருந்தது. அந்தப் பக்கம் விளையாடிக்கொண்டிருந்தால் சில சமயம் அவர் மனைவி கூப்பிடுவார். போனால் முதலில் கை கழுவிக்கொள்ளச் சொல்லி தண்ணீர் ஊற்றுவார். பாட்டிலோ பையோ கொடுத்து எண்ணெய் அல்லது வேறு ஏதாவது மளிகைச் சாமான் வாங்கிவரச் சொல்வார். பொருளைக் கொடுத்த பிறகு ஆரஞ்சு மிட்டாய் ஒன்றை வீட்டுக்குள் இருந்து எடுத்துவந்து தருவார். அவருக்குப் பிறகு ராதாகிருஷ்ணன் நாயுடு தலைமை ஆசிரியராக வந்தார். கதர் ஜிப்பாமீது கழுத்தைச் சுற்றித் துண்டு போட்டிருப்பார். கூடவே அவர் பெண் பத்மஜாவும் பள்ளிக்கு வந்தாள். டவுனி லிருந்து சைக்கிளில் வருவார்கள். சந்திரன் வகுப்பில்தான் அவள் படித்தாள். சில நாட்களில் இருந்தாற்போல் இருந்து அவள் சரிந்து கீழே விழுந்துவிடுவாள். கைகாலெல்லாம் உதறும். வாயிலிருந்து நுரை வரும். பையன்கள் பயந்துவிடுவார்கள். ஆனாலும் கிட்டே இருந்து வேடிக்கை பார்ப்பார்கள். ஒன்றும் புரியாது. அவள் அப்பா விரைந்துவந்து அவள் வாயில் துணி வைப்பார். தலையைச் சாய்த்துப் பிடித்துக்கொள்வார். கோவிந்தம்மாள் அவள் கையில் இரும்புத் துண்டு ஏதாவது கொடுப்பார். கொஞ்ச நேரத்தில் கைகாலெல்லாம் அமைதியாகிவிடும். தண்ணீர் கொடுத்து சில நிமிடங்கள் பெஞ்சில் படுக்கவைப்பார்கள். அந்த மாதிரி நாளில் பள்ளி முடியும்வரை தலைமை ஆசிரியர் அவளைத் தன் அருகிலேயே வைத்துக்கொள்வார். அவர் இருந்தபோதுதான் மதிய உணவு அன்றி மாலை நேரத்தில் பால் பவுடரைக் காய்ச்சிக் குழந்தைகளுக்குக் கொடுக்கும் வழக்கமும் தொடங்கியது. வெறும் பவுடரே இனிப்பாகத்தான் இருக்கும். கோவிந்தம்மாள் சில தடவை சந்திரனுக்குத் தருவார். வெளிநாட்டில் இருந்து வருவதாகப் பையன்கள் பேசிக்கொள்வார்கள்.

வகுப்புகள் முடிந்த பிறகு எல்லாருக்கும் அரை மணி நேரம் கட்டாய விளையாட்டு உண்டு. அது முடிந்த பின்னால் சந்திரன் வீட்டுக்கு ஓடிப்போய் ஒரு டம்ளரில் கொஞ்சம் வெல்லம் போட்டுக்கொண்டு வந்து வரிசையில் நிற்பான். சூடான பாலைக் குடிக்கும்போதே வியர்க்கும். எப்படிக் கலந்தாலும் டம்ளரை

ஆட்டினாலும் கடைசியில் அடியில் கொஞ்சம் வெல்லம் தங்கிவிடும். குடித்து முடித்த பிறகு திரும்பவும் எல்லாரும் வகுப்புகளுக்குப் போய் நிற்க வேண்டும். தலைமை ஆசிரியர் பிரம்பால் தன் மேஜையை டக் டக் டக் என்று தொடர்ந்து தட்டுவார். மாணவர்கள் அவர் ஏற்கனவே சொல்லிக் கொடுத்ததுபோல கைகளை மேலே தூக்கியும் பக்கவாட்டில் விரித்தும் முழங்கையை மடக்கி முன்கையை ஒன்றன்மேல் ஒன்றாகச் சுழற்றியும் பயிற்சி செய்வார்கள். இது ஒரு ஐந்து நிமிடங்கள் நடக்கும். பிறகு கடைசி மணி அடிக்கும். அப்போது எழும் கூச்சல் அடங்க இன்னொரு ஐந்து நிமிடங்கள் பிடிக்கும். எல்லாம் அடங்கி கோவிந்தம்மாள் பள்ளியைப் பூட்டி சாவியைத் தலைமை ஆசிரியரிடம் கொடுப்பார்.

சந்திரன் நான்காம் வகுப்புப் படிக்கும்போது பாதி வருஷத்தில் ராதாகிருஷ்ணன் நாயுடு வேறு பள்ளிக்குப் போய்விட்டார். அவருக்கு அடுத்துத் தலைமை ஆசிரியராக வந்தவர் பெயர் ஃபரிதா பேகம் என்று பையன்களுக்குக் கொஞ்ச நாள் கழித்துத்தான் தெரிந்தது. அதைச் சரியாக உச்சரிக்கவும் சிரமப்பட்டார்கள். பள்ளிக்குப் பக்கத்திலேயே ஒரு வீட்டுக்கு அவரோடு அவர் கணவர், அம்மா, தங்கை, தம்பி என்று நான்கைந்து பேர் குடிவந்தார்கள். அவருக்கு இரண்டு குட்டிக் குழந்தைகள் உண்டு. நான்காம் வகுப்பு, ஐந்தாம் வகுப்பு என்று இரண்டுக்குமே அவர்தான் ஆசிரியர். எல்லாப் பாடங்களையும் அவரே சொல்லிக்கொடுப்பார். அவர் இடதுபுறம் ஐந்தாம் வகுப்பு, வலதுபுறம் நான்காம் வகுப்பு. அவருடைய மேஜை நாற்காலியை ஒட்டி இரண்டு மர பீரோக்கள் இருக்கும். அந்த இரண்டு வகுப்புகளுக்கு மட்டும்தான் மாணவர்கள் உட்கார பெஞ்சு இருக்கும். மற்ற வகுப்புக் குழந்தைகள் தரையில் போட்டிருக்கும் நீளப் பலகைகளில்தான் உட்கார்வார்கள். கொஞ்ச நாளிலேயே டீச்சரை எல்லாருக்கும் பிடித்துவிட்டது. அன்பாகப் பேசுவார். எல்லாரையும் பெயர் சொல்லித்தான் கூப்பிடுவார். வகுப்பிலேயே வெற்றிலைப் பாக்கு போடுவார். அவர் வாய் எப்போதும் சிவந்தே இருக்கும். 'அம்மா மாதிரியே,' என்று சந்திரன் நினைத்துக்கொண்டான்.

நான்காம் வகுப்பிலிருந்துதான் ஆங்கிலப் பாடம் ஆரம்பித்தது. ஆங்கில எழுத்துகளுக்கும் சின்னச் சின்ன வார்த்தைகளுக்கும் பிறகு, *'Solomon Grundy/ Born on a Monday,' 'One two, buckle my shoe,'* போன்ற இளஞ்சிறுவர்களுக்கான பாடல்களை அவர் சொல்லிக்கொடுத்தார். திருக்குறள்கள் நான்கைந்தும் பாடத்தில்

இருந்தன. அவற்றைப் படிப்பதையும் மனப்பாடமாகச் சொல்வதையும் சந்திரன் நேர்த்தியாகச் செய்கிறான் என்று டீச்சருக்குப் பட்டது. ஐந்தாம் வகுப்பின்போது மாதிரி சட்டசபை அமைத்தார்கள். சந்திரன்தான் சபாநாயகர். காலையில் இறை வணக்கம் முடிந்ததும் அவன் கைகளை நீட்டச் சொல்லி, 'மாணவர் ஜாபிதா' என்று சிவப்பு மையால் எழுதப்பட்ட நீளப் பதிவேடுகளை வைத்து மற்ற மூன்று வகுப்புகளுக்கும் டீச்சர் அனுப்புவார். இடப் பற்றாக்குறையால் மூன்றாம் வகுப்பு மட்டும் கொஞ்சம் தள்ளிக் கோவிலுக்குச் சொந்தமான ஒரே அறை உள்ள ஒரு சிறிய கட்டடத்தில் தனியே நடந்தது. ஆசிரியர் பெயர் கூப்பிட்டால் மாணவர்கள் 'ஆஜர் சார்,' என்றோ 'ஆஜர் டீச்சர்,' என்றோ சொல்வார்கள். காத்திருந்து அவனே அவற்றை எடுத்துப்போய் டீச்சரிடம் கொடுத்து விடுவான். அதைச் செய்யும்போதெல்லாம் தான் முக்கிய வேலை ஒன்றைச் செய்கிறோம் என்ற உணர்வால் கர்வப்படுவான். அவனுக்கு வந்த முதல் டீச்சர் அவர்தான். டீச்சர் என்றாலும் அவர் ஒருவர்தான். ஒருவருடம் கழித்து அவர்கள் சந்திரன் வீட்டுக்குப் பின்னாலிருந்த ஒரு குடியிருப்புக்கு வந்தார்கள். அவர்கள் இவர்களுடைய சொந்தக்காரர்கள் பலரிடமும் சிநேகிதமாக இருந்தார்கள். அவர்கள் பேசும் மொழியின் பெயர் சந்திரனின் அப்பா சொல்லித்தான் தெரியவந்தது. டீச்சரின் அம்மா தமிழ் பேசுவது விசித்திரமாக இருக்கும். டீச்சரின் தமிழ் ஊரில் எல்லாரும் பேசுவது மாதிரித்தான் இருந்தது. ஓரிரண்டு வார்த்தைகளை மட்டும் வித்தியாசமாக உச்சரிப்பார். அவர் பேச்சில் கம்பீரம் தெரியும். ஆசிரியர்கள் கூட்டம் டவுனில் ஏதாவது ஒரு பள்ளியில் சனிக்கிழமைகளில் மாதம் ஒரு முறை நடக்கும். சந்திரனின் அம்மாவிடம் சொல்லிவிட்டு டீச்சர் அவனை அந்தக் கூட்டங்களுக்கு இரண்டு தடவை அழைத்துப்போயிருக்கிறார். அப்போது அவன் ஐந்தாம் வகுப்பில் இருந்தான். காலை ஒன்பது மணிக்கு விரித்த குடையுடன் வந்து அவனை அழைத்துக்கொண்டு போவார். ரயில் சந்திப்புக்குப் போய்தான் டவுனுக்கு பஸ் ஏற வேண்டும். ரயில் ரோடில் குடைக்குள் நடக்கும்போது டீச்சரிடமிருந்து வெற்றிலைப் பாக்கு வாசத்தோடு வேறொரு வாசமும் வரும். சந்திரன் அதுவரை முகராத வாசம். அவனுக்கு அது பிடித்திருந்தது.

3

தெற்கே கோயம்புத்தூர் போகும் ரயில் ரோடுக்கும் கிழக்கே விருத்தாச்சலம் போகும் ரயில் ரோடுக்கும் இடையே பொதித்துவைத்த மாதிரி ஊர் அமைந்திருந்தது. ஊர்ச்சாவடியோடு கூடிய மாரியம்மன் கோவில், அதற்கு முன்னால் ஒரு சின்ன பிள்ளையார் கோவில். இவற்றுக்கு வலதுபுறம் திரௌபதியம்மன் கோவில், அதற்கு முன்னால் திடல், திடலை ஒட்டி பள்ளிக்கூடம். அப்புறம் சின்ன சந்துக்குப் பக்கத்தில் ஒரு மேடை. சதுர வடிவில் நான்கு தெருக்கள், டவுனுக்குப் போகும் வழியில் ஒரு தெரு, ரயில் ரோடுக்குப் போகும் வழியில் ஒரு தெரு. இந்தத் தெருவில் வசித்த எல்லாருமே ஏதோ ஒரு வகையில் சந்திரனுக்குச் சொந்தக்காரர்கள். சுற்றியும் வயல்கள். பாதிக் குடும்பங்கள் விவசாயத்தில் ஈடுபட்டிருந்தன. அதிலும் ஒரு சிலர்தான் ஓரளவுக்கு வசதியானவர்கள். விவசாயம் செய்த வயல்களுக்கு நடுவே சிலர் குடியிருந்தார்கள். ஊர்க்காரர்களின் எண்ணிக்கை ஐநூறைத் தாண்டாது. சிலர் தச்சு வேலைக்கும் கட்டட வேலைக்கும் போனார்கள். ஓரிரு வெள்ளிப் பட்டறைகளும் இருந்தன. மூன்று பேர் அரசாங்க வேலை பார்த்தார்கள். ஊர்ப் பள்ளியின் ஐந்தாம் வகுப்போடு பலரின் கல்வி முடிந்துவிடும். ஒரு சிலரே உயர்நிலைப்பள்ளிக்குப் போவார்கள். அதற்கு மூன்று மைலாவது நடக்க வேண்டும். ஆரம்பத்தில் ஒரு மளிகைக்கடையும் இரண்டு டீக்கடைகளும் இருந்தன. பிறகு வெளியூரிலிருந்து வந்த இஸ்லாமியர்கள் ஒரு மளிகைக்கடை வைத்தார்கள். கூடுதலாக இரண்டு டீக்கடைகளும் வந்தன.

சாவடியைச் சுற்றியுள்ள திடலும் இரண்டு பாதைகளும் சிறுவர்களுக்கு விளையாட்டு

மைதானங்கள். "சாவடிக்குப் போயிட்டு வரேன்," என்று வீட்டில் சொல்லிவிட்டுத்தான் சிறுவர்கள் விளையாடப் போவார்கள். பெரியவர்களுக்கு அது ஒரு சந்திப்பு வெளி. தரைப்பகுதியில் ஒரு நீண்ட கூடம். ஓட்டுக்கூரையும் எதிரெதிராக இரண்டு பக்கங்களில் வழியும் இருக்கும். அதிலிருந்து மூன்றடி உயரத்தில் சதுரமான ஒரு தளம். அதன் மையத்திலிருந்து படி ஏறினால் மாரியம்மனுக்கு ஒரு சின்ன கோவில். கோவிலைச் சுற்றியும் நான்கு பக்கங்களிலும் கல் தூண்கள் தாங்க ஓட்டுக் கூரை. பதினைந்து அடி அகலமுள்ள, எல்லாரும் பார்க்கும்படியான சம தளம், கோவில் முகப்பு தவிர, மூன்று திசைகளிலும் இருக்கும். காலை தொடங்கி இருட்டும்வரை சாவடியில் சிலர் வெறுமனே உட்கார்ந்து கதைபேசிக்கொண்டிருப்பார்கள். ஓரிருவர் ஆடு – புலி ஆடுவார்கள். அம்மை இன்ஸ்பெகடர் அங்கே உட்கார்ந்துதான் ஊசி போடுவார். காலையிலேயே தண்டோரா போட்டு அவர் வருவதை அறிவிப்பார்கள். சந்திரன் பயந்து வேண்டாமென்றாலும் ராமசாமி அனுப்பிவிடுவார். முழங்கைக்கைக்கும் மணிக்கட்டுக்கும் இடையே மருந்தை இரண்டு பொட்டுகள் வைத்து, உள்ளங்கை மேல்நோக்கி இருக்க ஆணி மாதிரி ஒன்றின் முனையில் இருந்த கூரான பகுதிகளை மருந்துப் பொட்டின்மீது வைத்து இன்ஸ்பெக்டர் சுழற்றுவார். "ஊ" என்று சொல்லி சிறுவர்கள் கையைப் பின்னுக்கு இழுக்க முயல்வார்கள். ஆனால், அவர் ஒரு கையால் இறுகப் பிடித்துக்கொள்வார். ஓரிரு நாட்களில் அந்த இடங்கள் புண்ணாகிவிடும். ஆறும்போது அரிக்கும். அப்புறம் தழும்பாகிவிடும். அவரே சில சமயம் மலேரியா ஊசியும் போடுவார். ஊரின் பஞ்சாயத்துகளும் அங்கேதான் நடக்கும். அந்த நாளில் காலையில் சாவடியைக் கழுவிவிடுவார்கள். எப்போதும் ஐந்தாறு பேரே பஞ்சாயத்தை நடத்துவார்கள். அவர்களில் ஒருவராக சந்திரனின் சித்தப்பா குழந்தைவேலு இருப்பார். ஊர்க் கர்ணமும் அவர்தான். அவர்களில் அதிகம் படித்தவரும் அவரே.

ஊரிலிருந்த ஆண்கள் சிலர் சாராயம் குடிப்பதைத் தவறக்கூடாத ஒரு கடமையாகச் செய்துவந்தார்கள். சிலர் காலையிலிருந்தே குடிப்பார்கள். சிலர் மாலைவேளைகளில் மட்டும் குடிப்பார்கள். அவர்கள் கூடுவது சாவடியில்தான். போதையில் யார் யாரையோ சவாலுக்கு இழுப்பார்கள். பெரும்பாலும் அப்போது ஆட்சியில் இருப்பவர்களைத் திட்டுவார்கள். வண்டை வண்டையாகப் பேசுவார்கள். முத்து என்று ஒருவர். எப்போதும் சலவையிலிருந்து வந்த பளிச்சென்ற வெள்ளை உடைகளைத்தான் அணிவார். மாலை வேளைகளில் சாவடியில் நின்று பொதுக்கூட்டத்தில்

பேசுவது போலப் பேசி சிலரைத் திட்டுவார். சமயத்தில் பாக்கெட்டிலிருக்கும் ரூபாய் நோட்டுகளையும் நாணயங்களையும் எடுத்து ஆவேசமாக வீசுவார். போதையில்லாத சமயங்களில் திட்ட முடியாதவர்களைக் குடித்துவிட்டுத் திட்டுபவர்களே அதிகம். சிலருடைய துக்கமும் புகார்களும் அந்த மாதிரி நேரத்தில்தான் வெளியே வரும். அவை உண்மைதான் என்று தெரிந்தாலும் குடிக்காதவர்கள் அவற்றைக் கண்டுகொள்ள மாட்டார்கள். கோவில் சந்தில் சூதாட்டம் நடக்கும். பதினாறு, பதினேழு வயதுப் பையன்கள் காசு வைத்து கோலி விளையாடுவார்கள். இது ரயில் பாலத்துக்குக் கீழேதான் நடக்கும். எப்போதாவது சைக்கிள்களில் வரும் மஃப்டி போலீஸார் இவர்களைப் பிடித்து துண்டால் கைகளைப் பின்னால் சேர்த்துவைத்துக் கட்டிக் காவல் நிலையத்துக்குக் கூட்டிப்போவார்கள். ஓரிரு நாட்களில் அவர்கள் திரும்ப வந்துவிடுவார்கள். சாவடியைச் சுற்றி மாலை வேளையில் விளையாடும் சந்திரன் போன்ற சிறுவர்களுக்கு இதையெல்லாம் பார்ப்பது ஆரம்பத்தில் பயமாக இருந்தது. போகப்போகப் பழகிவிட்டது. ஒரு கட்டத்தில் அவர்களுக்கு இதெல்லாம் தமாஷாகக்கூடத் தெரிந்தது. குடித்திருப்பவர்கள் சிறுவர்களிடம் சிரித்தே பேசுவார்கள். இப்படிக் குடித்திருப்பவர்களாக அவர்கள் வீட்டு அப்பாவையோ அண்ணனையோ அந்த இடத்தில் பார்ப்பது விளையாடும் சிறுவர்களுக்கு அவமானமாக இருக்கும். தங்கள் வகுப்புப் பையன்கள் பக்கத்தில் எங்கும் விளையாடுகிறார்களா என்று பார்ப்பார்கள். அந்த வீட்டுப் பெண்கள் சிலர் சாவடிக்குப் பக்கத்தில் வந்து கணவர்களோடு மல்லுக்கட்டி அவர்களைக் கெட்ட வார்த்தைகளால் திட்டுவார்கள். குடித்திருப்பவர்களை வீட்டுக்குக் கொண்டுசேர்க்கும் வேலை அவர்கள் வீட்டுப் பெரிய பையன்களுக்கு உரியது.

சந்திரன் வீட்டுக்கு எதிரே தச்சுவேலை செய்த ஒருவரின் குடும்பம் இருந்தது. அவர் அவன் பெற்றோரை மாமா, அக்கா என்று சொந்தம்வைத்துக் கூப்பிடுவார். ஒருவகையில் சொந்தக்காரரும்கூட. வசந்தா விளக்குவார். அவனுக்குப் புரியாது. அவர் டவுனுக்கு வேலைக்குப் போவார். இரவு ஏழு மணிக்குப் பிறகுதான் வருவார். வழியிலேயே குடித்துவிட்டுத்தான் வருவார். குரல் முதலிலும் ஆள் பின்னாலுமாக வருவார். வீடடைந்ததும் அவர் மனைவியைத் திட்டவும் சில நாள் அடிக்கவும் செய்வார். சாப்பாடு சரியில்லையென்பது அவரது நிரந்தரப் புகாராக இருக்கும். பிறகு அதையே சாப்பிட்டுவிட்டு வாசலுக்கு வந்து உட்காரும் அவர் பதினோரு மணிவரைகூட பலரையும் திட்டுவது தெரு முழுக்க எதிரொலிக்கும். எதிரிகள்மீது தான் உபயோகிக்கப் போகும் ஆயுதங்களாக அவர் வேலையில்

பயன்படுத்தும் பல அளவுகொண்ட உளிகளையே குறிப்பிடுவார். எல்லாரையும் தூங்கவைத்துவிட்டே படுப்பார். இது நாள் தவறாமல் நடக்கும். காலை ஏழு மணிக்குத் தென்பட்டால் சந்திரனைப் பார்த்து, "என்னா மாப்ள," என்று சாந்தம் நிலவும் முகத்தோடு குசலம் விசாரிப்பார். இவரா நேற்று இரவு அப்படி நடந்துகொண்டார் என்பதை அப்போது யாராலும் நம்ப முடியாது.

ஓரளவு வளர்ந்த இளைஞர்கள் விடுமுறை நாட்களில் ஊரின் வடக்கே இருந்த ஒரு காலி நிலத்தில் கால்பந்து விளையாடுவார்கள். சந்திரன் போன்ற இரண்டுங்கெட்டான் வயதில் இருந்த சிறுவர்களையும் எண்ணிக்கைக்காகச் சேர்த்துக்கொள்வார்கள். குழுவில் மூன்று பேர் சந்திரனின் பள்ளியில் படிப்பை முடித்துவிட்டு வேலைக்கு முயன்றுகொண்டிருந்தவர்கள். அவர்கள் பள்ளிக்காக விளையாண்டவர்கள். விளையாட்டு ஆசையால் எப்படியோ ஆட்களைத் திரட்டிவிடுவார்கள். ஒரு பக்கத்துக்கு ஆறு பேர் என்றாலும் போதும். ஒரு மணி நேரம் விளையாண்டால் சந்திரன், சக்திவேலு, சுந்தரம் போன்றவர்களின் கால்களில் பந்து இரண்டொரு முறை பட்டாலே அதிகம். ஆனாலும் விடாமுயற்சியுடன் அவர்கள் அங்கேயும் இங்கேயும் ஓடிக்கொண்டிருப்பார்கள். வேறு பள்ளிகளில் படித்து முடித்த இரண்டு இளைஞர்களும் சேர்ந்துகொள்வார்கள். அவர்களும் அவர்களுடைய பள்ளிக்காக விளையாடியவர்கள். ஊரின் கிழக்கு எல்லையிலிருந்த பகுதியில் இருந்து வருவார்கள். அங்கு பெரும்பாலும் குடிசைகளே இருக்கும். அவர்கள் விளையாடும் முறையில் அவர்கள் பெற்ற பயிற்சியின் கட்டுக்கோப்பு தெரியும். மாரியம்மன் பண்டிகை நடனத்துக்கும் இந்த விளையாட்டுக்கும் தொடர்பு இருப்பதாக சந்திரனுக்குத் தோன்றும்.

மாசி மாதம் மாரியம்மன் பண்டிகை வரும். அந்தப் பண்டிகையைப் பெரும்பாலும் 'நோம்பி' என்றே குறிப்பிடுவார்கள். நோன்பு என்ற வார்த்தை அப்படி ஆகிவிட்டது என்பது சந்திரனுக்கு உயர்நிலைப்பள்ளியில்தான் தெரிந்தது. பூச்சாட்டி பதினைந்து நாள் கழித்து இரண்டு நாட்கள் விழா நடக்கும். பூச்சாட்டலுக்குப் பிறகு ஒவ்வொரு நாள் இரவும் மேள இசைக்குத் தக்க இளைஞர்களும் சிறுவர்களும் திடலில் ஆடுவார்கள். நான்கு பேர் சேர்ந்த குழு மூன்று விதமான தோல் மேளங்களை அடிக்கும். அதில் இரண்டு பேர் பறைகளை வாசிப்பார்கள். இரண்டு பேர்

ஆர். சிவகுமார்

வெவ்வேறு அளவுள்ள கொட்டுகளை அடிப்பார்கள். வளர்பிறை என்பதால் இரவின் அழகு கூடிக்கொண்டே போகும். ஏழு மணி போல ஆரம்பித்து இரண்டு மணி நேரம் நடக்கும். அந்த நாட்களில் ஊரின் இரவுக்காற்றில் மேளச்சத்தமும் தரையில் ஆட்டமும் அதிரும். சந்தோஷத்துக்கும் வலிமைக்கும் அது வடிகால். முன் வரிசைகளில் ஆட்டம் பழகிய இளைஞர்கள் ஆடுவார்கள். அதற்கடுத்து சிறுவர்கள் கொஞ்சம் தாறுமாறான வரிசைகளில் ஆடுவார்கள். தாளம் மாற மாற அதற்குத் தகுந்தாற்போல இளைஞர்கள் வெவ்வேறு அசைவுகளைக் காட்டுவார்கள். சிலரின் ஆட்டத்தில் நளினம் கூடுதலாக இருக்கும். தாளத்தின் வேகம் கூடும்போது உன்மத்தமாக ஆடுவார்கள். முன் வரிசைக்காரர்களும் மேளம் அடிப்பவர்களும் ஒத்திசைவின் மொழியை முகபாவனைகளில் பரிமாறிக் கொள்வார்கள். காது சவ்வைக் கிழிக்கும் சத்தத்தில் சிலர் விசில் அடிப்பார்கள். ஆடுவதிலும் விசிலடிப்பதிலும் சிலர் பெரும் நிபுணர்களாக இருப்பார்கள். ஐந்து விதமான தாளக் கோவைகளுக்கேற்ப திரும்பத் திரும்ப ஆடுவார்கள். சலிப்பே இருக்காது. நடுவில் ஒரு முறை வாத்தியக்காரர்கள் மேளங்களைத் தீயில் காட்டுவார்கள்.

சிறுவர்கள் அந்தப் பதினைந்து நாளிலேயே ஆட்டத்தை ஓரளவு பழகிவிடுவார்கள். ஓரிரு வருடங்களில் முன் வரிசைக்குக்கூட போக முயல்வார்கள். ஆனால் இளைஞர்கள் துரத்திவிடுவார்கள். சில சமயங்களில் நாற்பது, ஐம்பது வயதுக்காரர்களும் சேர்ந்துகொள்வார்கள். அவர்கள் பெரும் பாலும் குடித்திருப்பார்கள். அவர்களுடைய பழந்திறமை உடனே வெளிவரும். கால்களை நிலத்திலிருந்து எடுக்காமல் உடல், கை வழியே அசைவுகளை உணர்த்துவார்கள். அவர்கள் அதிக நேரம் ஆடமாட்டார்கள். அவர்களை முன்னால் விட்டு இளைஞர்கள் பின்வாங்குவார்கள். ‘மோள’ அடி சரியில்லையென்றோ ‘மோள’மே சரியில்லையென்றோ குறை சொல்லி வருடத்துக்கு ஒரு முறை ஒரு மேளத்தை யாராவது ஒரு வயது கூடியவர் சேதப்படுத்துவதும் நடக்கும். அந்த மேளக்காரரைப் பார்க்கப் பாவமாக இருக்கும். அவரால் ஒன்றுமே செய்ய முடியாது. சுந்தரத்தோடும் சக்திவேலோடும் சேர்ந்து சந்திரனும் அந்த ஆட்டத்தை நான்காம் வகுப்பிலிருந்து ஆடத் தொடங்கினான். மேளமே இல்லாமலும்கூட வாயிலேயே தாளத்தைச் சொல்லி வீட்டில் ஆடிப்பார்ப்பான். இரவில் குழுவாக ஆடுவது பெரிய பரவசமாக இருக்கும். கூச்சம் காரணமாக எட்டாம் வகுப்புக்குப் பிறகு நிறுத்திவி'_டான். சமயத்தில் வேடிக்கை பார்ப்பான். அப்போது உடலுக்குள் நடனம் நிகழும். ஊரிலுள்ள பெரும்பாலான ஆண்களுக்கு அந்த ஆட்டம் தெரியும்.

ஒரு புதன்கிழமை கோவிலைச் சுற்றிப் பெண்கள் பொங்கல் வைப்பார்கள். அன்றைக்கு எல்லார் வீட்டிலும் ஆட்டுக்கறி சமைப்பார்கள். விதம்விதமாக அலகு குத்திக்கொண்டு கோவிலைச்சுற்றி வருவார்கள் சிலர். நாக்கில் சிறிய வேல், மார்பிலும் முதுகிலும் பத்துப் பதினைந்து எலுமிச்சம்பழங்கள் என்று குத்திக்கொள்வார்கள். ஒருவர் இருபது பெரிய பெரிய தேங்காய்களைக் கோத்த கயிற்றின் நுனியில் இருக்கும் அலகை முதுகில் குத்திக்கொண்டு வீட்டிலிருந்து இழுத்து வருவார். அவர் முகத்தில் ஆவேசம் தென்படும். மாரியம்மன்மீது அவர்கள் கொண்ட பக்தி வலி இல்லாமல் செய்துவிடுகிறதோ என்று சந்திரன் நினைத்தான். அடுத்த நாள் காளை மாடுகளின் கழுத்தில் இரண்டு பக்கமும் நீளமான கயிறுகளைக் கட்டி அவற்றைப் பக்கத்துக்கு நான்கைந்து பேராகப் பிடித்து கோவிலைச் சுற்றிக் கூட்டி வருவார்கள். குழந்தைகளின் நடைவண்டியை ஒரு நீளமான கழியின் நுனியில் பொருத்தி அந்த வண்டியில் ஒரு கருப்புத் துணியையோ விகாரமாக முகம் வரையப்பட்ட பொம்மையையோ கட்டி சிலர் அதை மாடுகளுக்கு முன்னால் காட்டிக் காட்டி வெறியேற்றுவார்கள். மாடுகள் அதை முட்ட ஓடிவரும். கயிறுகளைப் பிடித்திருப்பவர்கள் அவற்றைப் பிடித்து நிறுத்துவார்கள். அப்போது விசில் பறக்கும்.

அன்று இரவு மேடையில் ஒரு நாடகம் நடக்கும். உள்ளூர் ஆண்களின் தயாரிப்பாக அது இருக்கும். சந்திரன் பார்த்த அளவில் ஒரே நாடகத்தையே பெயர் மாற்றி, ஆள் மாற்றி, சின்னச் சின்னக் காட்சி மாற்றங்களோடு இரண்டு, மூன்று வருடங்களுக்குப் போடுவார்கள். அவற்றுக்கான ஒத்திகையை சந்திரன் ஓரிரு முறை பார்த்திருக்கிறான். நடிப்பவர்களும் டைரக்ட் செய்பவரும் தங்கள் பெயர்களை இரண்டு இனிஷியல்கள் வருவது மாதிரி மாற்றி நோட்டீஸில் போட்டுக்கொள்வார்கள். கே. ராஜசேகரன், கே.ஆர். சேகரன் என்றும் எம். சுப்பிரமணி எம்.எஸ். ரமணி என்றும் ஆகியிருப்பார்கள். நோட்டீஸை மட்டும் படித்தால் ஏதோ புது ஆட்கள் என்று தோன்றும். நடிகையை மட்டும் டவுனிலிருந்து கூட்டி வருவார்கள். காட்சிகள் மாறும் இடைவேளையில் விளக்கை அணைப்பார்கள். அடுத்த நொடியே தபேலாவும் ஆர்மோனியமும் சட்டென்று உயிர்பெற பாடகர் ஒருவர், தேவையானபோது பெண்குரலோடு சேர்ந்து, 'காற்று வாங்கப் போனேன்,' என்றோ 'நான் ஆணையிட்டால்,' என்றோ பாட ஆரம்பித்துவிடுவார். ஏழெட்டு வரிகள்தான் பாடுவார். அடுத்த காட்சி தொடங்கிவிடும். அடுத்த இடைவேளையில் முந்தைய பாட்டைத் தொடர மாட்டார். புதிதாக ஒன்றைத்தான் பாடுவார். அந்த வேகமும் இசையும் குரலும் பலருக்கும் பிடித்தமானவையாக இருக்கும். நாடகம் முடிய நள்ளிரவு ஆகிவிடும். சிறுவர்கள்

மண்ணிலேயே படுத்துத் தூங்கிவிடுவார்கள். கூட்டுக் களியாட்டம் முடிந்த வெறுமை அடுத்த நாள் கோவிலைச் சுற்றியும் ஜனங்கள் மனதிலும் இருக்கும்.

பங்குனியில் திரௌபதி அம்மன் திருவிழா நடக்கும். இது இரண்டு வருடங்களுக்கு ஒருமுறைதான் வரும். இது நடக்கும் வருடத்தில் மாரியம்மன் பண்டிகையை அவ்வளவு சிறப்பாகக் கொண்டாட மாட்டார்கள். ஒரே வருடத்தில் இரண்டு விழாக்களின் செலவுகளை ஜனங்களால் சமாளிக்க முடியாது என்பதால் ரொம்ப நாளாகவே அப்படியான ஏற்பாட்டை வகுத்துக்கொண்டார்கள். மேலும், இரண்டுக்குமான செலவுகளை வீட்டுக்கு வீடு வரி வசூலிப்பதன் மூலம்தான் சமாளிப்பார்கள். நாடகம் போன்றவை தனித் தனி இளைஞர் குழுக்களின் முயற்சிகள். மாசியிலேயே கோவிலும் தயாராகத் தொடங்கி விடும். கோவிலில் மகாபாரதத்தின் முக்கியப் பாத்திரங்களுக்கு சிலைகள் உண்டு. அவற்றுக்கும் கோவிலுக்கும் புது வண்ணம் பூசுவார்கள். வெளியூரில் வசிக்கும் சொந்தக்காரர்களுக்குக் கடிதம் எழுதி அழைப்பது இந்தத் திருவிழாவுக்கு மட்டும்தான். பொத்தனூர் பெரியம்மா, மாமா குடும்பத்தார்க்கு ராமசாமி சந்திரனையே கடிதம் எழுதவைப்பார். அவன் செய்யும் தப்புகளைச் சுட்டிக்காட்டித் திருத்துவார். திருவிழா பதினெட்டு நாட்கள் நீடிக்கும். குருக்ஷேத்திரப் போரைக் குறிக்கும் பதினெட்டு நாட்கள் அவை. சுற்றி இருக்கும் ஏழெட்டு கிராமங்களுக்கு இதுதான் விமரிசையாக நடக்கும் பெரிய அளவிலான திருவிழா. அவரவர் வசதிக்கேற்ப சொந்தக்காரர்களை வரவழைத்து உபசரிப்பார்கள். இந்த விழாவுக்கும் பூச்சாட்டுவார்கள். ஒவ்வொரு நாள் இரவும் எல்லா சிலைகளையும் ஊர்வலமாக எடுத்துவருவார்கள். பெட்ரோமேக்ஸ் விளக்குகள், பூமாலைகள், பம்பைக்காரருக்குச் சம்பளம் போன்ற செலவுகளை சில குடும்பங்கள் முறை வைத்து ஏற்றுக்கொள்ளும். பெட்ரோமேக்ஸ் விளக்குகள் வருவதற்கு முன்னால் பந்தங்களை ஏந்தி வந்தார்கள். திரௌபதி சிலையைத் தூக்கி வருபவரின் முகத்தில் பெருமிதம் தென்படும்.

பூச்சாட்டும் அன்றே பாரதம் சொல்வதும் தொடங்கும். சாவடியின் வடக்குத் தளத்தில் பாரதம் சொல்பவர் உட்கார்வார். பெட்ரோமேக்ஸ் விளக்குகள் இரண்டு எரியும். சிறிய கிருஷ்ணன் சிலை ஒன்றை வைத்து பூஜை செய்வார்கள். முன்னால் இருக்கும் சாலை, சுற்றியுள்ள வீடுகளின் முன்பகுதிகள் என்று கூட்டம் குழுமிவிடும். பெண்களும் ஆர்வமாகக் கேட்பார்கள். இரவு

ஏழரை மணி அளவில் தொடங்கி இரண்டு மணி நேரமாவது சொல்வார். வழக்கமாக வேலூரிலிருந்து ராஜகோபால் ரெட்டியார் என்று ஒரு பிரசங்கி வருவார். அவர் கர்ணம் குழந்தைவேலு வீட்டிலேயே தங்கிவிடுவார். அவரால் ஒரு தடவை வர முடியாது போனதால் டவுனிலிருந்து ஒரு தமிழாசிரியர் வந்து பாரதம் சொன்னார். பலருக்கும் பாரதக் கதை தெரிந்திருந்தாலும் ஒவ்வொரு முறையும் புதிதாகக் கேட்பதுபோலவே ஆர்வமாகக் கேட்பார்கள். பாரதம் சொல்பவர் இடையிடையே சில பாட்டுக்களைப் பாடுவார். கூடவே ஆர்மோனியம் வாசித்தபடியே உள்ளூர்க்காரர் கிருஷ்ணசாமி ராகம் இழுப்பார். அவர் ரயில்வே கார்டாக வேலை பார்ப்பவர். ஓரளவு சங்கீதம் தெரிந்தவர். திருவிழாவின் கடைசி நாள் அவர் திரௌபதி சபதம் நிறைவேற்றும் காட்சியில் கிருஷ்ணராக வேஷம் போடுவார். ஊட்டி ரயில்வே ஸ்டேஷனில் இன்னொருவரோடு அவர் சேர்ந்து எடுத்துக்கொண்ட ஒரு ஃபோட்டோவை சந்திரன் அவர் வீட்டில் பார்த்திருக்கிறான். அது ராஜ்கபூர் என்ற பிரபலமான இந்தி நடிகர் என்று சொன்னார்கள்.

பாண்டவர்களும் கௌரவர்களும் சிறு வயதில் துரோணரிடம் வில்வித்தை கற்றுக்கொள்வது, பீமன், பகாசுரன் ஆகியோரின் சாப்பாட்டுப் பழக்கங்கள் போன்றவற்றை சந்திரன் வயது சிறுவர்களை ஈர்க்கும் விதமாக பாரதம் சொல்பவர் விவரிப்பார். ராஜாஜி எழுதிய 'வியாசர் விருந்து' கல்கி பத்திரிகையில் தொடராக வந்ததால் சந்திரனுக்குப் பாரதக் கதை கொஞ்சம் தெரியும். கடைசி மூன்று தினங்களான வெள்ளி, சனி. ஞாயிறு அன்று புராணத்தின் சில சம்பவங்களை நிகழ்த்திக்காட்டுவார்கள். ஒவ்வொரு பாத்திரத்தையும் குடும்ப பாத்யதையாக சிலரே ஒவ்வொரு தடவையும் ஏற்று நடிப்பார்கள். சனிக்கிழமை இரவு அர்ஜுனன் – திரௌபதி கல்யாணம் நடக்கும். இதற்கு சிலைகளையே வைத்துக்கொள்வார்கள். ஞாயிற்றுக்கிழமை இரவு சக்தி அழைப்பு என்ற நிகழ்வு ஊருக்கு வடக்கே இருக்கும் ஒரு பெரிய காலி வயலில் நடக்கும். அதைப் பண்படுத்தித் தயாராக வைத்திருப்பார்கள். இரட்டைப் பம்பைகள் ஆவேசமாக முழங்க பலரும் சாமி ஆடுவார்கள். திங்கட்கிழமை காலை அர்ஜுனன் தபசில் தொடங்கி பகாசுரன் வதம், அரக்கு மாளிகை எரிப்பு, அரவான் களப் பலி, பாஞ்சாலி சபதம் நிறைவேற்றல் என்று வரிசையாக பாரதக் காட்சிகளை நிகழ்த்துவார்கள். ஊரின் வெவ்வேறு பகுதிகளில் நடைபெறும் இவற்றில் ஆண்களே பெண் வேஷமும் போடுவார்கள். ஒரு சிறுவர் கூட்டம் கடும் வெயிலையும் பொருட்படுத்தாமல் அந்தக் குழுக்களோடு சுற்றித் திரியும்.

தண்ணீர்ப் பந்தல்களில் கூழும் பானகமும் கிடைக்கும். கோவிலைச் சுற்றி போடப்படும் மிட்டாய்க் கடைகளும் ராட்டினமும் சிறுவர்களுக்குக் கொண்டாட்டமாக இருக்கும். சிவப்பு நிற மழைக் காகிதக் கூலிங் கிளாஸ், சவ்வு மிட்டாய் வாட்ச், பஞ்சு மிட்டாய் சகிதம் சுற்றுவார்கள். பக்கத்து ஊர்க்காரர்களும் அந்த நாள் முழுக்க எல்லா நிகழ்ச்சிகளிலும் கலந்துகொள்வார்கள். இறுதியாகப் பதினெட்டு நாட்களும் விரதமிருந்த பக்தர்கள் சாயங்காலம் ஆறு மணிக்கு அக்னிக் குண்டத்தில் இறங்குவார்கள். அத்தனை நாளும் அவர்கள் மஞ்சளாடையில் இருப்பார்கள். சுற்றியிருந்து பார்ப்பவர்கள் பரவசத்தோடு கூப்பிய கையைப் பிரிக்காமல் நிற்பார்கள். அடுத்த நாள் தருமர் பட்டாபிஷேகத்தோடு திருவிழா நிறைவுக்கு வரும். இந்த விழாவில் சந்தோஷம், 'ஒரம்பரை' செலவு எல்லாமே கூடுதல்தான். 'அக்னித் திருநாள்' முடிந்த பின்னால் வரும் சூனிய உணர்வும் அதிகம்தான். பையன்கள் இந்தத் திருவிழாவில் ஓடியாடும் விகிதத்தில் அவர்களுடைய கல்வியும் பாதிக்கப்பட்டது. பரீட்சையும் திருவிழாவும் திங்கட்கிழமை ஒன்றாகவே நடக்கும். விழா நடக்கும் வருடம் சிலர் ஃபெயிலாகிவிடுவார்கள். விழா நடக்காத வருடம் பாஸாகிவிடுவார்கள். அடுத்த வகுப்பில் பழைய கதை தொடரும்.

திரௌபதி அந்த ஊர்ப் பெண்களின் மனதில் நிறைந்திருந்த தெய்வம் மட்டுமல்ல, அன்றாடத் துயரங்களுக்கான சாட்சியும் தோழியும்கூட. 'தொரவதி சாச்சியா,' 'தொரவதியே பாத்துக்குட்டும்,' 'தொரவதிக்குக் கண்ணில்லயா' போன்ற அரற்றல்களும் புகார்களும் அவர்கள் பேச்சில் ஏராளமாக வரும். சாந்த சொரூபியான ராமசாமிக்கு வசந்தா வைத்த ரகசியப் பெயர் 'தர்மர்.' 'அலிபாபாவும் நாற்பது திருடர்க'ளுக்கும் அடுத்து சந்திரன் பார்த்த கலர்ப் படம் 'கர்ணன்.' அதில் இருந்த கதை சிலவற்றை வேறு மாதிரி அவனை யோசிக்க வைத்தது.

ஊர்க்காரர்கள் சினிமா பார்க்க டவுனுக்கோ ரயில்வே சந்திப்பை ஒட்டி இருந்த இரண்டு தியேட்டர்களுக்கோதான் போக வேண்டும். சந்திரன் பள்ளிக்குப் போகும் வழியிலிருந்த மூன்றாவது புளியமரத்துக்கு நேர் எதிரே ஒரு புது தியேட்டர் வந்தது. அதுவரை தரை டிக்கெட் வாங்கினால் சிமெண்ட் தரையில்தான் உட்கார வேண்டும். மற்ற தியேட்டர்களில் நாளடைவில் தரையில் முதுகில்லாத நீள பெஞ்சுகள் பொருத்தினார்கள். புதுத் தியேட்டரில், தரை டிக்கெட் என்று சொன்னாலும், அதற்கே நாற்காலி வரிசை இருந்தது. திரையை

சிவப்பு வெல்வெட் துணியால் மூடியிருந்தார்கள். படம் தொடங்குவதற்கு முன்பாக அதைக் கொஞ்சம் கொஞ்சமாக மேலே ஏற்றுவார்கள். அப்போது பாட்டு இல்லாத இசை ஒலிக்கும். முதன்முதலாக அதில் வெளியான சினிமா 'பச்சை விளக்கு.' சந்திரனுக்கு என்றில்லை, அந்தப் பகுதி ஆட்களுக்கு நெருக்கமான ரயில் காட்சிகள் அதிகம் வரும் சினிமா அது. அந்தத் தியேட்டரில்தான் 'செம்மீ'னையும் திரையிட்டார்கள். வசந்தா, கலாவதி, உமாராணி பக்கத்து வீட்டு லலிதா ஆகியோர் அதைப் பார்க்க சந்திரனையும் கூட்டிக்கொண்டு போனார்கள். ராமசாமி வேலைபார்த்த நிறுவனத்திலேயே லலிதாவின் கணவரும் இருந்தார். அவர் ராணுவத்தில் கொஞ்ச வருடங்கள் இருந்தவர். அவர்கள் வீட்டுக்கு 'ஜவான் சமாச்சார்' என்று ஒரு ஆங்கிலப் பத்திரிகை வரும். அதைச் சந்திரன் தட்டுத் தடுமாறி அவ்வப்போது வாசித்துப் பார்ப்பான். லலிதா பாலக்காடு கல்பாத்திக்காரர். அவர் பேசும் தமிழ் சந்திரன் குடும்பத்தினருக்குப் போகப் போகத்தான் முழுதாகப் புரிந்தது. அன்று காலையில் செம்மீன் கதையை மேலோட்டமாக லலிதா சொன்னார். நாவலை மலையாளத்தில் படித்திருப்பதாகச் சொன்னார். படத்தைப் பார்த்துவிட்டு இரவு வீட்டுக்குத் திரும்பும்போது அவர்கள் ஓரிரு வார்த்தைகள்தான் பேசினார்கள். கால்கள் பாட்டுக்கு ஊருக்குத் திரும்பின. துக்கம் அவர்கள் மனதை அழுத்தியிருந்தது.

ஸ்ரீ பாலமுருகன் என்ற பெயரில் ஊருக்கே ஒரு டூரிங் டாக்கீஸ் வந்தது. கீற்று வேய்ந்த நீண்ட கொட்டகையும் புரொஜெக்டருக்கு ஒரு சின்ன செங்கல் கட்டடமும் இருக்கும். அதை நடத்த ஒரு வருடத்துக்கு செல்லுபடியாகும் உரிமத்தை அரசாங்கம் கொடுக்கும். அதற்குப் பிறகு இடம் மாற்றி கொட்டகையை நிர்மாணித்தால் உரிமத்தைப் புதுப்பிப்பார்கள். தரை டிக்கெட் வாங்கினால் மணலில்தான் உட்கார வேண்டும். தரை டிக்கெட்டில் மட்டும்தான் ஆண்கள், பெண்கள் என்று பிரித்திருப்பார்கள். இடையே மூன்றடி உயரத்தில் ஒரு நீளமான மண் சுவர் இருக்கும். அப்புறம் நீள பெஞ்சு, அதற்கடுத்து சில நாற்காலிகள். ஓரிரு பெண்கள் மட்டுமே பெஞ்சு, நாற்காலி களில் தென்படுவார்கள். அவர்கள் தங்கள் குடும்பத்தின் ஆண்களோடு வந்திருப்பவர்களாக இருப்பார்கள். இரண்டு சின்ன இடைவேளைகளும் ஒரு பெரிய இடைவேளையும் விடுவார்கள். அந்த நேரங்களில் கொட்டகையின் உச்சியில் பொருத்தப்பட்ட ஒரு குண்டு பல்பு எரிவது என்ற பெயரில் தூங்கிவழியும். பல்பைச் சுற்றியும் ஒட்டடை படிந்திருக்கும். சிறுவர்களும்

குள்ளமானவர்களும் மணலைக் குவித்து உட்கார்வார்கள். பீடித் துண்டுகள் சிதறிக் கிடக்கும். பெரிய இடைவேளையில் ஆண்களில் சிலர் எழுந்து நின்று பெண்கள் பகுதியைப் பார்த்துக்கொண்டிருப்பார்கள். சிலர் ஸ்டைலாக சிகரெட் பற்றவைப்பார்கள். மாலைக்காட்சியும் இரவுக்காட்சியும் மட்டுமே நடக்கும். தீபாவளி, பொங்கல் என்றால் மேட்னி உண்டு. ஒரு படம் மூன்று நாட்கள் மட்டுமே ஓடும். எல்லாம் பழைய படங்களாகவே இருக்கும். உள்ளூர் என்பதால் சந்திரன் போன்ற சிறுவர்கள் ஒரு குழுவாக சினிமா பார்க்கப் போவதைப் பெற்றோர்கள் அனுமதிப்பார்கள். மாலை ஆறு மணிக்குப் பிறகு 'திருப்பதி மலைவாழும் வெங்கடேசா,' அல்லது 'உள்ளம் உருகுதைய்யா' பாடலோடு அழைப்பு தொடங்கும். அதையடுத்து, 'காவேரிக் கரையிருக்கு, கரைமேலே பூவிருக்கு' 'பேசுவது கிளியா, இல்லை பெண்ணரசி மொழியா' போன்ற பாடல்களை ஒலிபரப்புவார்கள். முதல் பக்திப் பாட்டு கேட்டதும் கிளம்பினால் சரியாக இருக்கும். போய்க்கொண்டே மற்ற பாட்டுகளைக் கேட்கலாம். பதினைந்து நிமிடத்தில் போய்விடலாம். சமயத்தில் நேரமாகிவிட்டால் குறுக்கு வழி என்று ஒரு ஓடை வழியாகப் பெரிய பையன்கள் கூட்டிப்போவார்கள். முன்னால் செல்லும் பெரியவன் கைதட்டிக்கொண்டே போவான். பாம்புகள் இருந்தால் விலகி ஓடிவிடுமாம். சிறுவர்கள் பயந்துகொண்டே கால் எடுத்துவைப்பார்கள்.

தரை டிக்கெட் பதின்மூன்று பைசா, பெஞ்சு முப்பது பைசா, நாற்காலி ஐம்பது பைசா என்று கட்டணம் நிர்ணயித்திருந்தார்கள். பதின்மூன்று பைசா திரட்டுவதற்கே சமயத்தில் கஷ்டமாகி விடும். எப்பவாவது ஒரு தடவை இடைவேளையில் முறுக்கு வாங்கிச் சாப்பிடுவார்கள். சினிமாவில் இக்கட்டான சூழலில் எம்.ஜி.ஆர். தோன்றும்போது சிறுவர்களுக்கும் இளைஞர்களுக்கும் உற்சாகமாக இருக்கும். விசிலும் பறக்கும். பழைய படங்கள் என்பதால் படச் சுருள் அறுந்துபோகும் சந்தர்ப்பங்கள் வரும். படம் பார்ப்பவர்கள் ஆபரேட்டரின் அம்மா, மனைவி, மகள் ஆகியோரைத் தொடர்புபடுத்திக் கெட்ட வார்த்தைகளைக் கத்தியே சொல்வார்கள். அவருக்கு இதெல்லாம் பழகிப் போயிருக்கும். அந்தக் கொட்டகையின் படங்கள் ஊர் மக்களின் துக்கத்தையும் சந்தோஷத்தையும் காதலையும் எதிரொலித்தன.

ஏழாம் வகுப்புக் காலாண்டுத் தேர்வில் சந்திரன் எப்போதும் வாங்காத நான்காவது ரேங்க்குக்கு இறங்கிவிட்டான். அன்றைக்கு என்று பார்த்து வீட்டில் எல்லாரும் சாயங்காலம் பாலமுருகனுக்கு சினிமா பார்க்கக் கிளம்பினார்கள். மார்க்கும் சரியில்லை, ரேங்க்கும் சரியில்லை என்பதால் தான் சினிமாவுக்கு வரவில்லை

என்று சொல்லிவிட்டான். வசந்தாவும் அவன் அக்காக்களும் வற்புறுத்திப் பார்த்தார்கள். பிடிவாதமாக மறுத்துவிட்டான். வசந்தா வீட்டிலிருப்பதாகச் சொல்லிவிட்டார். பெண்கள் தங்கள் சித்தப்பா பெண்களோடு போய்விட்டார்கள். சாப்பிட்டுவிட்டு எட்டு மணிக்கே படுத்துவிட்ட சந்திரனுக்கு நினைவெல்லாம் சினிமாவிலேயே இருந்தது. தான் அப்படி அடம்பிடித்திருக்க வேண்டாமோ என்று தோன்றியது. அம்மாவையும் சினிமா பார்க்கவிடாமல் செய்துவிட்டோமே என்று அவனுக்குக் கவலையாக இருந்தது. அக்காக்கள்மீது எரிச்சலாக இருந்தது. அப்பா வந்ததும் அவரிடம் குலாம் மொகைதீனைப் பற்றி முதன்முறையாகச் சொன்னான்.

இந்தப் பொது வெளி எதிலும் ராமசாமியைப் பார்க்க முடியாது. அக்னிக் குண்டத்தில் பக்தர்கள் இறங்கும் ஒரு நாள் மட்டுமே லீவு எடுத்துக்கொள்வார். அன்றைக்கும் வீட்டில்தான் இருப்பார். கோவில் பக்கம் போகமாட்டார். அவரைப் பார்க்காதவர்கள்கூட ஊரில் சிலர் இருக்கலாம். காலையில் ஒன்பது மணிக்கு டவுனுக்கு அவர் சைக்கிளில் கிளம்புவதைப் பார்க்கும் ஓரிருவர்க்கு அவர் யாரென்று தெரியாது. ஊரின் பழைய ஆட்களுக்கு மட்டுமே அவர் அறிமுகமானவர். அந்த ஊருக்கு ஏழு வயது சிறுவனாகப் பெற்றோரைவிட்டு வந்தவர் அவர்.

ஆர். சிவகுமார்

4

இருபத்திரண்டு வயதில் தன் கணவரை இழந்தவர் சவுந்தரம்மாள். கணவர் ஊர்க் கர்ணமாக இருந்தவர். ஊருக்குள்ளே ஆறு ஏக்கர் நிலமும் ரயில் ரோடுக்கு அப்பால் இரண்டு ஏக்கர் நிலமும் பூர்வீகச் சொத்தாக அவர் பெயரில் இருந்தன. ஒரு வாரம் காய்ச்சலில் படுத்தவர் காரணம் இன்னதென்று யாருக்கும் புரியாமலே இறந்துவிட்டார். குழந்தைவேலுக்கு அப்போது மூன்று வயது. பங்காளிகள் சொத்துத் தகராறுக்கு வந்தார்கள். இளம் தாயை மிரட்டுவது, வீட்டின்மேல் கல்லெறிவது என்று பல வழிகளிலும் தொல்லை கொடுத்தார்கள். சவுந்தரம்மாள் இயல்பாகவே தைரியசாலி என்பதால் அவற்றையெல்லாம் சமாளித்தார். அவர் அண்ணன் குடும்பத்தின் ஆதரவு அவருக்குக் கூடுதல் பலமாக இருந்தது. அந்த அண்ணனே கர்ணம் பதவியைத் தற்காலிகமாகப் பெற்றார். குழந்தையைவிட்டு சவுந்தரம்மாள் பிரியவே மாட்டார். குழந்தைவேலுககு ஐந்து வயதானபோது அவருக்குப் புதுக் கவலை ஒன்று உண்டானது. அவனைப் பள்ளிக்கூடத்தில் சேர்க்க வேண்டும். பள்ளியில் சேர்ப்பதை ஒரு வருடம் தள்ளிப்போட்டார். அதற்கும் மேலே குழந்தை வீட்டிலேயே இருப்பது சரியாக இருக்காது என்று அவருக்குத் தோன்றியது. அவன் வயதில் இன்னொரு குழந்தை கூட இருந்தால் பள்ளிக்குப் போகவும் விளையாடவும் துணையாக இருக்கும், தனக்கும் கவலை குறையும் என்று ஒரு எண்ணம் நாள்பட வளர்ந்தது.

தனியாகவே தன் அக்காவின் ஊருக்குப் புறப்பட்டார். குழந்தையை அண்ணன் வீட்டில் விட்டுவிட்டுக் கிளம்பினார். சேலத்திலிருந்து ரயிலில் முதலில்

ஈரோடு, பிறகு அங்கிருந்து திருச்சி போகும் ரயில் மாறி புகளூர் ஸ்டேஷனில் இறங்கிக் குதிரை வண்டியில் வேலாயுதம்பாளையம் போனார். காவிரியின் தெற்குக் கரை கிராமம் அது. தங்கையைப் பார்த்த ராஜம்மாளுக்கு சந்தோஷமும் ஆச்சரியமும் உண்டாயின. கொண்டுபோன பையை சவுந்தரம்மாள் தன் அக்காவிடம் கொடுத்தார். "சௌக்கியமா, சௌந்தரம்? ஊர்ல எல்லாம் எப்பிடி இருக்காங்க. ஏழு மணி ரயிலா?" என்றார் ராஜம்மாள்.

"அந்த ரயிலுதான். எல்லாம் சௌக்கியந்தான். நீங்கல்லாம் எப்பிடி இருக்கீங்க? புள்ளைங்கெல்லாம் எங்க காணம்?"

"எல்லாம் வெளையாடப் போயிருக்குதுங்க. வரசொல்றேன்."

கைகால் கழுவிவிட்டு வந்த சவுந்தரம்மாள், "ராமு எப்பிடி இருக்கான்? என்னா படிக்கிறான்?" என்று கேட்டார்.

"நால்லாருக்கான். ரெண்டாங்கிளாஸ் படிக்கிறான். வடிவேலுவும் குணவதியும் நாங்களும் அண்ணனோட போவம்னு அடம்பிடிக்குதுங்க. வயசு பத்தாதுல்ல."

கொஞ்ச நேரத்தில் பிள்ளைகள் வந்துவிட்டார்கள். ராமசாமிக்கும் வடிவேலுக்கும்தான் தங்கள் சின்னம்மாவை ஓரளவுக்கு அடையாளம் தெரிந்தது. குணவதிக்குத் தெரியவில்லை. தயங்கியபடியே அவரைப் பார்த்தார்கள்.

"புள்ளைங்களா, இது ஒங்க சின்னம்மா."

பையைக் கொண்டுவரச் சொல்லி அதிரசமும் முறுக்கும் எடுத்துக்கொடுத்தார் சவுந்தரம்மாள். ராமசாமியின் வலது கன்னத்தில் பாதி ஆறிய ஒரு புண்ணைப் பார்த்து, "அடடா, என்ன ஆச்சு?" என்று கேட்டார்.

"போன வாரம் பக்கத்து வூட்ல வண்டிலிருந்து குதிரையை அவுத்து விட்டிருந்திருக்காங்க. வேடிக்கை பாக்க கிட்ட போயிருக்கான். அது ஒதச்சிருக்கு. தள்ளி ஓடறதுக்குள்ள கன்னத்துல பட்டுருச்சு. மருந்து கிருந்து போட்டு ஆறிக்கிட்டிருக்கு. இப்ப தேவல." அந்தத் தழும்பு ராமசாமிக்கு ஒரு அடையாளக் குறி ஆனது.

அப்புறம் எல்லாருமாகச் சேர்ந்து சாப்பிட்டார்கள். "உன் வீட்டுக்காரரு எப்ப வருவார்?"

"மூனு மணிக்கு வருவாங்க. வர்ற நேரந்தான்,"

"கடைல்லாம் பரவால்லயா?"

"பரவால்ல. கைக்கும் வாய்க்கும் சரியா இருக்கு."

கொஞ்ச நேரத்தில் ஆறுமுகம் வந்தார். சவுந்தரம்மாளோடு பரஸ்பரம் லேசாகச் சிரித்து நலம் விசாரித்ததோடு சரி. அதிகம் பேசிக்கொள்ளவில்லை. அவர் சாப்பிட்டுவிட்டுத் திரும்பவும் கடைக்குப் போன பிறகு அக்காவும் தங்கையும் கொஞ்சம் கண்ணயர்ந்தார்கள். குழந்தைகள் திரும்பவும் விளையாடப் போய்விட்டார்கள். மாலையில் சவுந்தரம்மாள் அங்கு போனதற்கான சங்கதியைத் தொடங்கினார்.

“கஷ்டம் அதிகமாயிடிச்சி, ராஜம்மா. அவரோட பங்காளிங்களோட இப்ப புதுசா ஒருத்தன் சேந்துகிட்டான். நாம பயந்து ஓடிப்போயிட்டா நெலத்தப் பங்குபோட்டுக்கலாம்னு இருக்கானுங்க. நானும் எப்படியோ சமாளிக்கிறேன். அண்ணனும் இல்லன்னா ரொம்ப கஷ்டம். கொழந்தவேலுக்கும் ஆறு வயசு முடிஞ்சிரிச்சு. தனியா பள்ளிக்கூடத்துக்கு அனுப்ப பயமா இருக்கு. அவனும் ஒண்டியா வளர்றான். அண்ணம் புள்ளைங்க பெரியவங்க இல்லியா. அதான் எனக்கு ஒன்னு தோணுது. நீ தப்பா எடுத்துக்கலன்னா சொல்றேன்,” என்று நிறுத்தினார்,

“சொல்லு, சவுந்தரம்.” அவர் எதையோ யூகித்துவிட்ட மாதிரி முகக்குறி தென்பட்டது.

கொஞ்சம் ஊக்கமடைந்த சவுந்தரம்மாள், “ராமுக்கும் கொழந்தவேலுக்கும் ஒரே வயசுதானே. என்னா, ராமு ஆறு மாசம் பெரியவன். அவன நான் ஊருக்குக் கூட்டிக்கிட்டுப் போறன். ரெண்டு பேரையும் ஒரே கிளாஸுல சேத்தி படிக்க வெக்கிறேன். முடிஞ்ச மட்டும் படிக்கட்டும். அப்றம் எதாவது வேல பண்ணி வெக்கலாம். நான் அப்பப்ப அவன இங்க கூட்டிக்கிட்டு வர்றேன். ஓயும்போது நீயும் அங்க வா,” என்றார். இதை ஓரளவு எதிர்பார்த்திருந்தாலும் “சரி” என்று சொல்ல ராஜம்மாளுக்குத் தயக்கமாக இருந்தது. முதல் குழந்தை. செல்லம் அதிகம். அதே சமயம் மூன்று குழந்தைகளை வளர்ப்பதும் கஷ்டமாகத்தான் இருக்கிறது. அங்கே போனால் பையன் நல்லவிதமாக வளர்வான். படிப்பும் நன்றாக இருக்கும். இங்கேயே இருந்தால் எப்படிப் படிப்பான் என்று சொல்ல முடியாது. வெற்றிலைக் கொடிக்கால் வேலைக்குத்தான் போக வேண்டும். அங்கே பக்கத்தில் பெரிய ஊர். வேறு வேலைகள் இருக்கும். எல்லாவிதத்திலும் தேவலை என்று பட்டது.

“எனக்கு ஒன்னும் இல்ல, சவுந்தரம். அங்க வந்து நல்லா படிக்கிட்டும். நல்லாருக்குட்டும். அவுரும் கடைலிருந்து வருட்டும். கேட்டுக்கலாம்.”

ஆறுமுகத்திடம் ராஜம்மாள் தனியாகப் பேசினார். கொஞ்சம் யோசித்த அவரும் பிறகு சரியென்று சொன்னார். ராமசாமியிடம்

விஷயத்தைச் சொன்னார்கள். அவனுக்கு ஊருக்குப் போகிறோம் என்ற நினைப்பே குஷியாகத்தான் இருந்தது. அதுவும் ரயிலில் போவது ஜாலியாக இருக்கும். சின்னக் குழந்தைகளுக்குச் சரியாகப் புரியவில்லை. ஆனாலும் கவலையாக இருந்தது. அவ்வப்போது ஊருக்கு வருவான் என்று சொன்னதால் சமாதானமானார்கள். ராத்திரி ரொம்ப நேரம் சகோதரிகள் அதையும் இதையும் பேசினார்கள். அப்புறம் யோசித்தபடி கொஞ்ச நேரம் படுத்திருந்தார்கள். தூக்கம் எப்போது வந்தது என்று தெரியவில்லை.

காலை பத்து மணி ரயிலுக்கு ராமசாமியோடு சவுந்தரம்மாள் கிளம்பினார். மத்தியானத்துக்கு வேண்டிய சாப்பாட்டை ராஜம்மாள் வாழை மட்டையில் கட்டிக் கொடுத்தார். இருப்பவற்றில் நல்லவையான மூன்று கால்சட்டைகளையும் சட்டைகளையும் ஒரு பையில் போட்டு ராமசாமியிடம் கொடுத்தார். எல்லாருமே புகளூர் ஸ்டேஷனுக்குப் போனார்கள். பிள்ளைகளுக்கு அங்கே பார்க்க நிறைய வேடிக்கைகள் இருந்தன. குறிப்பாக, பச்சை, சிவப்பு விளக்குகள் எரியும் கைகாட்டிகள் கீழே, மேலே போவது அதிசயமாகத் தோன்றியது. ரயில் இரண்டு நிமிடம் நின்றுவிட்டுக் கிளம்பியது. குதிரை வண்டியில் வீடு திரும்பியவர்களின் மனதில் இருந்த சோகம் ஒரு வாரத்தில் கொஞ்சம் குறைந்தது.

ஊரிலேயே பெரிய வீடு சவுந்தரம்மாளுடையதுதான். ஓட்டு வீடாக இருந்தாலும் விசாலமானது. வீட்டுக்குப் பின்னால் இரண்டு தென்னை மரங்களும் ஒரு கொய்யா மரமும் கிணறும் இருந்தன. பக்கத்தில் இன்னொரு வீடும் உண்டு. தரைத் தளத்தில் இரண்டு பெரிய திண்ணைகளும் நடையும் உள்கூடத்தில் ஒரு அறையும் உள்ள வீடு அது. உள்கூடத்தின் முனையில் மாடிப் படிக்கட்டு உள்ளிருந்தே தொடங்கும். மாடியில் ஒரு அறையும் கூடமும் உள்ள தார்சு வீடு அது. அந்தக் கீழ் அறையைப் பிள்ளைகளுக்குக் கொடுத்துப் படிக்கவைக்க வேண்டுமென்றும் பெரியவர்களாக ஆனதும் மேலறைக்குப் போகட்டும் என்றும் சவுந்தரம்மாள் மனதில் தீர்மானம் செய்துகொண்டார். உள்ளூர்ப் பள்ளியில் இரண்டு பேரையும் ஒன்றாம் வகுப்பில் சேர்த்தார்கள். ஒரே வகுப்பாக இருக்கட்டும் என்று அந்த ஏற்பாடு. ராமசாமிக்கு ஒரு வருடம் திரும்பவும் பழைய பாடங்கள். பள்ளிக்குப் போகவர பண்ணையத்தில் இருந்தவர்கள் யாராவது துணையிருப்பார்கள். உள்ளூரில் ஐந்தாம் வகுப்பு முடித்துவிட்டு ஃபர்ஸ்ட் ஃபார்ம் வகுப்புக்கு லண்டன் மிஷன் உயர்நிலைப்பள்ளிக்குப் போனார்கள்.

வில்வண்டியும் மாடும் புதிதாக வாங்கி பிள்ளைகள் இரண்டு பேரையும் அதில் பள்ளிக்கு அனுப்பினார் சவுந்தரம்மாள். வண்டிக்காரர் அங்கேயே தங்கி சாயங்காலம் அவர்களைக் கூட்டிக்கொண்டு வருவார். பிள்ளைகளுக்குத் தனியாகவும் வண்டிக்காரருக்குத் தனியாகவும் சாப்பாடும் கட்டிக்கொடுப்பார்.

குழந்தைவேலுக்கு மனப்பாடம் செய்யும் திறன் அதிகம். தமிழ்ச் செய்யுள் அவனுக்குப் பிடித்தமான பாடம். பன்னிரண்டு வயதிலேயே நூறு திருக்குறள்களும் இருபது, முப்பது கம்பராமாயணப் பாட்டுகளும் பாராமல் அவனால் ஒப்பிக்க முடியும். தேவாரத்திலிருந்தும் திருவாசகத்திலிருந்தும் தினசரி சில பாட்டுகளைச் சொல்லி சாமி கும்பிடுவான். நெற்றியில் திருநீறு துலக்கமாகத் தெரியும்படி பூசிக்கொள்வான். ராமசாமிக்கும் அந்த மாதிரி பாடல்கள் பிடிக்கும் என்றாலும் பாராயணம் செய்யும் பழக்கம் இல்லை. இரண்டு பேரும் மிஷன் பள்ளியில் சிறந்த ஆசிரியர்களிடம் ஆங்கிலமும் தமிழும் கற்றார்கள். மற்ற பாடங்களில் அவர்களுக்குத் தேர்ச்சி அவ்வளவாகப் போதாது. வகுப்பு முடிந்ததும் சில நாட்கள் விளையாடிவிட்டே வீடு திரும்புவார்கள். இரண்டு பேரும் சிநேகிதர்களாகவே பழகினார்கள். சில வருடங்களில் ராஜம்மாள் இன்னும் ஒரு ஆண் குழந்தையையும் ஒரு பெண் குழந்தையையும் பெற்றார். குழந்தைகள் இருப்பதால் ஆசைப்பட்டபடி ராமசாமியைப் பார்க்க அவரால் அடிக்கடி வர முடியவில்லை. ராமசாமியையும் குழந்தைவேலுவையும் கூட்டிக்கொண்டு சவுந்தரம்மாள் வருடத்துக்கு ஒரு தடவை வேலாயுதம்பாளையம் போனார்.

தேர்டு ஃபார்ம் பரீட்சையில் ஃபெயிலானதால் மனமுடைந்து இனி பள்ளிக்குப் போகப்போவதில்லை என்று ராமசாமி சின்னம்மாவிடம் தெரிவித்துவிட்டான். கூடப் படிப்பவர்களைப் பார்க்கும்போது அவமானமாக இருக்கும் என்று காரணம் சொன்னான். சவுந்தரம்மாள் கண்டிப்பான பெண்மணி. கொஞ்சம் தன்மையாகவும் லேசாக மிரட்டியும் பார்த்தார். அவன் மசியவில்லை. கண்டிப்புக் காட்டினால் ஊருக்குப் போகிறேன் என்று சொல்லிவிட்டால் என்ன செய்வது என்ற பயம் அவருக்கு உண்டானது. எப்படியோ தன் மகனோடு இருந்தால் போதும் என்று அந்த விஷயத்தை அத்தோடு விட்டுவிட்டார். குழந்தைவேலுக்குத் தனியாகப் பள்ளிக்குப் போகப் பிடிக்க வில்லை. இருந்தாலும் இன்னும் கொஞ்சம் படிக்கலாம் என்ற ஆசை உந்தத் தொடர்ந்து படித்தான். சில நாட்கள் ராமசாமியும்

வில்வண்டியில் அவனோடு போய்வருவான். அந்த வருடத்தோடு குழந்தைவேலும் பள்ளிக்குப் போவதை நிறுத்திவிட்டான். அதற்குள் சில புத்தகங்கள் வீட்டில் சேர்ந்திருந்தன. அவை போதாதென்று தோன்ற அடிக்கடி டவுனுக்குப் போய்ப் புத்தகங்கள் வாங்கி வந்தார்கள். சரத் சந்தரர், தாகூர், அரவிந்தர் போன்றோரின் பிறமொழி நூல்களையும் பாரதியார், திரு.வி.க. சாமிநாத சர்மா ஆகியோர் நூல்களையும் வாங்கிச் சேர்த்துப் படித்தார்கள். 'செந்தமிழ்ச் செல்வி'க்கும் 'மணிக்கொடி'க்கும் சந்தா கட்டி வரவழைத்தார்கள். வயது கூட குழந்தைவேலு சங்க இலக்கியமும் படித்தான். காந்தி அவர்களுக்கு கடவுள் ஆகியிருந்தார். அவர்கள் என்றில்லை, ஓரளவுக்குப் படிப்பறிவு இருந்தவர்களெல்லாருக்கும் அவர் கடவுள் மாதிரித்தான். ஆர்மோனியம் ஒன்று வாங்கிக் குழந்தைவேலு அடிப்படை சங்கீதப் பயிற்சியும் பெற்றான். இப்படி நான்கைந்து வருடங்கள் போன பிறகு இரண்டு பேரும் காங்கிரஸ் கட்சியில் சேர்ந்தார்கள். கட்சியில் சேர்ந்தது சவுந்தரம்மாளுக்குப் பிடிக்கவில்லை. கண்டிக்கவும் தயக்கம். 'ஜாக்கிரதையா இருந்துக்குங்க,' என்று எச்சரிப்பதோடு நிறுத்திக்கொண்டார். குழந்தைவேலு காங்கிரஸ் கூட்டங்களில் பேச ஆரம்பித்ததால் நாளடைவில் டவுனிலும்கூட அவன் பெயர் தெரியவந்தது. அப்போது தொடங்கியது அவனுடைய கதராடைப் பழக்கம். துணிகளை வெளுக்க என்றே அவர்கள் வீட்டில் ஒரு பணிப்பெண் உண்டு. இஸ்திரிப் பெட்டியில் விறகுக் கரி நெருப்பைப் போட்டு சூடாக்கி ஆடைகளை அழுத்தித் தேய்த்துக்கொள்வான். ராமசாமிக்குக் கதராடை அணியும் பழக்கம் படியவில்லை. அவனுக்குக் கூட்டத்தில் பேசுவதென்றால் பயம். இரண்டு பேர் உரையாடலில் மூன்றாவது ஆள் இணைந்தாலே அமைதியாகிவிடுவான். குழந்தைவேலுவின் படிப்பையும் பேச்சையும் பார்த்த ஊர்க்காரர்கள் பிரமித்துப்போனார்கள். அவனிடம் மிக மரியாதையுடன் நடந்துகொண்டார்கள். நாட்டு நடப்புகளைச் சொல்லச் சொல்லிக் கேட்டுக்கொள்ளவும் செய்வார்கள்.

இப்படியே போய்க்கொண்டிருந்தால் சரிவராது என்று உணர்ந்த சவுந்தரம்மாள் அவர்களை ஏதாவது தொழில் செய்யச் சொன்னார். 'தினமணி' விநியோகிக்க ஏஜென்ஸி எடுத்தார்கள். டவுனில் ஒரு அறையை வாடகைக்கு எடுத்துப் பத்திரிகைக் கட்டுகளை வரவழைத்தார்கள். நான்கு பையன்களை வேலைக்கு அமர்த்தி வீடுகளுக்கும் கடைகளுக்கும் பேப்பர் போட்டார்கள். ஒரு வருடம் எல்லாம் சரியாகப் போனது. அப்புறம் பையன்கள்

வராதது, கணக்குகளைச் சரியாகப் பராமரிக்காதது போன்றவற்றால் உண்டான பிரச்சனைகளால் ஏஜென்ஸியை விட்டுவிடலாம் என்று அவர்களுக்குத் தோன்றியது. அவர்களுக்குமே அந்தத் தொழிலில் ஆர்வம் குறைந்துபோயிருந்தது. சில மாதங்கள் கழித்து நண்பர் ஒருவர் ஆலோசனை சொன்னதால் சலவை சோப் செய்யக் கையால் இயக்கும் ஒரு எந்திரத்தை வாங்கி தார்சு வீட்டில் பொருத்தினார்கள், கேட்ட பணத்தை சவுந்தரம்மாள் கொடுத்துவிடுவார். எந்திரத்தை இயக்க ஒரு ஆளை சம்பளத்துக்கு அமர்த்தினார்கள். ஆறு மாதத்துக்கான கச்சாப் பொருள்களை முன்கூட்டியே இருப்பு வைத்துவிட்டுத்தான் சோப் செய்யத் தொடங்கினார்கள். ஒரு சில கடைக்காரர்கள் அங்கேயே வந்து வாங்கிக்கொண்டார்கள். சில கடைகளுக்கு இவர்களே சைக்கிளில் வைத்து எடுத்துக்கொண்டுபோய்க் கொடுத்தார்கள். இந்தத் தொழிலிலும் நாளடைவில் அவர்களுக்கு உற்சாகம் குறையத் தொடங்கியது. வியாபாரமும் எதிர்பார்த்த அளவு லாபகரமாக நடக்கவில்லை. ஒரு கட்டத்தில் சோப் செய்வதை நிறுத்திவிட்டார்கள். அந்த எந்திரத்தை யாரிடமும் விற்கவும் முடியவில்லை. வீணாக அது அதே இடத்தில் நின்றிருந்தது.

குழந்தைவேலுக்கு இருபத்திரண்டு வயதானபோது கர்ணம் வேலையை அண்ணனிடமிருந்து அவனுக்கு மாற்றிவிடலாம் என்ற முடிவுக்கு வந்தார் சவுந்தரம்மாள். அவரும் முறைப்படி தாசில்தாரிடம் சொல்லி அதற்குரிய ஏற்பாட்டைச் செய்தார். அடிப்படைப் பயிற்சிக்குப் பிறகு குழந்தைவேலு ஊரின் கர்ணமானார். நிலவரிக் கணக்கு, பட்டா, ஜமாபந்தி போன்றவற்றிலும் கிரயப் பத்திரம், முச்சலிகா எழுதுதலிலும் தேர்ச்சிபெற்றார். நம்பிக்கையோடு அவரிடம் வேலையை ஒப்படைத்தார்கள். இந்த வேலைகளோடு தொடர்ந்து நிறைய படித்தார். திரு.வி.க.வை ஒரு முறை மெட்ராஸ் போய்ப் பார்த்தார். பி.எஸ். ராமையாவோடு நேரிலும் கடிதங்கள் மூலமும் நட்புகொண்டிருந்தார். இருபத்து நான்கு வயதானபோது தாய் மாமாவின் மகளையே கல்யாணம் செய்துகொண்டார். விவசாயத்தை சவுந்தரம்மாளே சாமர்த்தியமாக நிர்வகித்தார். குழந்தைவேலுவின் கல்யாணத்துக்கு அப்புறம் அவர் காட்டிலிருந்த வீட்டுக்கு ராமசாமியோடு போய்விட்டார். குழந்தைவேலு அன்றாடம் மாலையில் போய் இரண்டு மணி நேரமாவது அவர்களோடு இருந்துவிட்டு வந்தார். இந்த சந்தர்ப்பத்தில் காந்தியின் மரணம் நிகழ்ந்தது. மரியாதைக்குரிய தங்கள் வீட்டுப் பெரியவர் ஒருவர் மறைந்தால் உண்டாகும் துக்கத்தை எளிய இந்தியர்கள் அனுபவித்தத் தருணம் அது. ஊரின் தெற்கு

எல்லையில் இருந்த தென்னந்தோப்பில் ஊர் ஆண்கள் கூடி அவருக்குக் கருமாதி செய்தார்கள். மொட்டை அடித்துக் கொண்டவர்களில் குழந்தைவேலும் ராமசாமியும் இருந்தார்கள். இறுதியில் காந்தியைப் பற்றி குழந்தைவேலு உணர்ச்சிகரமாகப் பேசினார். பலர் கண்ணிலும் நீர் கோத்தது.

டவுன் தொடங்கிய இடத்தில் பீடாக் கடை ஒன்றை ராமசாமிக்கு வைத்துக்கொடுத்தார் சவுந்தரம்மாள். இதையாவது கருத்தாகப் பார்த்துக்கொள்ளும்படி புத்திமதி சொன்னார். காலை ஒன்பது மணிக்குப் போய் இரவு ஒன்பது மணிவரைகூட கடையில் இருந்தார் ராமசாமி. ஜன நடமாட்டம் அதிகம் இருந்த பகுதி என்பதால் விற்பனை நன்றாகவே இருந்தது. சில நாட்கள் வீட்டிலிருந்து நேராக மார்கெட் போய் கடைக்குத் தேவையான பொருள்களை வாங்கிக்கொண்டு வந்து கடையைத் திறப்பார். இரண்டு வருடங்கள் கழித்து நெருங்கிய சொந்தத்திலிருந்து வசந்தாவை அவருக்குக் கல்யாணம் செய்துவைத்தார்கள். தன் வீட்டுக்குப் பக்கத்திலிருந்த ஒரு சிறிய வீட்டில் அவர்களை சவுந்தரம்மாள் குடிவைத்தார். வசந்தா காவிரியின் வடக்குக் கரை கிராமமான பொத்தனூரில் பிறந்து வளர்ந்தவர். வசந்தாவின் அம்மா ராமசாமிக்கு அத்தை முறை. இதற்கிடையில் ஆறுமுகமும் ராஜம்மாளும் தங்கள் குழந்தைகளோடு சவுந்தரம்மாள் ஊருக்கே வந்துவிட்டார்கள். அவர்களுக்கும் ராமசாமி வீட்டுக்குப் பக்கத்திலேயே தனி வீடு ஒன்றை ஏற்பாடு செய்துவைத்தார் அவர். வசந்தா மாமனார் வீட்டுக்குப் போய் சமையல் செய்துவிட்டு அதில் கொஞ்சம் தன் வீட்டுக்கு எடுத்துக்கொண்டு வருவார். பெண் குழந்தைகள் சமையல் பழகி ராஜம்மாளுக்கு உதவும்வரை இது நடந்தது. சில வருடங்களில் அடுத்தடுத்து அவர்களுக்குக் கல்யாணம் நடந்தது. இந்த ஊரிலோ டவுனிலோ பெண்ணோ மாப்பிள்ளையோ அமைந்தார்கள். அவர்கள் சொந்தமெல்லாம் மூன்று ஊர்களில் அடங்கிவிடும். அங்கிருப்பவர்களுக்குள்ளேதான் கல்யாணம் நடக்கும். சொந்தம் விட்டுப்போய்விடக்கூடாது என்று நடந்த கல்யாணங்கள்தாம் நிறைய.

எல்லாருக்கும் கல்யாணம் முடிந்தபிறகு ராமசாமியின் அப்பாவும் அம்மாவும் கடைசி மகன் சீனிவாசனோடு தங்கிவிட்டார்கள். ஐந்து குடும்பங்களும் ஒரே ஊரில் வசித்தது அபூர்வம்தான். புது ஊரில் ஆறுமுகம் நிறைய ஆடுகள் வளர்த்தார். காவிரிக்கரையை விட்டு அங்கே வந்தது அவருக்கு ஆரம்பத்தில் பிடிக்கவில்லையென்றாலும் தன் பிள்ளைகளும் பெண்களும்

ஒரே இடத்தில் இருந்ததால் புது ஊருக்குப் பழகிக்கொண்டார். ராஜம்மாளுக்கு வீட்டு வேலை, பேரக்குழந்தைகள் என்று நேரம் சரியாக இருந்தது. சீனிவாசன் தொழில் பழகி சொந்தமாக ஒரு நிறுவனத்தைத் தொடங்கியிருந்தார். மற்ற சகோதரர்களைவிட வசதியானவர் என்பதால் பெற்றோரைத் தன்னுடன் வைத்துக் கொண்டார். அதிக நெருக்கமோ அதிக விலகலோ இல்லாத வாழ்க்கையை அந்தக் குடும்பத்தினர் வாழ்ந்தார்கள். லௌகீகத்தில் மூழ்க மூழ்கத் தலையை உயர்த்தி மூச்சு விடுவதே பெரும்பாடாக இருந்தது. சிறு பிராயத்தில் நெருக்கமாக இருந்தவர்கள்கூட வயது ஆக ஆக நேரில் பார்த்தால் நின்று நாலு வார்த்தை சிரித்துப் பேசுவது அபூர்வமாகியது.

5

ராமசாமி பீடாக்கடையை எட்டு வருடங்கள் நடத்தினார். கடைசி ஓரிரு வருடங்கள் வியாபாரம் சொல்லிக்கொள்ளும்படி இல்லை. பக்கத்திலேயே இன்னொரு பீடாக்கடை வந்திருந்தது. பண சமாச்சாரமும் கட்டுக்குள் இல்லை. கௌசல்யாவுக்காக ஒரு நெக்லஸ் செய்தது மட்டும்தான் மிச்சம் என்று பட்டது. மற்றபடி கிடைத்த பணமெல்லாம் வீட்டுச் செலவுக்கே போயிற்று. கடையை எடுத்துவிடலாமா என்று யோசித்தார். மூத்தவர்களின் ஆலோசனை பெரிதாகப் பயன்படவில்லை. அடுத்தடுத்து குழந்தைகள் பிறந்திருந்த நிலையில் கடையை மூடியது நெருக்கடியை அதிகரித்தது. குடியிருக்க சவுந்தரம்மாள் வீடு கொடுத்திருக்கிறார் என்பதைத் தவிர மற்ற செலவுகளைக் கையாள வேண்டும். சொற்பக் கையிருப்பும் தீர்ந்துகொண்டே வந்தது. நிலைமையைக் கவனித்துவந்த அவர் சின்னம்மா ஒரு யோசனை சொன்னார். பால் வியாபாரம் செய்தால் என்ன என்று கேட்டு ஒரு எருமையும் வாங்கிக் கொடுத்தார். வசந்தாவின் பொறுப்பாக அது ஆனது. தீனி போடுவது, பால் கறப்பது, வீடுகளுக்கு விற்பது என எல்லா வேலைகளையும் அவர் செய்தார். வீட்டு வேலைகளில் மகள்கள் துணையாக இருந்தார்கள்.

ராமசாமி இரண்டு வருடங்கள் போல எங்கும் வேலைக்குப் போகாமல் வீட்டில் இருந்தார். என்ன செய்வது என்று அவருக்குப் புரியவில்லை. தான் செய்யும் எந்த வேலையும் வியாபாரமும் நிலைக்கமாட்டேனென்கிறதே என்று கவலைப் பட்டார். தான் எதற்கும் லாயக்கில்லையோ என்ற விரக்தியும் வந்தது. 'இரண்டு குழந்தைகளுக்குத்

தகப்பன் ஆகிவிட்ட நிலையில் அப்பா, அம்மாவை உதவி கேட்பது சரியாக இருக்குமா? அவர்களுக்கும் குடும்பக் கஷ்டங்கள் இருக்கின்றன. சின்னம்மாவும் எவ்வளவுதான் உதவுவார்? சீனிவாசன் ஆஃபீஸுக்கு வருகிறேன் என்று கேட்டுப் பார்க்கலாமா? நிலைமையைப் பார்த்து அவனே கூப்பிட்டால் கௌரவமாக இருக்கும்,' போன்ற எண்ணங்கள் அவரை அலைக்கழித்தன. ஜெயப்ரகாஷ் நாராயண், அச்சுத பட்வர்தன் போன்றவர்களின் நூல்களைக் குழந்தைவேலுவின் புத்தக அலமாரியிலிருந்து எடுத்துவந்து படிப்பது கொஞ்சம் ஆறுதலாக இருந்தது. வசந்தாவுக்கு அவ்வப்போது வேலைகளில் சின்ன உதவிகள் செய்வார். சாயங்கால நேரத்தில் ஊருக்குள் போய்ப் பள்ளியில் அவரோடு படித்த ஒருவர் வைத்திருந்த டீக்கடையில் கொஞ்ச நேரம் உட்கார்ந்துவிட்டு வருவார். ரயில் பணி இல்லையென் றால் கிருஷ்ணசாமியும் வருவார். எப்பவாவது குழந்தைவேலும் சேர்ந்துகொள்வார். அரசியல் நிலவரங்களைப் பேசுவார்கள். தனியாகப் பார்த்தால் சவுந்தரம்மாள் ஏதாவது வேலைக்குப் போகலாமே என்று சொல்வார். கணவரைப் பற்றி வசந்தா யாரிடமும் ஒரு வார்த்தையும் புகார் சொன்னதில்லை. பற்றாக்குறை வாழ்க்கை அவருக்குப் பழகிப்போயிருந்தது. அதைக் கையாளும் திறமையும் படிந்திருந்தது. மூத்த பெண்மணிகள் சொன்னார்களோ சீனிவாசனே முடிவு செய்தாரோ தெரியவில்லை, ராமசாமியைத் தன் ஆஃபீஸுக்கு வரச் சொன்னார். ஒரு சைக்கிளும் வாங்கிக் கொடுத்தார்.

உள்ளூரில் தயாராகும் சரக்குகளை வெளியூர்களுக்கு அனுப்ப லாரிகளை வாடகைக்கு அமர்த்திக்கொடுக்கும் வேலையை சீனிவாசனின் நிறுவனம் செய்து தந்தது. லாரி உரிமையாளர் களுக்கும் சரக்கு உற்பத்தியாளர்களுக்கும் இடையே பாலம் போன்ற ஏற்பாடு அந்தத் தொழில். உள்ளூர் பாஷையில் அந்த நிறுவனத்தை புரோக்கர் ஆஃபிஸ் என்று குறிப்பிடுவார்கள். சரக்கு அனுப்புபவர்கள் லாரிக்குக் கொடுக்கும் வாடகையில் ஒவ்வொரு நூறு ரூபாய்க்கும் ஒரு குறிப்பிட்ட தொகை புரோக்கருக்குக் கமிஷனாகக் கிடைக்கும். பெரிதாக முதலீடு தேவைப்படாத தொழில் அது. ஒரு அறையும் தொலைபேசியும் இருந்தால்கூட போதும். ஆனால், நிறையத் தொடர்புகள் வேண்டும். அவற்றை முறையாகப் பராமரிக்க வேண்டும். சீனிவாசனின் நிறுவனம் அதிகமும் மெட்ராஸுக்குத்தான் சரக்குகளை அனுப்பிக்கொண்டிருந்தது. மதுரை, கோயம்புத்தூர், திருச்சி, தூத்துக்குடி, பொள்ளாச்சி போன்ற ஊர்களுக்கும் லாரி ஏற்பாடு செய்வார்கள். இவர்கள் அனுப்பும் லாரிகள்

திரும்பி வரும்போது அங்கிருக்கும் ஏஜெண்டுகள் அவற்றுக்கு சரக்கு ஏற்பாடு செய்வார்கள். அந்த ஏஜெண்டுகளோடு இவர்களுக்குச் சரியான உறவு இருக்கும்வரை இந்த நடைமுறை ஒழுங்காகப் போய்க்கொண்டிருக்கும். நகரத்தில் பிரதானமாக மேக்னசைட் போன்ற கனிமங்களை வெட்டியெடுக்கும் தொழிற்சாலைகளும், ஜவ்வரிசி, குச்சிக் கிழங்கு ஸ்டார்ச், வெல்லம், வெள்ளிக் கொலுசுகள் ஆகியவற்றை உற்பத்தி செய்யும் நிறுவனங்களும் இருந்தன. சரக்குகள் மெட்ராஸிலிருக்கும் பெரிய ஏஜென்ஸிகளுக்குப் போகும். புரோக்கர் அலுவலகங்கள் நகரத்தின் ஒரு குறிப்பிட்ட பகுதியில் மட்டுமே இருந்தன. பக்கத்தில் மார்க்கெட் ரயில் நிலையமும் சற்றுத் தள்ளி ரயில் சந்திப்பும் இருந்தது முக்கியக் காரணம். சரக்குகளுக்கான கிடங்குகளும் சுற்றியும் அமைந்திருந்தன. ரயிலில் வரும் சரக்குகளையும் மற்ற ஊர்களுக்கு அனுப்புவார்கள். சொந்தமாக அலுவலகம் இல்லாத தனி ஏஜெண்டுகளும் இருப்பார்கள். அவர்கள் பாடு கஷ்டம்தான். நீண்ட நாள் உழைத்தால்தான் நம்பிக்கையைப் பெற முடியும். அவரவர் எல்லைக்குள் இருந்து கொண்டால் அதிகம் பிரச்சனை இல்லாத தொழில். அன்றாடத் தேவைக்குப் பால் வாங்கிக்கொள்வதை விட்டு மாட்டையே வாங்கினால் என்ன என்ற ஆசை வந்தால் கஷ்டங்கள் தொடங்கும். லாரி டிரைவருக்கும் புக்கிங் ஏஜெண்டுக்கும் லாரி ஒன்றைச் சொந்தமாக வாங்கும் ஆசை தொழில் ஆரம்பித்த ஓரிரு வருடங்களில் முளைக்கும். நஷ்டங்களுக்கும் சிரமங் களுக்கும் முன்னுதாரணங்கள் இருந்தாலும் ஆசை விடாது. சிலர் தப்பிப்பார்கள். பலரும் நஷ்டத்தில் மூழ்குவார்கள். எத்துணைப் பணம் இருந்தாலும் லாரி அதை முழுங்கிவிடும். லாரி விபத்தில் சிக்கினால் நெருக்கடிக்குக் கேட்கவே வேண்டாம். பத்துப் பதினைந்து லாரிகள் சொந்தமாக வைத்திருந்து, முறையாக நிர்வகித்துப் பெரும் செல்வந்தர்களாக ஆனவர்களும் உண்டு. விருத்தாச்சலம் போகும் ரயில் பாதையை ஒட்டி இருந்த அந்த இடம் எப்போதும் புழுதியில் மிதக்கும். ரயில் போக கேட் போட்டுவிட்டால் கடும் போக்குவரத்து நெரிசல் உண்டாகும். அந்த உலகத்தில் புழங்க தனி உடம்பும் மனதும் வேண்டும். தொழில் ரீதியாக அந்த இடத்தில் அங்கே இங்கே அலையும் ஆட்கள் சிலருக்குக் காசநோய் வருவதுண்டு.

ராமசாமி காலை ஒன்பது மணிக்குக் கிளம்புவார். ஒரு துணிப்பை யில் சாப்பாட்டு டப்பாவையும் டார்ச் லைட்டையும் போட்டு எடுத்துப் போவார். சைக்கிளில் விளக்கு இல்லாததால் டார்ச்

லைட் தேவைப்படும். பீடி ஒன்றைப் பற்றவைத்துக்கொண்டுதான் சைக்கிளில் ஏறுவார். நான்கு மைல் தாண்டி நிறுவனம் இருந்தது. பெரும்பாலும் தொலைபேசியிலேயே வேலை முடியும். சரக்கு நிறுவனங்களின் பிரதிநிதிகள் அவ்வப்போது வருவார்கள். லாரி டிரைவர்கள் நேராகத்தான் வந்து பேசுவார்கள். மதியத்துக்குள் எந்த சரக்கு, எங்கு போக வேண்டும் என்பது தீர்மானமாகிவிடும். சமயத்தில் சீனிவாசனின் நிறுவனத்திலேயே சரக்குகளைப் போட்டுவைப்பார்கள். அலுவலகத்துக்கு உள்ளேயே ஒரு கூடமும் இருந்ததால் அது சாத்தியமானது, லாரியை நிறுத்தி அங்கேயே சரக்குகளை ஏற்றுவார்கள். வேறிடத்தில் சரக்கு ஏற்றும் லாரிகளும் அங்கே வந்து சில ஆவணங்களை வாங்கிக்கொண்டு போவார்கள். லாரிகள் இரவு ஒன்பது மணிக்கு அப்புறம்தான் தூர ஊர்களுக்குக் கிளம்பும். முன்பின்னாகவும் ஆகும். அதற்குப் பிறகு கணக்கு எழுதிவிட்டு ராமசாமி கிளம்புவார். இதற்கிடையில் நாலைந்து டீ குடித்திருப்பார்; கதர்க்கொடி கம்பெனியின் இரண்டு கட்டு பீடிகள் புகைத்திருப்பார். வீட்டுக்கு வந்துதான் சாப்பிடுவார். காலையில் பிந்தி வரும் சீனிவாசன் மாலையே வீட்டுக்குப் போய்விடுவார். ஞாயிற்றுக்கிழமைகளில் போக மாட்டார். ராமசாமி அவர் வீட்டுக்கு அன்றாடம் இரவு போய் கணக்கு, பணம் எல்லாம் கொடுத்துவிட்டு அப்பா, அம்மாவுடன் சில வார்த்தைகள் பேசிவிட்டுத் தன் வீட்டுக்குப் போவார். எல்லா நாளும் அலுவலகத்துக்குப் போகும் அவர் சனிக்கிழமைகளில் மட்டும் சாயங்காலம் ஏழு மணிபோல வீடு திரும்புவார். அடுத்த நாள் விடுமுறை நாள் என்பதால் லாரிகள் அன்று கிளம்பாது. பக்கத்து ஊர்களுக்கு மட்டும் லாரிகள் சீக்கிரம் கிளம்பிப் போயிருக்கும். பகல் நேரத்தில் அவர் எப்படி இருப்பார் என்பதை அவர் வீட்டு ஆட்களே பார்த்ததில்லை. நெருங்கிய சொந்தக்காரர்கள் வீட்டுக் கல்யாணநாளின் போது மட்டும் அவர் விடுமுறையிலிருப்பார். அதுவும் ஒருநாள்தான். அந்த வேலையில் அவருக்கு ஓய்வுமில்லை, சலிப்புமில்லை.

அடுத்து வந்த வருடங்களில் உமாராணியும் சந்திரனும் பிறந்தார்கள். வசந்தா தொடர்ந்து செய்த பால் வியாபாரம் குடும்பச் செலவுக்கு ஒத்தாசையாக இருந்தது. குழந்தைவேலுவையோ தன் சின்னமாவையோகூட ராமசாமி பார்ப்பது அரிதாகிவிட்டது. ஊரிலிருந்த ஓரிரு சிநேகிதர்களைச் சந்திப்பது இன்னும் அபூர்வமாகிவிட்டது. மூத்த மகள் கௌசல்யாவை வசந்தாவின் தம்பிக்கே கல்யாணம் செய்துவைத்தார்கள். ராமசாமி வேலைக்குப் போகும் வழியில்தான் அவர்கள் வீடு இருந்தது. எப்பவாவது

காலை நேரத்தில் சில நிமிடங்கள் நின்று மகளைப் பார்த்துவிட்டுப் போவார். வசந்தாவும் குழந்தைகளும் நடந்தே கௌசல்யா வீட்டுக்குப் போய் வருவார்கள்.

அவர்கள் ஊருக்குள் வாடகைக்கு வீடு எடுத்த பிறகு பால் வியாபாரத்தைத் தொடர முடியவில்லை. சந்திரனுக்கு ஓரளவுக்குத் தமிழ் வாசிக்கத் தெரிந்தபோது ராமசாமி கல்கி பத்திரிகை வாங்க ஆரம்பித்தார். தட்டுத் தடுமாறி வாசிக்கத் தொடங்கிய அவன் தவறு செய்தால் திருத்துவார். 'மொரார்ஜி தேசாய்' என்பதை 'மெரார்ஜி தேசாய்' என்று வாசிப்பான். சில மாதங்களில் சரளமான வாசிப்புக்குப் பழகிவிட்டான். வடமொழி எழுத்துகள் கொஞ்சம் தடுமாற்றமாக இருக்கும். கல்கியில் வந்தவற்றிலேயே அவன் மிகவும் விரும்பிப் படிப்பது சித்திரத் தொடராக வந்த வாண்டுமாமாவின் 'வீர விஜயன்'தான். வியாழக்கிழமை இரவை ஆவலுடன் எதிர்பார்க்கத் தொடங்கினான். ராமசாமி வரும்போது தூங்கியிருப்பான். அடுத்த நாள் பள்ளிக்கூடம் போகும் அவசரத்தில் படிப்பான். திருப்தியாக இருக்காது. சாயங்காலம் வந்து நிதானமாக இன்னொரு தடவை படிப்பான். கொஞ்சம் பெரியவனாக ஆன பிறகு டி.கே.சி.யின் 'கம்பர் தரும் காட்சிகள்,' தொ.மு.பாஸ்கரத் தொண்டைமானின் 'வேங்கடம் முதல் குமரிவரை,' சி. சுப்பிரமணியத்தின் 'நான் சென்ற சில நாடுகள்,' அகிலனின் 'வேங்கையின் மைந்தன்' போன்ற தொடர்களைப் படித்தான். அவ்வளவாகப் புரியாவிட்டாலும் தொடர்ந்து அவற்றைப் படித்தான். படிக்கிறானா என்று சோதிக்க சில எளிய கேள்விகளை ராமசாமி கேட்பார். அவனுடைய அக்காக்கள் நா.பார்த்தசாரதியின் குறிஞ்சி மலரைத் தொடர்ந்து வாசித்தார்கள். படிக்கத் தெரிந்ததால் வசந்தாவும் சமயத்தில் ஏதாவது கதை படிப்பார்.

ஒரு நாள் காலை ஏதோ பொருள் வாங்கக் கடைக்குப் போய்விட்டு வந்துகொண்டிருந்த சந்திரன் அந்நியர் ஒருவர் இரண்டு உள்ளூர்க்காரர்களிடம் பேசிக்கொண்டிருந்ததைப் பார்த்தான். ஆர்வம் மேலிட நின்று கவனித்தான். சிவந்த நிறம். வேட்டியில் ஒரு கிழிசல் தெரிந்தது. கொஞ்சம் பலவீனமாகத் தெரிந்தார். தான் நெசவாளி என்றும் தொழில் பாதிக்கப்பட்டிருப்பதாகவும் ஏதாவது உதவி கிடைத்தால் நல்லது என்றும் சொல்லிக்கொண்டிருந்தார். குடும்பக் கஷ்டம் ஒன்றைச் சொன்னார். அது சந்திரனுக்குப் புரியவில்லை. உள்ளூர்க்காரர் ஒருவர் நாணயம் ஒன்றை

அவருக்குக் கொடுத்தார். புதியவர் ரயில் ரோடை நோக்கி நடக்கத் தொடங்கினார். வீட்டுக்கு வந்த சந்திரன் அவரைப் பற்றி ராமசாமியிடம் சொன்னான். "அவரப் பாத்தா பாவமா இருக்குப்பா. நாம எதாவது கொடுக்கலாம்பா," என்றான். அவர் பாக்கெட்டிலிருந்து ஒரு ரூபாய் நாணயம் ஒன்றை எடுத்துக் கொடுத்து, "சைக்கிள்ல போ. போயிருக்கப் போறார்," என்றார். சந்திரன் அப்பாவின் சைக்கிளில் குரங்கு பெடல் போட்டு ரயில் பாலத்துக்குள் நுழைந்து போனான். அவர் சற்று தூரத்தில் போய்க்கொண்டிருந்தார். வேட்டியின் கிழிசல் பகுதி மறையும்படி தூக்கிப்பிடித்து நடப்பதைப் பார்த்தான். நெருங்கியதும், "ஏங்க, கொஞ்சம் நில்லுங்க," என்றான். குரல் கேட்டு நின்றவர் திரும்பிப் பார்த்தார். சைக்கிளிலிருந்து இறங்கியவன் அதை உடம்பில் சாய்த்துக்கொண்டு சட்டைப் பாக்கெட்டிலிருந்து நாணயத்தை எடுத்து, "அப்பா குடுக்கச் சொன்னார்," என்று சொல்லிக்கொண்டே கொடுத்தான். அதை வாங்கக் கொஞ்சம் தயங்கினார். "நல்லதுப்பா. என்ன படிக்கிற?" என்று கேட்டார். "ஏழாவது," என்றான் சந்திரன். "சரி, நான் போறேன்," என்று சொல்லிவிட்டு நடக்கத் தொடங்கினார். வீட்டுக்கு வந்து அப்பாவிடம் சொன்னபோது பக்கத்தில் உள்ள ஒரு ஊரின் பெயரைச் சொல்லி அந்த ஊர்க்காரராகத்தான் இருக்க வேண்டும் என்றும் அந்த ஊரில் நெசவாளிகள் நிறைய இருப்பார்கள் என்றும் சொன்னார்.

ஒரு சனிக்கிழமை காலை, "இன்னிக்கு சாய்ந்தரம் நாம பாசமலா சினிமாக்குப் போலாம். சீக்கிரம் வந்துர்றேன்," என்று ராமசாமி சந்திரனிடம் சொன்னார். அவனுக்கு ஆச்சரியமாக இருந்தது. அதுவரை அவன் அம்மா, அக்காக்கள், சின்னம்மா ஆகியோரோடுதான் சினிமாக்களுக்குப் போயிருக்கிறான். மாலைக் காட்சிகளுக்கு அழைத்துப் போவார்கள். அப்பா சினிமாவுக்குப் போய், அவன் மட்டுமல்ல, யாருமே பார்த்ததில்லை. அப்போது அவன் ஆறாம் வகுப்புப் படித்துக்கொண்டிருந்தான். ஐந்தரை மணிக்கெல்லாம் கிளம்பிவிட்டார்கள். ரயில் ரோடில் அழைத்துப் போனார். அவனுக்கு அந்த வழி அப்போது பழக்கமாகியிருந்தது. ரயில் சந்திப்பிலிருந்து வலது பக்கம் போனால் பள்ளிக்கூடம் போகலாம். இடது பக்கம் திரும்பி ஒரு மைல் போனால் சரஸ்வதி தியேட்டர் வரும். ரயில் சந்திப்புக்கு முன்னாலிருந்த ஒரு கடையில் பக்கோடாவும் காபியும் வாங்கிக் கொடுத்தார். சந்திரன் அப்படிச் சாப்பிடுவது முதல்முறை. சுற்றுமுற்றும் பார்த்துக்கொண்டே சாப்பிட்டான். அவர் காபி மட்டும் குடித்தார். சந்திப்புக்குள் நுழைந்து போனார்கள்.

நாற்காலி டிக்கெட் வாங்கினார். உட்கார சௌகரியமாக இருந்தது. அதே தியேட்டருக்கு அம்மாவோடு போனபோது சந்திரன் தரையில் உட்கார்ந்து சினிமா பார்த்திருக்கிறான். படம் அவன் வயதுக்கு மீறியது. ஆனாலும், அப்பாவுடன் உட்கார்ந்திருப்பது அவனுக்குப் பிடித்திருந்தது. சில சமயம் அவர் எப்படிப் படம் பார்க்கிறார் என்பதைக் கவனித்தான். அவர் கவனமாகப் பார்த்த மாதிரி தெரிந்தது. அவரும் தன்னை அப்படிப் பார்த்திருப்பாரோ என்ற யோசனையும் வந்தது. ஓரிரு முறை அவர் தன் வலது கையால் அவன் இடது கையை சில விநாடிகள் பற்றினார்.

வீடு திரும்பியதும், “கைகால் கழுவிட்டு சட்ட, ட்ராயரெல்லாம் மாத்திக்கோ,” என்றார். அவரும் உடை மாற்றிக்கொண்டார். கம்பியில் மாட்டியிருந்த அரிக்கேன் விளக்கைத் தரையில் வைத்து வசந்தா சாப்பாடு பரிமாறினார். சினிமாவைப் பற்றி ராமசாமி சில வார்த்தைகள் சொன்னார். அவர் சினிமாவுக்குப் போனது குறித்த ஆச்சரியம் வசந்தாவுக்கு இன்னும் நீங்கவில்லை. கணவன் மனைவியாகச் சேர்ந்து அவர்கள் ஒரு சினிமாவும் பார்த்ததில்லை. தானும் பாசமலர் பார்க்க வேண்டும் என்று சொன்னார். சாப்பிட்டுவிட்டு ராமசாமி முன் நடையில் உட்கார்ந்து பீடி புகைத்துவிட்டுக் கொஞ்ச நேரம் உட்கார்ந்திருந்தார். சந்திரன் சீக்கிரமே தூங்கிவிட்டான்.

கல்யாணத்துக்கு முன்னால் வசந்தா சினிமா பார்த்ததேயில்லை. அவர்கள் ஊரில் கொட்டகையும் கிடையாது. இங்கு வந்தபின்னால் இரண்டு, மூன்று மாதங்களுக்கு ஒரு தடவை பெண்கள் ஒன்றுசேர்ந்து சினிமாவுக்குப் போவார்கள். சினிமா என்றில்லை, எதையுமே வசந்தா திட்டமிட்டுத்தான் செய்வார். வரவுக்குள் செலவைக் கட்டுப்படுத்தி வைத்திருப்பார். பணம் இல்லையென்றால் கண்டிப்பாக செலவு கிடையாது. இருப்பதைக்கொண்டு திருப்தியான வாழ்க்கையை நடத்திக்காட்டத் தெரிந்தவர். அவர் சமையல் எளிமையாக இருந்தாலும் சுவையாக இருக்கும். அவர் வைக்கும் ரசம் தெருவிலே மிகப் பிரசித்தம். ஒரு பாட்டி, “சந்திரன் ரசம் இருந்தா கொஞ்சம் குடு ஆயா,” என்று வசந்தாவை அடிக்கடிக் கேட்கும். ரசத்துக்கே அவன் பெயர் வைத்துக் கேட்கும் அந்தப் பாட்டி.

சிலருடைய வீடுகளின் எளிமை அலங்கோலமாக இருக்கும். அந்த அலங்கோலம் இல்லாமையைப் பெரிதுபடுத்திக் காட்டும். அப்படி இருக்கப் பழகிவிட்டால் சுகமாகக்கூட இருக்கும். அந்த மாதிரி வீடுகளில் ஒரு பொருளை எடுத்த இடத்தில் திரும்ப வைக்கமாட்டார்கள். தேவைப்படும்போது தேடுவார்கள். மிக அத்தியாவசியமான பொருள்களை வீட்டில் வைத்துக்கொள்ளாமல் இரவல் கேட்பார்கள். தேவை

முடிந்ததும் திருப்பித்தரும் ஒழுங்கு இருக்காது. துணிமணிகளைக் குவியலாகப் போட்டுவைத்திருப்பார்கள். அரிக்கேன் விளக்கின் கண்ணாடியைப் பேருக்குத் துடைத்துவிட்டுப் பற்றவைப்பார்கள். இந்த மாதிரி தாறுமாறான விஷயங்களை சந்திரன் வீட்டில் பார்க்க முடியாது. வசந்தா எதையும் நறுவிசாகச் செய்வார். வீட்டுக்குத் தரும் கவனத்தை வாசலுக்கும் தருவார். காலையில் வாசலுக்குத் தண்ணீர் தெளித்துக் கூட்டிவிடுவதில் ஆரம்பமாகும் அவர் நாள். வாசலில் அவர் போடும் கோலங்கள் நேர்த்தியாக இருக்கும். இடும் புள்ளிகளிலும் இழுக்கும் கோடுகளிலும் ஒரு தயக்கமும் இருக்காது. சமையல் செய்யும் இடத்தை சுத்தமாகப் பராமரிப்பார். அவர் விளக்கும் பாத்திரங்களில் முகம் பார்க்கலாம். மகள்கள் துவைத்துத் தரும் துணிகளை அவர் அடுக்குவதில் ஒரு சிறு கோணலும் இருக்காது. எந்தப் பொருள் எங்கிருக்கும் என்பது வீட்டில் எல்லாருக்கும் தெரியும். பொங்கலின்போது வீட்டுக்குச் சுண்ணாம்பு அடிக்கும் நாளில்தான் வீடே அலங்கோலமாகக் கிடக்கும். ஓட்டு வீடு என்பதால் கூரையிலும் படங்கள் மாட்டியிருக்கும் இடங்களிலும் நிறைய தூசி சேர்ந்திருக்கும். வாய் பேச இயலாத ஒருவர் தெருவிலுள்ள எல்லா வீடுகளுக்கும் சுண்ணாம்பு அடிப்பார். மார்கழி ஆரம்பத்திலிருந்தே அவரிடம் பேசி பெண்கள் ஒரு நாளை உறுதிசெய்துகொள்வார்கள். பெண்களுக்கு அவருடைய சைகை மொழி எப்படிப் புரிகிறது என்று சந்திரனுக்கு ஆச்சரியமாக இருக்கும். அந்த நாள் ஏன் வருகிறது என்று அவன் கவலைப்படுவான். பள்ளிக்கூடம் இருந்துவிட்டால் பிரச்சனை இல்லை. விடுமுறை என்றால் கஷ்டம்தான். காலை எட்டு மணிக்கே சாப்பிட்டுவிட்டு எல்லாப் பொருள்களையும் முடிந்தவரை வாசலில் வைக்க வேண்டும். கம்பியில் பிணைத்து சுவர் ஆணிகளில் சாய்வாக மாட்டியிருக்கும் ஏழெட்டுப் பெரிய படங்களைக் கழற்ற வேண்டும். காலண்டர்களில் இருந்த சாமி படங்களுக்குக் கண்ணாடிச் சட்டம் போட்டு வைத்திருந்தார்கள். காந்தியின் சிறிய வண்ணப் படம் ஒன்றும் கண்ணாடிச் சட்டத்துக்குள் இருந்தது. சண்டமாருதம் என்ற பத்திரிகையில் வந்தது என்று ராமசாமி சந்திரனிடம் சொல்லியிருக்கிறார். சண்டமாருதம் என்ற வார்த்தை படத்தின் மேலே அச்சாகியிருக்கும். புகைப்படம் என்று இருந்தது கௌசல்யா குழந்தையாக இருந்தபோது எடுத்த ஒன்று மட்டும்தான். பிறகு சந்திரனின் புகைப்படம் ஒன்றும் சேர்ந்துகொண்டது. எல்லாமும் எடுத்துவைத்தாயிற்று என்று தெரிந்தால்தான் அவர் வந்து வேலையைத் தொடங்குவார். சாயங்காலம்வரை நடக்கும். அவர் வேலை முடிந்தபின்னால்தான் வீட்டுப் பெண்களின் வேலை ஆரம்பமாகும். படங்களைத் துடைத்து மாட்டவேண்டும்.

பாத்திரங்களை விளக்கித் தரையைக் கழுவிவிட வேண்டும். துணிகளைத் துவைப்பது அடுத்த நாள்தான். எல்லாரும் குளித்துமுடித்த பின்னால் சமையல் செய்து சாப்பிட இரவு மணி எட்டாகிவிடும். அப்போது வீடு அரிக்கேன் விளக்கு வெளிச்சத்திலேயே பளிச்சென்று இருக்கும். எல்லார் மனதிலும் ஒரு நிறைவு வந்திருக்கும். அன்றைய தூக்கம் சுண்ணாம்பு வாசத்தில்தான்.

இந்த மாதிரி வேலைகளிலும் சமையலிலும் வசந்தா தன் மகள்களைப் பழக்கியிருந்தார். அவர்களும் அம்மாவின் கைப்பக்குவத்தை சமையலிலும் ஒழுங்கை மற்றவற்றிலும் அப்படியே கைக்கொண்டார்கள். பார்த்தும் செய்தும் கற்றுக்கொண்டார்கள். அம்மா இதையெல்லாம் அம்மாயியிடம் தெரிந்துகொண்டிருக்குமோ என்று சந்திரனுக்குத் தோன்றும். அம்மாயி கௌசல்யா வீட்டில்தான் இருக்கும். பேத்தியே மருமகளாக ஆகியிருந்தாள். சமாதானம் என்ற அதன் பெயர் சந்திரனுக்கு விநோதமாக இருந்தது. உள்ளூர்ப் பஞ்சாயத்துத் தலைவரின் மனைவியின் பெயர் நிதானம் என்று தெரிய வந்தபோது அந்தப் பெயர்களுக்குப் பின்னால் ஏதோ ஒரு வழக்கம் இருக்கும் என்பதைத் தெரிந்துகொண்டான்.

வெளியூர் என்றாலே அவனுக்குப் பொத்தனூர்தான். தாத்தா, பெரியம்மா, இரண்டு மாமாக்கள், அவர்களின் மனைவிகள், குழந்தைகள் என்று பலரும் அங்கே இருந்தார்கள். எப்பவாவது லீவுக்கு வசந்தா அவனை அங்கே அழைத்துப் போவார். தாத்தா அவனை ஒரு சின்ன ஹோட்டலுக்கு அழைத்துபோய்ச் சாப்பிட வைப்பார். பெரியம்மாவின் மகனான அண்ணன் அவனைக் காவிரியில் குளிக்கவைப்பார். மாலையில் தன் பள்ளிக்கு அழைத்துப்போய் மாணவர்கள் வாலிபால் ஆடுவதைக் காண்பிப்பார். அந்த ஊர் ஆண்கள் பலரும் வெற்றிலைக் கொடிக்கால் வேலைதான் பார்த்தார்கள். ஊருக்குத் திரும்பும்போது எல்லாரும் வந்து பஸ் ஏற்றிவிடுவார்கள். அப்போது பெண்கள் கண்களில் நீர் கோத்திருக்கும். வசந்தாவின் அப்பா அபூர்வமாகத்தான் மகள் வீட்டுக்கு வருவார். மகன் வீட்டுக்கு வந்து ஒரு நாள் இருந்துவிட்டு அங்கு வருவார். வரும் வழியில் வாங்கும் முறுக்குப் பொட்டலத்தை சந்திரனிடம்தான் கொடுப்பார். அப்பாவுக்கும் மகளுக்கும் பேச நிறைய விஷயங்கள் இருக்கும். அவர் குரல் கரகரவென்று இருக்கும். பொடி போடுபவர்களுக்கெல்லாம் அப்படி ஆகிவிடுமோ என்று சந்திரன் யோசிப்பான். ஒருவேளைதான் சாப்பிடுவார்.

பெரும்பாலும் மதியம் சாப்பிட்டுவிட்டுக் கிளம்பிவிடுவார். குழந்தைகளுக்கு ஆளுக்கு ஒரு ரூபாய் கொடுப்பார். வசந்தா பணம் எதுவும் அவருக்குக் கொடுத்தால் வேண்டாமென்று உறுதியாக மறுத்துவிடுவார். கிளம்பும்போது அவரும் வசந்தாவும் அழுதுவிடுவார்கள். சந்திரனுக்கும் பெண்களுக்கும்கூட அழுகை வரும். அம்மாவை அந்த நேரத்தில் பார்த்தால் பாவமாக இருக்கும். எத்தனை வயதானாலும் அப்பாவும் மகளும் பிரிவது எங்கேயும் துயரம் தரும் காட்சிதான்.

வசந்தாவுக்கு சிநேகிதி என்று சொல்லக்கூடிய அளவுக்கு ஒரு சொந்தக்காரப் பெண்மணி இருந்தார். அவர் வீடு ஊரின் தென்கோடியில் இருந்தது. சம வயது என்பதால் பல விஷயங்களை அவர்கள் பேசிக்கொள்வார்கள். அவருடைய கணவர் முன்பு மெட்ராஸில் சினிமாக் கம்பெனி ஒன்றில் வேலை பார்த்ததாகச் சொல்வார்கள். சமையல் செய்யவும் குடிக்கவும் தேவைப்படும் நல்ல தண்ணீர் எடுக்க வசந்தா வீட்டுக்குப் பின்னால் உள்ள கிணற்றுக்குத்தான் அவர் வருவார். அந்தக் கிணற்றைச் சுற்றி பகலில் எப்போதும் குறைந்தது இரண்டு பெண்களாவது காத்திருப்பார்கள். காலை நேரத்தில் நாலைந்து பேர் இருப்பார்கள். அந்த மாதிரி நேரத்தில் குடத்தை வைத்துவிட்டு வந்து அவர் வசந்தாவிடம் பேசிக்கொண்டிருப்பார். ஒரு நாள் அவர் பேசிக்கொண்டே புடவைத் தலைப்பால் கண்ணைத் துடைப்பதைச் சந்திரன் பார்த்தான். அன்று இரவு தன் அம்மாவும் அப்பாவும் பேசுவதைப் படுத்துக்கொண்டே கேட்டான். அந்தப் பெண்மணியுடைய குடும்பக் கஷ்டத்தை அம்மா விவரித்தார். ஓரிரு குடும்பங்களைத் தவிர சுற்றியுள்ள அனைவரும் ஏன் இத்தனை கஷ்டப்படுகிறார்கள் என்று எண்ணினான். பணம் இருந்தால் எல்லாப் பிரச்சனைகளையும் தீர்த்துவிடலாம் போலிருக்கிறதே, அந்தக் காகிதம் ஏன் சிலரிடம் இருக்கிறது, பலரிடம் இல்லை என்ற கேள்வி அவன் மனதில் எழுந்தது. பதில் தெரியவில்லை. அடுத்த நாள் காலை ராமசாமி ஒரு பேப்பரில் ரூபாய் நோட்டு ஒன்றை மடித்துவைத்து அவனிடம் கொடுத்தனுப்பினார். அவர்கள் வீட்டின் அடையாளத்தையும் சொன்னார்.

6

Gulliver's Travels, Treasure Island போன்ற சுருக்கப்பட்ட வடிவிலிருந்த நாவல்களையே சந்திரன் பள்ளியில் படித்திருந்தான். அவன் முதன்முதலாகப் பார்த்த முழு ஆங்கில நாவல் Two Women. மேலட்டையில் ஆல்பெர்ட்டோ மொராவியா என்று ஆசிரியர் பெயர் போட்டிருந்தது. இத்தாலிய எழுத்தாளர் எழுதிய நாவலின் ஆங்கில மொழிபெயர்ப்பு அது என்று வடிவேலு சித்தப்பாவின் மருமகன் ராஜேந்திரன் சொன்னார். அவருடைய நண்பர் ஒருவரிடமிருந்து இரவல் வாங்கி வந்ததாகச் சொன்னார். அவர் அரசாங்கப் பள்ளி ஒன்றில் தமிழாசிரியராக இருந்தார். இரண்டாம் உலகப் போரின்போது பெரும் துயரங்களுக்கு ஆளான ரோம் நகரத்து விதவை ஒருத்தி, அவள் மகள் தொடர்பான கதை அது என்றும் சொன்னார். அப்போது பி.யு.சி. படித்துக்கொண்டிருந்த சந்திரனுக்கு அதைப் படித்துப்பார்க்கலாமென்ற ஆசை உண்டானது. அப்பா வைத்திருந்த லிஃப்கோ ஆங்கில-தமிழ் அகராதியை வைத்துக்கொண்டு படிக்க முயன்றான். திருப்தியாக வரவில்லை. சில மாதங்கள் கழித்து டவுனில் வழக்கமாக ஆங்கிலப் படங்களைத் திரையிடும் கொட்டகையில் அந்த நாவலின் திரைப்பட வடிவம் அதே தலைப்பில் வெளியானது. ராஜேந்திரன் அந்தத் திரைப்படத்துக்கும் அவனைக் கூட்டிச் சென்றார். தாய்ப் பாத்திரத்தை சோஃபியா லாரன் ஏற்றிருந்தார். கதை ஓரளவு அறிமுகமாகியிருந்ததால் படத்தோடு அவனால் ஒன்ற முடிந்தது. சோஃபியா லாரனின் நடிப்பில் இயல்பான தன்மை இருந்ததைக் கவனித்தான். இந்த மாதிரி தமிழ்ப் படங்களில் யாரும் நடிப்பதில்லையே என்று யோசித்தான். அவன் பார்த்த முதல் ஆங்கிலத் திரைப்படம் அதுதான். ராஜேந்திரன் வாரந்தோறும் ஆனந்த விகடன் வாங்கி வருவார். அதில் வந்த

ஜெயகாந்தனின் அக்னிப் பிரவேசம் சிறுகதையைப் படித்தான். அந்த எழுத்தாளரின் பெயரை முதன்முதலாக அதில்தான் பார்த்தான். கல்கியில் தொடராக வந்த குறிஞ்சி மலரை ஆர்வமாகப் படித்த அவனுடைய அக்காக்களுக்கும் சித்தப்பா மகள்களுக்கும் ஜெயகாந்தனின் கதை அவ்வளவாகப் பிடிக்கவில்லையென்பது அவர்கள் பேசியதிலிருந்து சந்திரனுக்குப் புரிந்தது. அவனுக்கு அதில் அபிப்பிராயம் கொள்ளுமளவுக்கு எதுவும் தோன்றவில்லை. எஸ்.எஸ்.எல்.சி. முடிப்பதற்குள் ஜெயகாந்தனின் நான்கைந்து சிறுகதைகளை அந்தப் பத்திரிகையிலேயே படித்திருந்தான். அவற்றைப் பற்றிய சில எண்ணங்களும் உருவாகியிருந்தன.

அவன் ஏழாம் வகுப்புப் படித்துக்கொண்டிருந்தபோது ஊருக்கு ஒரு நூலகம் வந்தது. கண்ணாடிச் சட்டங்கள் போட்ட ஒரே ஒரு மர பீரோ மட்டும்தான் நூலகம். கிராமங்களில் அரசாங்கம் ஆரம்பித்த நூலகம் அது என்று தொடக்கப் பள்ளி ஆசிரியர் ராமநாதன் சொன்னார். அவர்தான் அதை மாலை வேளைகளில் ஒரு மணி நேரமும் சனிக்கிழமைக் காலையில் இரண்டு மணி நேரமும் கவனித்துக்கொண்டார். மூன்றாம் வகுப்புக்கான தனிக் கட்டடத்தில் புத்தக பீரோவை வைத்தார்கள். இரண்டு பெஞ்சுகளும் புதிதாக வந்தன. மூன்று ரூபாய் செலுத்தி உறுப்பினரானால் புத்தகத்தை வீட்டுக்குக் கொண்டுபோய்ப் படிக்கலாம். இல்லையென்றாலும் அங்கேயே உட்கார்ந்து படிக்கலாம். எல்லாம் புதுப் புத்தகங்கள். பிரித்தால் பேப்பரின், அச்சு மையின் புது வாசம் அடித்தது. மு. வரதராசன், ரா.பி. சேதுப்பிள்ளை, பி.எம். கண்ணன், சாண்டில்யன், ஜெகசிற்பியன் போன்ற பெயர்கள் அவனுக்கு முதன்முதலாக அங்குதான் தெரியவந்தன. சிறுவர்களுக்கான சில புத்தகங்களும் இருந்தன. வீட்டுக்கும் பள்ளிக்கும் அப்பால் அவன் வாசிப்பு தொடங்கியது அந்த மர பீரோவில்தான். சில நாள் மாலை வேளைகளிலும் தவறாமல் சனிக்கிழமை காலையிலும் அங்கு போய்ப் படித்தான். அங்கே உட்கார்ந்து பார்த்த, வாசித்த சில புத்தகங்கள் ஒரு புது மொழியையும் உலகத்தையும் அவனுக்கு அறிமுகப்படுத்தின.

வீட்டிலும் சுற்றியும் அவன் இவ்வளவு நாள் பார்த்துக்கொண் டிருந்த வாழ்க்கை அவனைக் குழப்பத்தில் தள்ளியது. 'இந்த வாழ்க்கை சில நாட்கள் பரவாயில்லை போலிருக்கிறதே என்று எண்ண வைக்கிறது. பல நாட்கள் அவநம்பிக்கையையும் சோகத்தையும் உண்டுபண்ணுகிறது. சிலருக்கு எல்லா நாளுக்குமான பணம் தாராளமாக இருக்கிறது. பலர் அன்றாடம்

கடைக்குப் போய்ப் பொருட்கள் வாங்கி வருகிறார்கள். அந்த வீட்டு ஆண் வேலைக்குப் போனால்தான் அடுத்த நாள் அவரைச் சார்ந்தவர்களுக்கு சாப்பாடு கிடைக்கிறது. அவருக்கு உடம்பு சரியில்லாமல் போனால் நெருக்கடி அதிகரிக்கிறது. அரசாங்க ஆஸ்பத்திரிக்கு நாலு மைல் நடந்து போய்வரும் நோயாளிகள் ஊரில் இருக்கிறார்கள். வீட்டில் ஒரு சின்ன விசேஷம் என்றாலும் வட்டிக்குக் கடன் வாங்குகிறார்கள். கடன் கொடுத்தவர்கள் காலை ஏழு மணிக்கு வந்து திருப்பிக் கேட்கிறார்கள். அந்த நேரத்தில் கடன் வாங்கியவர்கள் முகத்தைப் பார்க்கப் பரிதாபமாக இருக்கிறது. தன்னுடன் ஆரம்பப் பள்ளியில் படித்த பலர் உயர்நிலைப்பள்ளிக்கு வரவில்லை. சின்ன வயதிலேயே செங்கல்லும் சிமெண்ட்டுக் கலவையும் தூக்க ஆரம்பிக்கிறார்கள். இல்லையென்றால் இழைப்புளி இழுக்கிறார்கள். கல்லூரிப் படிப்பெல்லாம் ஊரில் பலருக்கு வெறும் கனவுதான். செலவு ஒரு பக்கம் இருக்க, அதைப் படிக்க முடியும் என்று அந்தப் பையன்களுக்கு நம்பிக்கை ஊட்டக்கூட யாரும் கிடையாது. தனக்கு இப்படி ஒரு அப்பா இல்லையென்றால் தானும் அவர்களில் ஒருவனாக ஆகியிருப்போம். இதெல்லாம் இப்படியேதான் போய்க்கொண்டிருக்குமா? மாற்ற முடியாதா? எல்லாருக்கும் குறைந்தபட்ச வாழ்க்கைச் சௌகரியங்களாவது கிடைக்காதா? யார் இதைச் செய்வது? தன்னுடைய பங்கு என்ன?' என்பது மாதிரியான எண்ணங்கள் அவன் மனதைத் தத்தளிக்கச் செய்தன. பள்ளி முடிந்தாயிற்று. கல்லூரியில் எப்படிச் சேர்வது என்ற திட்டமெல்லாம் போடவில்லை. கஷ்டத்துக்கு மத்தியிலும் அது இயல்பான அடுத்த கட்டம் என்ற எண்ணம் அப்பாவுக்கும் மகனுக்கும் இருந்ததால் அது சாதாரணமாக நிகழ்ந்தது.

எஸ்.எஸ்.எல்.சி. தேர்வு முடிந்து வந்த விடுமுறையில் சந்திரன், சுந்தரம், சக்திவேல் மூவரையும் கூப்பிட்டு ராஜேந்திரன், "மூனு நாள் அரசியல் வகுப்பு ஒன்னு நடக்கப் போவுது. மாணவர்கள் மட்டுந்தான் கலந்துக்குவாங்க. பக்கத்திலதான் ஒரு எடத்துல. சரித்திரம், பொருளாதாரம், அரசியல் பத்தில்லாம் ஒரு பெரிய தலைவர் வகுப்பெடுப்பார். நீங்க நெறையா தெரிஞ்சிக்கிலாம். நல்லா பிரயோஜனமா இருக்கும். ஒங்கள நான் கூட்டிக்கிட்டுப் போறேன்," என்றார். நான்கு நாட்கள் கழித்து அந்த இடத்துக்குப் போனார்கள். அங்கிருந்த பெரியவர்கள் சிலரிடம் ராஜேந்திரன் பேசிய விதத்தைப் பார்த்தால் அவர் அவர்களுக்கு ஏற்கனவே அறிமுகமானவர் என்று தெரிந்தது. அந்த வகுப்பை ஏற்பாடு செய்தது இடதுசாரி கட்சி ஒன்றைச் சார்ந்த மாணவர் பிரிவு.

அந்தக் கட்சியின் மாநிலச் செயலாளர்தான் வகுப்பெடுத்தார். மேஜையின்மீது உட்கார்ந்துகொண்டு சகஜமாக நிறையப் பேசினார். புழுக்கமாக இருந்தபோது சட்டையைக் கழற்றி விட்டு பனியனோடு இருந்தார். அவர் பேசிய மொழி சந்திரன் போன்றவர்களுக்குப் புதிதாக இருந்தது. விஷயங்களும் புதியவைதான். பேச்சு வழக்குப் பிரயோகங்களைக் கூடியவரை தவிர்த்து எழுத்து வழக்கிலேயே அவர் பேசினார். அப்படிப் பேச நிறையப் பயிற்சியும் படிப்பும் தேவைப்படும் என்று சந்திரனுக்குத் தோன்றியது. மனித குலத்தின் தோற்றம், குடும்பம், அரசு, நிலப் பிரபுத்துவம், முதலாளித்துவம், பாட்டாளி வர்க்கம், கருத்துமுதல்வாதம், பொருள்முதல்வாதம், புரட்சி, சோஷலிசம், கம்யூனிசம் என்று அவர் பலவற்றை விவரித்தார். அவர் சொன்ன வார்த்தைகள் பலவற்றை அவன் முதன்முதலாக அங்குதான் கேட்டான். கார்ல் மார்க்ஸ், லெனின் ஆகிய இரண்டு பெயர்களை மட்டுமே அவன் ஏற்கனவே கேள்விப்பட்டிருந்தான். எல்லாம் புரிந்த மாதிரியும் இருந்தது, புரியாத மாதிரியும் இருந்தது. இன்னும் கொஞ்சம் வயதும் படிப்பும் இருந்தால் தெளிவு வரலாம் என்று நினைத்தான். மூன்றாம் நாள் முடிவில் இந்த வாழ்க்கையையும் சமூகத்தையும் மாற்றலாம் போலிருக்கிறதே என்ற நம்பிக்கை உண்டானது. மாற்ற வேண்டும் என்ற உறுதியும் ஏற்பட்டது. குறிப்பாகக் கம்யூனிஸ்ட் அறிக்கையின், 'உலகத் தொழிலாளர்களே ஒன்றுபடுங்கள்! நீங்கள் இழப்பதற்கு எதுவுமில்லை, உங்கள் கைவிலங்குகளைத் தவிர. நீங்கள் வெல்வதற்கு ஓர் உலகம் உண்டு!' என்ற வாசகம் அவன் நினைவில் பதிந்தது.

டவுன் அரசு கல்லூரியில் பி.யு.சி.யை அவன் பயந்து பயந்துதான் படித்தான். அவனுக்குப் பிடிக்காத கணக்கு, விஞ்ஞானப் பாடங்கள் பீதியை உண்டாக்கியிருந்தன. சேர்ந்து ஏழெட்டு மாதங்களிலேயே தேர்வு வந்துவிட்டது. தமிழிலும் ஆங்கிலத்திலும் நல்ல மதிப்பெண்கள் வாங்கிய அவனால் மற்றவற்றில் வெறும் தேர்ச்சி என்ற அளவிலேயே பெற முடிந்தது. கல்லூரியும் புரியாமல் டவுனும் தெரியாமல் அந்த வகுப்பை முடித்தான். அதே கல்லூரியில் பி.எஸ்சி. கணிதம் படித்த ஒருவர் கௌசல்யா வீட்டுக்குப் பக்கத்தில் இருந்தார். அவர் ராமசாமியிடம் சந்திரனைக் கணிதப் பாடத்தில் சேர்த்துவிடும்படி சொல்லி யிருக்கிறார். அவர் அதைச் சொன்னபோது அவன் கடுமையாக மறுத்து பி.ஏ. தமிழ் இலக்கியம் படிக்கப்போவதாகச் சொல்லிவிட்டான். அவரும் ஒத்துக்கொண்டார். விண்ணப்பம் போட்டுவிட்டுக் காத்திருந்தான். மூன்றாவது பட்டியலில்தான்

அவன் பெயர் வந்தது. பி.யு.சி.க்கு விண்ணப்பித்தபோதும் அதுவேதான் நடந்தது. இத்தனைக்கும் எஸ்.எஸ்.எல்.சி.யில் கௌரவமான மதிப்பெண்கள் பெற்றிருந்தான். எழுபத்தைந்து ரூபாய் கட்டணம் செலுத்தி பி.ஏ. வகுப்பில் சேர்ந்தான். முதலாண்டுக்கான புத்தகங்கள் வாங்க அறுபது ரூபாய் ஆனது. இரண்டு செட் புது உடைகளுக்குத் துணியெடுக்க ராமசாமி நூறு ரூபாய் கொடுத்தார். தன் பெற்றோரின் நிலைக்கு அந்த செலவெல்லாம் அதிகம் என்பது அவனுக்குப் புரிந்தது. வேறு வழியும் தெரியவில்லை. எப்படியாவது பி.ஏ. முடித்துவிட்டு ஒரு வேலையைத் தேடிக்கொண்டு அப்பாவுக்கு ஓய்வு தரவேண்டும் என்பதுதான் அவன் மனதில் இருந்த தீர்மானம். அவருக்கு அப்போது வயது ஐம்பத்தைந்துக்கு மேல் ஆகியிருக்கும் என்று கணக்குப் போட்டான். அவனாகவே அவனுக்குத் துணி எடுத்தது அதுதான் முதல் தடவை. தீபாவளியின்போது தன் அம்மாவுடன் போய்த் துணியெடுத்த அதே கடையில் வாங்கினான். விலைகளை மனதில் கூட்டிக் கழித்துத் துணிகளைத் தேர்ந்தெடுத்தான். ஐந்து ரூபாய் மிச்சமாகியிருந்தது. தையற்கூலிக்கு இன்னும் இருபது ரூபாய் தேவைப்படும்.

முதல் வகுப்புக்கு வந்த ஒரு ஆசிரியர் தமிழ் உரைநடை வளர்ந்த விதம் பற்றிப் பேசிக்கொண்டிருந்தார். சமகாலத்துக்கு வந்தபோது, "ஜெயகாந்தனுடையது நரகல் நடை," என்றார். சொன்னதில் அவர் உறுதியாக இருந்தது குரலில் வெளிப்பட்டது. சந்திரனுக்கு அது பெரிய அதிர்ச்சியாக இருந்தது. 'என்ன இப்படிச் சொல்லிவிட்டார். படித்தவரை அவர் எழுதும் நடை உயிர்ப்புடன்தானே இருக்கிறது. ஒருவேளை அவர் கதாபாத்திரங்கள் சிலர் பேசுவதை இப்படிக் குறிப்பிடுகிறாரோ. அவர்கள் அப்படித்தானே பேசுவார்கள்,' என்று யோசித்துக் கொண்டிருந்த அவன் அவர் தொடர்ந்து பேசியவற்றைக் கவனிக்கவில்லை. அடுத்தது ஆங்கில மொழி வகுப்பு. வேறு கட்டடத்துக்குப்போக வேண்டும் என்று ஒரு ஆசிரியர் வந்து வழி சொன்னார். ஆங்கில ஆசிரியர் பேசியது பாதிப் புரியவில்லை. அடிப்படை இலக்கண விதிகள் சிலவற்றை உதாரணங்களோடு விளக்கினார். அத்தோடு அன்றைய வகுப்புகள் முடிந்ததென்றும் அடுத்த நாளிலிருந்து நாள் முழுக்க வகுப்புகள் இருக்கும் என்றும் முதல் வகுப்பிலேயே சொல்லியிருந்தார்கள். காலையிலேயே ஒரு மாணவரை வகுப்பில் சந்திரன் பார்த்திருந்தான், வித்தியாசமான தோற்றத்தில் அவர் எல்லார் கவனத்தையும் ஈர்த்திருந்தார். அவர் ஒருவர் மட்டுமே வேட்டியில் இருந்தார். கதர்ச் சட்டையும் வேட்டியும் அணிந்திருந்தார். சட்டைக் கையை

முழங்கைவரை சுருட்டிவிட்டிருந்தார். ஒல்லியான உடல் வாகு. சிவந்த நிறம். அடர்த்தியான மீசை. மற்ற மாணவர்களைவிட மூன்று, நான்கு வருடங்களாவது மூத்தவராக இருக்கும் என்பதான தோற்றம். இரண்டு பேரும் ஒருவரையொருவர் பார்த்து சிரித்துக்கொண்டார்கள்.

"ஒங்க பேரு?" என்று கேட்டான் சந்திரன்.

"ஹரிநந்தன்," என்றார்.

"எம் பேரு சந்திரன். பக்கத்துல கிராமம்தான்," என்றான்.

"எனக்குக் கிருஷ்ணகிரி பக்கம். இங்க ஒரு நண்பரோட ரூமில் இருக்கேன். வேற ரூம் பாக்கணும். எனக்கு இந்த ஊர் பழக்கம்தான். அடிக்கடி வருவேன்."

பேசிக்கொண்டே மைதானத்தை நோக்கி நடந்தார்கள். அவர் பேசிய விதத்தில் நேசம் தெரிந்தது. இவரிடம் இன்னும் கொஞ்சம் பேசலாம் என்று சந்திரனுக்குத் தோன்றியது.

"என்னா விஷயமா வருவீங்க?"

"கூட்டங்கள்ல பேசுவேன். அரசியல் கூட்டங்கள்தான் அதிகம். இடதுசாரி கட்சியில இருக்கேன். அப்பப்ப இலக்கியக் கூட்டங்கள்லியும் பேசறதுண்டு,"

கட்சியின் பெயரைச் சொன்னார். தான் முன்பு கலந்து கொண்ட அரசியல் வகுப்பை நடத்தியது இந்தப் பிரிவு அல்ல என்பதை சந்திரன் நினைவுபடுத்திக்கொண்டான். காலையிலிருந்து மனதைக் குடைந்துகொண்டிருந்த கேள்வியை இவரிடம் கேட்கலாம் என்று சந்திரனுக்கு ஊக்கம் வந்தது.

"காலையில அவர் ஜெயகாந்தனைப் பத்தி என்ன அப்டி சொல்லிட்டார்? எனக்கு ரொம்பக் கஷ்டமா இருந்தது. நீங்க அவர படிச்சிருப்பீங்கதானே?"

"எனக்கும் அதிர்ச்சியாத்தான் இருந்தது. ஜெயகாந்தன நெறைய படிச்சிருக்கேன். இவர்லாம் பழைய காலத்து கருத்துக்களையே வெச்சிருக்கிற ஆசிரியர். இவருக்கு எதிரா யாராவது வர்றாங்களான்னு பாக்கலாம். அதுக்கு நமக்கு அதிர்ஷ்டமும் வேணும்," என்று சொல்லிச் சிரித்தார்.

முப்பது பேர் கொண்ட வகுப்பில் வேறு யார்கூடவும் சந்திரனால் ஒன்ற முடியவில்லை. முதல் கொஞ்ச நாள் வெறும் சிரிப்போடு பலரிடமிருந்து நகர வேண்டியிருந்தது. அவனும் ஹரிநந்தனும்

வகுப்பில் அடுத்தடுத்தே உட்கார்ந்தார்கள். ஆசிரியர் உதவி இல்லாமல் இலக்கணத்தைப் புரிந்துகொள்வது கடினமாக இருந்ததால் பெரும்பாலும் அதற்கான வகுப்புகளுக்குத் தவறாமல் போனார்கள். மற்றபடி பிடிக்காத வகுப்புகளின்போது மைதானத்தின் ஓரத்தில் இருந்த மரங்களுக்குக் கீழே உட்கார்ந்து பேசிக்கொண்டிருப்பார்கள். இரண்டு பேர் குடும்பப் பின்னணியையும் பகிர்ந்துகொண்டார்கள். ஹரிநந்தனின் வீட்டுமொழி தெலுங்கு. அப்பா கர்ணம். ஒரு தங்கை, ஒரு அண்ணன் உண்டு. நிலமும் கொஞ்சம் இருந்தது. அவருடைய நகைச்சுவை உணர்வை ஓரிரு நாட்களில் சந்திரன் கண்டுகொண்டான். எந்தச் சூழலுக்குள்ளும் இருக்கும் நகைச்சுவையைச் சுட்டிக்காட்டிவிடுவார். அவர் வேறு ஊரில் பி.யு.சி. படித்திருக்கிறார். அந்தக் கல்லூரியின் கூட்டங்களில் பேசுவாராம். தீவிரமாகவும், நகைச்சுவையாகவும் பேசும் திறமையை வளர்த்துக்கொண்டிருக்கிறார். அந்தக் கல்லூரி முதல்வர் ஓய்வு நேரங்களில் அவரைக் கூப்பிட்டுவைத்துப் பேசிக்கொண்டிருப்பாராம். தேர்வுக்காகப் பாடங்களைப் படிப்பது தன்னால் முடியாது என்றார், எஸ்.எஸ்.எல்.சி. முடிக்க இரண்டு வருடங்களும் பி.யு.சி. முடிக்க இரண்டு வருடங்களும் எடுத்துக்கொண்டிருக்கிறார்.

அடுத்த வாரம் ஊருக்குப் போனவர் ஜெயகாந்தனின் ரிஷிமூலம் நாவலைக் கொண்டுவந்தார். அதைப் படித்துவிட்டு சந்திரனும் ஹரியும், 'ராஜாராமன் பீடி குடிக்கிறான்,' என்ற வரியைச் சொல்லிப்பார்த்தார்கள். கொஞ்ச நாள் கழித்து மோக முள்ளையும் சாமிநாத சர்மா எழுதிய கார்ல் மார்க்ஸின் வாழ்க்கை வரலாற்றையும் சந்திரனுக்குக் கொடுத்தார். மோக முள்ளைப் படிக்கச் சரியான வயது அதுதான் என்று சொன்னார். நாவல் அவனைத் திக்குமுக்காட வைத்தது. சர்மாவின் நூலில் வரும், 'சுபாவத்தில் மார்க்ஸ் மகா முன்கோபி, எங்கெல்ஸ் வெகு நிதானஸ்தன்,' என்ற வாக்கியத்தை இருவரும் இரண்டு, மூன்று தடவை பகிர்ந்துகொண்டார்கள். கவிதைத் தன்மை, செறிவான பாத்திரச் சித்தரிப்பு, அழகான சமஸ்கிருத வார்த்தைப் பிரயோகம் எல்லாம் சேர்ந்து அது அவர்களை வசீகரித்தது. இவையெல்லாவற்றையும் ஏற்கனவே தெரிந்த ஹரியின் பகிர்தலில் அவனோடு சேர்ந்து புதிதாக அவற்றை அனுபவிப்பதைப் போன்ற உண்மை உணர்ச்சி தெரியும்.

ஹரி சொன்ன அதிர்ஷ்டம் அவர்களுக்கு வந்தது. புறஞ்சேரி இறுத்த காதையைப் போதிக்க வந்த ஆசிரியர் சொல்லிக்

கொடுத்த விதம் "அப்பாடி பிழைத்தோம்" என்று அவர்களை எண்ணவைத்தது. பேசும் முறை, உச்சரிப்பின் அழகு, கவிதையின் நுட்பங்களை விளக்கிச் சொல்லும் விதம் ஆகியவை மாணவர்கள் பலரையும் ஈர்த்தன. தன் பெயரைச் சொல்லி அறிமுகப்படுத்திக் கொண்டார் லியாகத் அலி. லகரத்துக்கும் ளகரத்துக்கும் உச்சரிப்பில் இருக்கும் வேறுபாட்டை அவர் பேச்சிலிருந்துதான் சந்திரன் சரியாகத் தெரிந்துகொண்டான். மாணவர்கள் பாடநூல் களைத் தவறாமல் வகுப்புக்குக் கொண்டுவருவதில் அவர் கண்டிப்புக் காட்டினார். புறஞ்சேரி இறுத்த காதை முடியும்போது அவனுக்கும் ஹரிக்கும் வருத்தமாக இருந்தது. நல்லகாலம், அவரே தொடர்ந்து ஊர்காண் காதை, அடைக்கலக் காதை, கொலைக்களக் காதை ஆகியவற்றையும் சொல்லிக்கொடுத்தார். இப்படி இன்னொரு ஆசிரியர் இருந்தால் போதும் இந்த பி.ஏ.வை ஓட்டிவிடலாம் என்று இருவருக்கும் நம்பிக்கை பிறந்தது. துறைக்குப் போய் அவரிடம் தங்களை அறிமுகம் செய்துகொண்டார்கள். "தெரியுமே," என்றார். சகஜமாகப் பேசினார். அவர் பணிக்கு வந்து அப்போது மூன்றாண்டுகள் ஆகியிருந்தன. "சமகாலக் கவிதையும் படியுங்கள்," என்று சொன்ன அவர் இரண்டு, மூன்று கவிஞர்களையும் பரிந்துரைத்தார். நேரம் கிடைத்தால் வீட்டுக்கு வரச் சொல்லி வழியையும் சொன்னார். அவர் குறிப்பிட்ட கவிஞர்களில் ஒருவரின் தொகுப்பை அவரே அடுத்த நாள் கொண்டுவந்து கொடுத்தார். இரண்டு பேரும் அதுவரை அவர் பெயரைக் கேள்விப்பட்டதில்லை. முதலில் கவர்ந்தது அந்தக் கவிஞரின் மொழி. அடுத்து இதைப்பற்றி யெல்லாம்கூட கவிதை எழுத முடியுமா என்று யோசிக்கவைத்த கருப்பொருள்கள். சந்திரன வழக்கமாகப் பத்திரிகைகளில், புத்தகங்களில் படித்திருந்த கவிதைகள் மொழி, நாடு என்பவை குறித்தே பேசின. எல்லாவற்றையும் மிகைப்படுத்தும் போக்கே அவற்றில் தென்பட்டது. காதல்கூட ஒரு பொது நிகழ்வு மாதிரித்தான் பார்க்கப்பட்டது. தனி மனிதன் என்பவன் அம்மாதிரி கவிதைகளில் அரிதாகவே வெளிப்பட்டான். இந்தத் தொகுப்பில் ஒரு தனி மனிதனின் குழப்பம், ஏமாற்றம், அவநம்பிக்கை, மனோவியல் நெருக்கடி என்பவை கவிதையாக்கப்பட்டிருந்தன. சில கவிதைகள் ஒரு வாசிப்பில் புரியவில்லை. ஹரிக்கு அவை அவ்வளவாகப் பிடிக்கவில்லை என்பது சந்திரனுக்குத் தெரிந்தது. அதைப் பற்றி அப்புறமாகப் பேசிக்கொள்ளலாம் என்று விட்டுவிட்டான். அடுத்த முறை பார்த்தபோது அக்கவிதைகளின் நுணுக்கங்களை லியாகத் அலி விவரித்தார். புரியாத பகுதிகள் புரிந்தமாதிரி தோன்றின. படிமம் என்பதைப் பற்றி விளக்கிச் சொன்னார். அப்போதுதான் தானும் கவிதைகள் எழுதுவதாகவும் அவை இலக்கியப் பத்திரிகைகளில்

வெளியாகாததால் பலருக்கும் தெரியாது என்றும் சொன்னார். டைப் செய்யப்பட்ட கவிதைகள் சிலவற்றை ஒரு நாள் கொடுத்தார். மாலை வேளைகளில் இரண்டு பேரும் சேர்ந்து உட்கார்ந்து படித்துப் பார்த்தார்கள். சிலது புரிந்தது. சிலது புரியவில்லை. இதுவரை அவர்களுக்கு அறிமுகமாகாத மொழிக்கட்டுமானம். உரைநடை, நவீன கவிதையின் ஊடகம் ஆகி, அது தனக்கான ஒரு தொனியை அடைந்துவிட்டதை அவர்களைக் கொஞ்சம் கொஞ்சமாக உணரவைத்தன அந்தக் கவிதைகள். காலம், வெளி, பிரபஞ்சம், இருப்பு, இன்மை என்பவை தொடர்பான அவர் அனுபவங்கள் கவிதைகளாகியிருந்தன. அவரிடம் தனியாகப் பேச வேண்டும் என்று முடிவு செய்தார்கள்.

ஒரு சனிக்கிழமை மாலை அவர் வீட்டுக்குப் போனார்கள். அவர்கள் நுழையவும் லியாகத் அலி கடைக்குப் போய்விட்டு வரவும் சரியாக இருந்தது. சைக்கிளிலிருந்து ஒரு பையை எடுத்துக்கொண்டு வீட்டுக்குள் நுழைந்தபோது ஓடிவந்த பெண் குழந்தை அவர் காலைக் கட்டிக்கொண்டு "அப்பா" என்றது. அவர் குனிந்து பையை விரித்து, "என்ன இது, சொல்லு பாப்போம்?" என்று கேட்டார். அதைப் பார்த்த குழந்தை, "மாவு," என்றது. "இல்ல, சீனி" என்றார். அந்த உரையாடலைப் பார்க்க இனிமையாக இருந்தது. அவர்களை உட்காரச் சொல்லிவிட்டு உடைமாற்றிக்கொண்டு வந்தார். பின்னாலேயே அவர் மனைவி டீ கொண்டுவந்தார். அவரிடம் அவர்களை அறிமுகப்படுத்தினார்.

"வகுப்பெல்லாம் எப்படி இருக்கு?" இந்தக் கேள்வியைக் கல்லூரியில் அவர் இவ்வளவு சுதந்தரமாகக் கேட்க முடியாது.

"சார், சொல்லலாமான்னு தெரியல. ரெண்டு பேரோட வகுப்பு நல்லாயிருந்தா, இன்னும் ரெண்டு பேரோடது அவ்ளோ பயனுள்ளதாத் தெரியல," என்றான் சந்திரன்.

"நாங்க ரெண்டு பேரும் நண்பர்களானதே ஒரு ஆசிரியர், 'ஜெயகாந்தனோடது நரகல் நடை'ன்னு வகுப்புல சொன்னதக் கேட்ட அதிர்ச்சியாலதான். ஒரு வகையில அவருக்கு நாங்க நன்றி சொல்லணும்," என்றார் ஹரி புன்னகையுடன்.

"எல்லா இடத்திலும் அப்படித்தான் இருக்கும். நாங்களும் அப்படிப்பட்ட இடங்கள்ளதான படிச்சு வந்தோம். பாடத்தத் தாண்டி படிக்கிறதுலதான் நாம மேல போக முடியும். செய்யுள் உயர்ந்தது, உரைநடை தாழ்ந்ததுன்னு தமிழாசிரியர்கள்கிட்ட ஒரு கருத்து உண்டு. அதனால்தான் சிறுகதை, நாவல் குறித்தெல்லாம் அவர்கள்கிட்ட நல்ல அபிப்பிராயம் கிடையாது. அதிகம்

படிக்கவும் மாட்டாங்க. உங்களுக்குப் பாடமா இருக்குற கட்டுரைத் தொகுதிலகூட பாருங்க. கட்டுரைகளுக்கிடையே மேற்கோள் காட்டும் சாக்கில் நிறைய பழம் கவிதைகள இட்டு நிரப்பியிருப்பாங்க. உரைநடை தனியா இயங்க முடியாதுன்னு அவங்களுக்கு ஒரு பயம் இருக்கும். அதிலும் ஜெயகாந்தனோட கதைகள்ல கொச்சை வழக்கு அதிகம் இருக்கும். அந்தப் பாத்திரங்களை எப்படி செந்தமிழ் பேசவைக்க முடியும்? அது ஒரு பக்கம் இருக்க, அவரோட உரைநடை தமிழுக்கு ஒரு புதுத் திறப்பு. அதெல்லாம் புரிஞ்சிக்க முன்முடிவுகளை விட்டுடணும். மனசு விசாலப்படணும்," என்றார். ஹரியும் சந்திரனும் ஒருவரையொருவர் பார்த்து முறுவலித்தார்கள்.

"சார், உங்க கவிதைகள் சிலதை நாங்க ரெண்டு பேரும் சேந்து படிச்சோம். புரிஞ்சும் புரியாமலும் இருக்கோம். இப்படியான கவிதைகளைப் படிப்பது இதுதான் முதல் தடவை. ஆனா, புரியலன்னு விட்டுற முடியல்ல. ஏதோ ஒன்னு அதில ஈர்த்துக்கிட்டே இருக்குது," என்றான் சந்திரன்.

உள்ளேயிருந்து வந்த குழந்தை அவர் மடியில் ஏறிக் கொண்டு அவர் கைவிரல்களைப் பிரித்துப் பிரித்து ஏதோ பேசிக்கொண்டிருந்தது.

"நல்லது. என் கவிதைகள் கூட்டு வாசிப்புக்கு ஏற்றவை அல்ல என்று நினைக்கிறேன். நீங்க பார்க்கும் கவிதைகள் முதல்ல என் மனசில தோன்றின வடிவத்திலும் மொழியிலும் இருந்தவை அல்ல. எனக்குள் உண்டாகும் ஒரு அனுபவ அழுத்தம் மனசுக்குள்ளேயே அசைந்து அசைந்து ஒரு கட்டத்துல தாங்க முடியாமல் வெளியே வரும். அந்த அழுத்தத்துக்குப் புழக்கத்தில் இருக்கும் மொழி ஈடாகாமல் போய்விடலாம். ஆனாலும் எழுதுவதைத் தவிர்க்க முடியாதே. அப்படி வேறு ஒரு ரூபத்தில், வேறு ஒரு மொழியில் அது உருப்பெறுகிறது. அதுதான் நீங்க பார்ப்பது. இது கவிஞர்களோட நித்தியப் பிரச்சனை. ஒரு கவிதை புரிஞ்சாகணும்கிற கட்டாயம் இல்ல. கவிதைல ஒரு அனுபவம் இருக்கு பாருங்க. அது உங்களுக்கு சாத்தியமாகுதான்னு பாருங்க. அனுபவத்தை உணர்ந்தால் போதும். இன்னிக்குப் புரியாதது கொஞ்ச நாள் கழித்துப் புரியலாம். அதற்கப்புறம் இன்னொரு நாள் அதே கவிதை வேறு ஒரு அர்த்தத்தைத் தரலாம். ஆனால், புரிதலுக்கு அப்பால் உணர்தல்தான் கவிதையின் சாரம். அது கிடைக்கும்போது என் கவிதை உங்களுடையதாகிவிடும்.

"புழக்கத்திலுள்ள எளிய வார்த்தைகளிலிருந்துதான் கவிதை மொழி வருகிறது. ஆனால், கவிதையில் அவை ஒரு புதுத் தொனியில் வெளிப்படும். அகராதிகள் செயலிழக்கும் இடம்

இது. வார்த்தைகள் இருந்தும் இல்லாதவைகளாக இருக்கின்றன. 'என்னைத் தாண்டிச் செல்' என்று அவை வாசகனுக்கு சைகை காட்டுகின்றன. உங்களுக்கு இன்னும் கொஞ்சம் வயசு ஆகணும். வெவ்வேறு விதமான கவிஞர்களின் படைப்புகளைப் படிங்க. நாட்பட அவற்றின் அனுபவம் உங்களுக்குக் கிடைக்கலாம்."

"சார், திறக்கவே முடியாத பூட்டுக்கு சாவி கெடச்சதுபோல இருக்கு. ரொம்ப நன்றி."

அவர்கள் கிளம்பும்போது, "மெயின் ரோடு வரை நானும் வர்றேன்," என்றார் லியாகத் அலி. மூன்று பேரும் நடந்தார்கள். முனையில் ஒரு டீக்கடை இருந்தது. "டீ குடிக்கலாமா," என்று அவர் கேட்க, "எனக்கு காபி," என்றார் ஹரி. "அய்யோ, வீட்டுல கேக்காம டீ கொடுத்துட்டோமே," என்றார். "பரவால்லீங்க, சார். பொதுவா நான் டீதான் குடிப்பேன். இப்ப என்னவோ காபி குடிக்கலாம்னு தோணுச்சு" என்று ஹரி சொன்னார்.

இதற்கிடையில் ஹரி தனக்காக ஒரு அறையை வாடகைக்கு எடுத்தார். கல்லூரியிலிருந்து பத்து நிமிட நடையில் போய் விடும் தூரம். விடுமுறை நாட்களில் இரண்டு பேரும் அங்கு கூடுவார்கள். வேறு நண்பர்கள் சிலரும் வருவார்கள். அரசியல், இலக்கியம் பற்றி அதிகமும் பேசிக்கொள்வார்கள். ஹரி நிறைய நகைச்சுவைத் துணுக்குகள் சொல்வார். அனுபவத்திலிருந்தும் கேள்விப்பட்டதிலிருந்தும் அவை கிளம்பும். ஒரு சமயம் அவருடைய நண்பர்கள் இரண்டு பேர் வெளியூர் ஒன்றுக்கு ஒரு வேலையாகப் போனார்களாம். நேரம் கிடைத்தபோது அங்கிருந்த நூலகத்துக்குப் போயிருக்கிறார்கள். போனவர்கள் சிறிது நேரத்தில் தங்களுக்குள் பேச ஆரம்பித்திருக்கிறார்கள். பொறுத்துப் பார்த்த நூலகர் வந்து, "என்னப்பா இப்படிப் பேசறீங்க. இங்க பேசக்கூடாதுன்னு தெரியாதா?" என்று எச்சரித்திருக்கிறார். அதற்கு அவர்கள், "நாங்க வெளியூருங்க," என்று பதில் சொன்னார்களாம். தன் அண்ணனுடைய நகைச்சுவை உணர்வோடு ஒப்பிட்டால் தன்னுடையது ஒன்றுமேயில்லை என்று சொல்வார்.

கல்லூரியில் சேர்ந்து ஆறு மாதங்கள் கழித்து ராமசாமி சந்திரனுக்கு சைக்கிள் வாங்கிக் கொடுத்தார். அதுவரை டவுன் பஸ்ஸில்தான் அவன் கல்லூரிக்குப் போய்வந்தான். ரயில் ரோடில் போய் பஸ் பிடிக்க வேண்டும். நூறு ரூபாய்க்கு வாங்கிய பழைய சைக்கிள் அது. "பத்து ரூபாய் செலவழிச்சா ஓவராயில்

செஞ்சிரலாம்," என்றார் ராமசாமி. புத்தகங்கள், டிபன் பாக்ஸ் வைக்க கேரியரோடு இணைத்து ஒரு தகரப் பெட்டியைப் பொருத்திக்கொண்டான். அதற்கொரு பூட்டு இருக்கும். உணவு இடைவேளையின்போது டிபன் பாக்ஸை எடுத்தால் போதும். ஓவராயில் செய்யப்பட்ட சைக்கிளை ஓட்டுவதே தனி சுகம். லகுவாக ஓடுவதல்லாமல் ஓட்டுகிறவன் சொல்வதைப் பணிவாகக் கேட்கும். பெடலைப் பின்பக்கமாகச் சுழற்றிப் பார்த்தால் பூவைக் கையாள்வது போல இருக்கும். விரும்பிய இடத்துக்குப் போகும் வசதி உண்மையில் ஒரு பெரிய விடுதலை. மூன்றாம் வகுப்பில் ஆரம்பித்த குரங்கு பெடல் பயிற்சி உயர்நிலைப்பள்ளியில் இயல்பாகி கௌசல்யா வீட்டுக்கு சமயத்தில் வாடகை சைக்கிளில் தனியாகப் போகும் அளவுக்கு முன்னேறினான். கேரியரில் விறகு வைத்துக் கட்டி வீட்டுக்குக் கொண்டுவந்தான். அவனுக்கென்று கிடைத்த முதல் உடைமையில் முதல் நாள் கல்லூரிக்குப் போனபோது கர்வமாக இருந்தது. கல்லூரியில் அதற்கென்று இருந்த இடத்தில் நிறுத்திப் பூட்டி சாவியை கால்சட்டைப் பாக்கெட்டில் போட்டுக்கொண்டது புது அனுபவமாக இருந்தது. ஆசிரியர்களின் சைக்கிள்களை நிறுத்த பக்கத்திலேயே ஒரு இடம் இருந்தது. அவர்களில் இரண்டு, மூன்று பேர்தான் ஸ்கூட்டரில் வந்தார்கள்.

விடுமுறை நாள் ஒன்றில் சிட்டிபாபுவின் வீணைக் கச்சேரிக்கு இரண்டு பேரும் போனார்கள். ஹரி சொல்லித்தான் அப்படி ஒரு கச்சேரி நடப்பது அவனுக்குத் தெரியவந்தது. அதுமாதிரி ஒரு இசை நிகழ்ச்சிக்கு அவன் போவது அதுதான் முதல் தடவை. டிக்கெட் கிடையாது. அவர்கள் கல்லூரிக்கு எதிரில் இருந்த ஒரு கூடத்தில் நடந்தது. பக்கத்தில் இருந்தும் அந்த இடத்துக்கு அவர்கள் போனதில்லை. கேட்க நன்றாக இருந்தது என்பதற்கு அப்பால் அவனால் கச்சேரியைப் பற்றி வேறெதுவும் சொல்ல முடியவில்லை. தொடர்ந்து கேட்டால் கொஞ்சம் ஒன்றலாம் என்று ஹரி சொன்னார். கர்நாடக சங்கீதத்தின் அடிப்படைகள் ஓரளவுக்குத் தனக்குத் தெரியும் என்று சொன்னார். கச்சேரிக்கு வந்தவர்களில் நிறையப் பேர் சௌகரியமான வாழ்க்கையை வாழ்பவர்கள் என்பது அவர்கள் தோற்றத்தில் தெரிந்தது. அப்படியான சந்தர்ப்பங்களில் சந்திரன் மனதில் அவன் பெற்றோர் வந்துபோவது வழக்கமாக நடக்கும். கச்சேரி முடிந்து தான் வழக்கமாக சாப்பிடும் ஹோட்டலுக்கு சந்திரனை ஹரி அழைத்துப்போனார். வீட்டுக்குப் போகிறேன் என்று சொன்னவனைக் கட்டாயப்படுத்திக் கூட்டிப் போனார். சாப்பிட்டு முடிந்து ஒரு நோட்டில் கணக்கெழுதினார். ஒரு

கணம் யோசித்தவர் கல்லாவில் உட்கார்ந்திருந்தவரிடம், "ஒரு பதினஞ்சு ரூபா வேணும்," என்று கேட்டார். அவரும் உடனே கொடுத்தார். திரும்பவும் அந்த நோட்டில் அந்தத் தொகையை எழுதினார். சந்திரனுக்கு இது ஆச்சரியமாக இருந்தது. "இது வழக்கமா நடப்பதுதான். மாதக் கடைசில தீர்த்துடுவேன்," என்றார்.

இடதுசாரி மாணவர் அமைப்பைக் கல்லூரியில் நிறுவுவதற்கான ஏற்பாடுகளை ஹரி முன்னின்று செய்தார். எழுபது மாணவர்கள் போல அதில் உறுப்பினர்களாகச் சேர்ந்தார்கள். சந்திரனும் அவர்கள் வகுப்பிலிருந்த கிருஷ்ணனும் சேர்ந்தார்கள். கிருஷ்ணன் எப்போதும் உற்சாகத்துடன் தென்படும் மாணவன். கவிதைப் பித்து உண்டு. கவிதை என்றால் அப்போது பலரால் பிரபலமாகிக்கொண்டிருந்த ஜனரஞ்சகக் கவிதை. நிறைய சினிமா பார்ப்பான். புதிதாக வெளியாகும் படத்தைப் பார்த்துவிட்டு வந்து அதன் பாடல் வரிகளைச் சொல்வான். பாடல் காட்சிகளையும் அலசுவான். சினிமாவுக்குப் பாட்டு எழுதும் ஆசை அவனுக்கு இருக்குமோ என்றுகூட சந்திரன் சந்தேகப்பட்டான். "சலிப்பா இருக்கு" என்று சொன்னாலும் விடமாட்டான். ஆனாலும் அவனோடு பேசுவது மகிழ்ச்சியாக இருக்கும். மாணவர் அமைப்பின் பொறுப்புகளுக்கு வேறு மாணவர்களே வந்தார்கள். ஹரியைக் கலந்தாலோசித்துத்தான் அவர்கள் செயல்பட்டார்கள். அந்த சந்தர்ப்பத்தில் ஹரி ஒரு நாள் சந்திரனைக் கட்சி அலுவலகத்துக்குக் கூட்டிக்கொண்டு போனார். மாவட்டச் செயலாளரும் இன்னும் ஓரிருவரும் இருந்தார்கள். சந்திரனை ஹரி அறிமுகப்படுத்தியபோது அவர்கள், "வணக்கம், தோழர்," என்று சொன்னார்கள். அதைக் கேட்ட அவன் சங்கோஜப்பட்டான். அவர்கள் எல்லாருமே ஒருவரையொருவர் அப்படித்தான் அழைத்துக்கொண்டார்கள். அந்த வார்த்தை மிக இயல்பாக அங்கே ஒலித்துக்கொண்டிருந்தது. ஹரியை அவர்கள் மரியாதையுடன் நடத்தினார்கள். கட்சியின் செயல்பாடுகள் சிலவற்றை அவரோடு அவர்கள் விவாதித்தார்கள். விடைபெறும்போது, "அடிக்கடி வந்து போங்க, தோழர்," என்று சந்திரனைப் பார்த்துச் சொன்னார்கள்.

அவர்கள் இரண்டாமாண்டு படிக்கும்போது அண்டை நாட்டின் கிழக்குப் பகுதி புதிய நாடாக உருவானது. அதற்கு இறையாண்மை அங்கீகாரம் வழங்க வேண்டும் என்று உலக நாடுகளையும் ஐ.நா.வையும் கோரும் ஒரு ஊர்வலத்தைக் கல்லூரி மாணவர்கள் மாநிலத்தில் அங்கங்கே நடத்தினார்கள். அந்தப் புதிய நாட்டுக்கான ஆதரவு பரவலாகத் தன்னெழுச்சியுடன்

வெளிப்பட்டது. ஓரிரு நாள் தயாரிப்பில் கிட்டத்தட்ட முக்கால்வாசி மாணவர்கள் கலந்துகொண்ட பெரிய ஊர்வலம் ஒன்றை நகரத்தின் முக்கியச் சாலைகள் வழியே அவர்களால் நடத்த முடிந்தது. மாணவிகளும்கூட ஆர்வத்துடன் பங்கேற்றார்கள். ஊர்வலத்தின் முடிவில் ஹரி ஆவேசமாக உரை நிகழ்த்தினார். மெல்லிய உடலிலிருந்து எப்படி இவ்வளவு ஆவேசமான குரல் சீறி வருகிறது என்று சந்திரன் மட்டுமல்ல, பலரும் ஆச்சரியப்பட்டார்கள். மாணவர்களிடையே அவர் பிரபலமானது அந்த சந்தர்ப்பத்தில்தான். தனக்கு அவர் நண்பர் என்பதில் சந்திரன் கர்வப்பட்டான்.

தனக்கு மார்க்சியத்தை நேரிடையாகப் போதித்தவர் ஒரு டாக்டர் என்றும் அவர் சுதந்தரப் போராட்டத்தில், குறிப்பாக 1942 ஆகஸ்ட் இயக்கத்தில் பங்கேற்றவர் என்றும் ஹரி ஒரு முறை சந்திரனிடம் சொன்னார். விரிவாகப் படித்தவர் என்றும் பல விஷயங்களைக் குறித்து சுவாரசியமாகப் பேசுவார் என்றும் சொன்னார். “இப்ப அவர் அதிகம் நோயாளிகளைப் பாக்கிறதில்ல. பழைய ஆட்கள் சில பேர் வருவாங்க. ஃபீஸெல்லாம் கொறச்சிதான் வாங்குவார். அசிஸ்டெண்ட்கூட வெச்சிக்கல,” என்றார். அவனைப் பற்றி அவரிடம் சொல்லியிருப்பதாகவும் வாய்ப்பு கிடைக்கும்போது அவரைச் சந்திக்கலாம் என்றும் குறிப்பிட்டிருந்தார். அவர் பெயர் பரம்பொருள் என்று ஹரி சொன்னதைக் கேட்டது சந்திரனுக்குப் பெரிய ஆச்சரியமாகப் போய்விட்டது. ஒரு மார்க்சிஸ்ட்டுக்கு அப்படி ஒரு பெயர் இருப்பது சுவாரசியம்தான். சமாதானம், நிதானம் வகையைச் சேர்ந்ததோ என்று மனதுக்குள் சிரித்துக்கொண்டான். பொதுவாக டாக்டர்களுக்கு அப்படியான ஈடுபாடெல்லாம் இருக்காதே என்று நினைத்தான். அந்தக் காலச் சூழல் அவரைப் போராட்டத்தை நோக்கி ஈர்த்திருக்கலாம் என்றும் தோன்றியது.

படிப்பு, ஆசிரியர்கள் பற்றி சந்திரனிடம் ராமசாமி அவ்வப்போது கேட்டுக்கொள்வார். தீர்மானமான அபிப்பிராயம் எதுவும் சொல்லமாட்டார். அவன்மீது கொண்ட நம்பிக்கை அதற்குக் காரணமாக இருக்கலாம். கல்விக் கட்டணம் செலுத்த வேண்டிய தேதியைக் கொஞ்சம் முன்கூட்டியே சொல்லும்படி சொல்வார். அப்படிச் சொல்லியும் இரண்டாமாண்டுக் கட்டணத்தை அபராதத்துடன்தான் செலுத்த வேண்டியதாயிற்று. ஹரியைப் பற்றி ஒரு நாள் அவரிடம் அவன் சொன்னான். கேட்ட அவரும் சந்தோஷப்பட்டார். ஹரியைப் பற்றிக் குறிப்பிடும்போது

'அவர்' என்றே அவரும் சொன்னது விசித்திரமாக இருந்தது. நாள் போகப் போக தான் அப்பாவிடமிருந்து விலகுகிறோமோ என்று சந்தேகப்பட்டான். இது இயல்பானதா தானே உருவாக்கிக்கொள்வதா என்று அவனுக்குக் குழப்பமாக இருந்தது. அவன் வீட்டிலிருக்கும் நேரமும் கொஞ்சம் கொஞ்சமாகக் குறைந்துகொண்டே போனது.

அவனுக்குப் பிடித்த ஒரு எழுத்தாளரை நேரில் பார்க்கவும் அவர் பேசுவதைக் கேட்கவும் ஒரு வாய்ப்பு வந்தது. சோவியத் ரஷ்யாவோடு கலாச்சார உறவைப் பேணுவதற்கென்று உருவான ஒரு அமைப்பின் கிளை டவுனில் உற்சாகமாகச் செயல்பட்டு வந்தது. குறிப்பிட்ட இடதுசாரிக் கட்சியின் ஆதரவுடன் அது செயல்பட்டாலும் காங்கிரஸ் கட்சியின் பிரமுகர்களும் அதில் ஈடுபாடு காட்டினார்கள். அந்த அமைப்பு ஒரு பட்டிமன்றத்தை ஏற்பாடு செய்தது. ஹரியும் சந்திரனும் அதற்கு ஆர்வத்துடன் போனார்கள். காந்தியமும் மார்க்சியமும் உடன்பாடானவை, முரண்பாடானவை என்று இரண்டு கட்சிகளாகப் பிரிந்து வாதிட்டவர்களில் சந்திரன் அதுவரை புத்தகங்களிலும் செய்தித்தாள்களிலும் பார்த்தவர்கள் இருந்தார்கள். முற்போக்குச் சிந்தனையும் செயலும் கொண்ட ஆன்மீகப் பெரியவர் ஒருவர் நடுவராக இருந்தார். இடதுசாரிப் பிரமுகர்களும்கூட அவரிடம் பேசும்போது ஆதீன விதிகளை உடல்மொழியில் காட்டினார்கள். அது இயல்பாகவும் தென்பட்டது. அவர் அந்த மரியாதைக்குத் தகுதியானவர் என்று ஹரி சொன்னார். முரண்பாடானவை என்ற கட்சிக்குத் தலைமை தாங்கி வாதிட்டார் இடதுசாரிக் கட்சித் தலைவர். அடுத்த கட்சியை முன்னெடுத்துப் பேசினார் எழுத்தாளர். இரண்டு பேரின் பேச்சையும் கேட்டு சந்திரன் உணர்ச்சிவசப்பட்டிருந்தான். அவர்கள் பேசினார்கள் என்பதைவிட கர்ஜித்தார்கள் என்று சொல்வதுதான் சரி. அவர்கள் முன்வைத்த கருத்துகள் அவனைப் புது பிராந்தியத்துக்குள் தள்ளின. மனிதகுலத்தின் சிந்தனைப் போக்கை மாற்றிய இரண்டு உன்னத ஆளுமைகளைப் பற்றித் தெரிந்துகொள்ள எவ்வளவோ இருக்கிறது என்பதை உணர்ந்தான். அவ்விரண்டு இசங்களின் இறுதி இலக்குகள் ஒன்றாக இருந்தாலும் வழிகள் வேறானவை என்பது மட்டுமே அப்போதைய அவன் புரிதலாக இருந்தது. ஒன்று அகம் சார்ந்ததாகவும் இன்னொன்று புறம் சார்ந்ததாகவும் தோன்றின. ஆனால், அந்தப் புரிதல் தற்காலிகமானதுதான் என்றும் தெரிந்தது. அவ்விரண்டு சிந்தனைகளும் உடன்பாடானவையே என்று அந்தப் பெரியவர் தீர்ப்பு சொன்னார்.

ஹரி இந்த மாதிரியான கூட்டங்களுக்கும் பேச்சுகளுக்கும் பழக்கப்பட்டவராகத் தெரிந்தார். அவர் பொது வெளியில் பேசும் விதத்தில் அந்த எழுத்தாளரின் சாயல் அதிகம் இருந்ததையும் சந்திரன் கவனித்தான். அந்த எழுத்தாளரைக் கல்லூரித் தமிழ்த் துறை சார்பாக அழைத்துப் பேசவைக்க வேண்டும் என்று சந்திரன் ஆசைப்பட்டான். மற்ற மாணவர்களும் அவர் பேச்சைக் கேட்டு அவர்களின் கூட்டிலிருந்து வெளியே வரட்டும் என்று நினைத்தான். இரண்டு பேருமாகத் துறைத் தலைவரிடம் அந்த எண்ணத்தை முன்வைத்தபோது அவர் அதற்கு உடன்படவில்லை. இவர்களும் இரண்டு நாள் கழித்து அவரிடம் மீண்டும் பேசினார்கள். அவர் தன் நிலையை மாற்றிக்கொள்வது மாதிரி தெரியவில்லை. ஆசிரியர் லியாகத் அலியிடம் அது குறித்துப் பேசலாம் என்று அவர்களுக்குத் தோன்றியது. அவரும் அந்த எழுத்தாளர் வருவதில் ஆர்வம் காட்டினார். அவர்மீது துறைத் தலைவருக்கு இருந்த மரியாதை காரணமாக அவர் வற்புறுத்தியபோது அரைமனதுடன் ஒப்புக்கொண்டார். மிகுந்த உற்சாகத்துடன் ஏற்பாடு நடந்தது. எழுத்தாளரின் உள்ளூர் நண்பரை வைத்துத் தேதியை நிர்ணயம் செய்தார்கள். இரண்டு நண்பர்களோடு அவர் கூட்டத்துக்கு வந்தார். அரங்கிலும் தாழ்வாரத்திலும் மாணவர் கூட்டம் நிரம்பியிருந்தது. மற்ற துறைகளிலிருந்தும் ஆசிரியர்கள் வந்தார்கள். 'சுய சிந்தனையை வளர்க்காத கல்விச்சாலைகள் நிரம்பிய தேசம். எளிய வேலைக்குக்கூட லாயக்கில்லாதவர்களை உற்பத்தி செய்யும் பாடத்திட்டம். ஒட்டுமொத்த உலகமும் ஒரே திசையில் போனாலும், அது தவறென்று தெரிந்தால், அதற்கு எதிர்த் திசையில் கம்பீரமாக நடக்கும் துணிச்சல் கொண்டவனே படிப்பாளி,' என்பதுதான் அவர் அன்று பேசியதின் சாரம். நடப்பில் இருந்த ஏட்டுச்சுரைக்காயைக் கடுமையாகச் சாடினார். அவர் பேசிய பாணியில் அரங்கம் அதிர்ந்தது. மாணவர்கள் பலரும் மகிழ்ச்சி யடைந்தார்கள். ஆசிரியர்கள் பலர் மனம் புண்பட்டதாகப் பிறகு தெரியவந்தது. ஹரிக்கும் சந்திரனுக்கும் திருப்தி தந்த அந்த நிகழ்வு அவர்கள் பேச்சில் சில நாட்கள் வந்துபோனது.

7

மூன்றாமாண்டு படிக்கும்போது தனக்குப் பொது விஷயங்களில் கொஞ்சம் தெளிவு உண்டான மாதிரி சந்திரனுக்குத் தோன்றியது. கதையோ கவிதையோ படித்தால் அதைப் பற்றி ஏதாவது கருத்து சொல்ல முடிந்தது. ஹரியோடு நடத்தும் விவாதம், ஆசிரியர் லியாகத் அலியிடம் வகுப்புக்குள்ளேயும் வெளியேயும் கேட்கும் பாடங்கள், அவனே படிக்கும் இலக்கியப் பத்திரிகைகள், புத்தகங்கள் மூலம் படிந்த தெளிவு அது. அதைத் தெளிவு என்றும் உறுதியாகச் சொல்லத் தெரியவில்லை. சந்தேகங்களும் புதிது புதிதாகத் தோன்றிக்கொண்டேயிருந்தன. அப்படி இருப்பதுதான் நல்லது என்று லியாகத் அலி சொன்னார். அப்போதுதான் புதியதைத் தெரிந்து கொள்ளும் ஆர்வம் உண்டாகும் என்றார்.

ஒரு வெள்ளிக்கிழமை காலை வகுப்புகளுக்கு ஹரி வரவில்லை. பிற்பகல் வகுப்புகளுக்கு வந்தவர், காலை கட்சி அலுவலகத்துக்கு ஒரு வேலையாகப் போயிருந்ததாகச் சொன்னார். ஊருக்கு அன்று மாலை போவதற்குப் பதிலாக அடுத்த நாள் காலை போக இருப்பதாகச் சொன்னார். "நீயும் என்னோடு வா. நான் சொன்ன டாக்டரைச் சந்திக்கலாம். ரெண்டு நாளும் அவரோடு இருக்கலாம். ஞாயித்துக்கிழமை நீ திரும்பிரலாம். நான் ஒரு நாள் இருந்துட்டுத்தான் வருவேன். வீட்டில் சொல்லிடு. காலை எட்டு மணிக்கு பஸ்ஸ்டேண்டுக்கு வந்துடு," என்றார். வெளியூர், அந்நியர் வீட்டில் ஒரு இரவு தங்கல் எல்லாம் அவனுக்குப் புதிது. ஹரிக்கு அப்படியான வாழ்க்கை பழகிவிட்டதால் அவரால் அப்படிப் பேச முடிந்தது. வீட்டுக்குப் போன சந்திரன் அடுத்த நாள் ஹரியின் ஊருக்குப் போவதாகப் பெற்றோரிடம் சொன்னான். வசந்தாவுக்குக் கொஞ்சம் தயக்கமாக இருந்தது.

ராமசாமிக்கும் அது அவ்வளவாகப் பிடிக்கவில்லை. என்றாலும் ஹரியைப் பற்றித் தெரிந்திருந்ததால் ஒத்துக்கொண்டார். இருந்த கொஞ்சப் பணத்தை ராத்திரியே அவனிடம் கொடுத்தார். ஒரு நாளுக்கான உடையை அப்போதே பையில் எடுத்து வைத்துக்கொண்டான்.

டாக்டரைப் பற்றிய எதிர்பார்ப்பு ஊர் கிட்ட வர வர சந்திரனுக்கு அதிகரித்தது. பத்து மணிக்கெல்லாம் டாக்டரின் ஊரை அடைந்துவிட்டார்கள். “என் ஊர் பக்கந்தான். நான் நாளை ராத்திரி போய்க்கிறேன். நாம இன்னொரு முறை எங்க ஊருக்கு நேராப் போலாம்,” என்றார் ஹரி. நடக்கும் தூரத்தில்தான் டாக்டர் வீடு என்று சொல்லி அழைத்துப் போனார். சந்திரனை ஹரி அவர்களுக்கு அறிமுகம் செய்துவைத்தார். அவரே டாக்டரையும் அவருடைய குடும்பத்தினரையும் சந்திரனுக்கு அறிமுகம் செய்தார். அவர்களுடைய மகளுக்கும் மகனுக்கும் வைத்திருந்த பெயர்களெல்லாம் வித்தியாசமாக இருந்தன. தமிழ்நாட்டு மார்க்சிய சரித்திரத்தோடு தொடர்புடைய ஒரு முக்கிய சம்பவத்தைக் குறிக்கும் வார்த்தையை மகளுக்குப் பெயராகச் சூட்டியிருந்தார்கள். மகன் பெயர் விஞ்ஞானம். அவர்களோடு ஹரி பழகிய விதத்தைப் பார்த்தால் அவர்கள் தோழமை பல ஆண்டு நீண்டது என்பது தெரிந்தது. அவர்களிடம் மிக இயல்பாக தன் நகைச்சுவையை வெளிப்படுத்தினார். டாக்டரின் மனைவி சாப்பிடச் சொன்னார். அவர் அரசாங்கக் கல்வி அலுவலகத்தில் வேலை பார்ப்பதாகச் சொன்னார்கள். அன்று விடுமுறை என்பதால் வீட்டில் இருந்தார். முன்கூட்டியே ஹரி கடிதம் எழுதியிருப்பார் போலிருக்கிறது. தயாராகத்தான் இருந்தார்கள்.

சாப்பிட்டானதும் சந்திரன், ஹரி, டாக்டர் மூவரும் தனியறைக்குப் போனார்கள். அது அவர் நோயாளிகளைப் பார்க்கும் இடம். அலமாரிகளில் மருந்துப் புட்டிகளும் அவர் மேஜையில் மருத்துவ உபகரணங்களும் இருந்தன. அறை எளிமையாக இருந்தது. டேபிளுக்கு முன்னால் இருந்த இரண்டு நாற்காலிகளில் ஹரியும் சந்திரனும் உட்கார்ந்தார்கள். டாக்டருக்கு வயது அறுபதை ஒட்டி இருக்கும் என்று தோன்றியது. பேச ஆரம்பிப்பதற்கு முன்பாக கணேஷ் பீடி ஒன்றைப் பற்ற வைத்தார். அதுதான் என்பது அதன் வடிவத்திலேயே தெரியும். கொஞ்சம் மெல்லிசாக, நீளமாக இருக்கும். “ஜெயில்ல ஏற்பட்ட பழக்கம். விட முடியல. மலபார் தோழர்கள் மூலம் வந்தது. சிகரெட்டுல இந்த அளவு சுகம் இருக்காது. ஹரிக்கு இந்தப்

புகை பழக்கமாகிவிட்டது. தயவுசெய்து என்னைச் சகித்துக்கொள்" என்று சொல்லிச் சிரித்தார். கடைசிப் பகுதியை ஆங்கிலத்தில் சொன்னார். குடும்பம், ஊர், பெற்றோர் பற்றி சந்திரனிடம் கேட்டார். சொல்லும்போது சித்தப்பா குழந்தைவேலுவைப் பற்றியும் சொன்னான். அவர் அப்போது காங்கிரஸ் கட்சிப் பிரமுகர் என்பதோடு சுதந்தரப் போராட்டத்திலும் ஈடுபாடு காட்டியவர் என்ற காரணத்தால், ஒரு வேளை இவருக்குத் தெரிந்திருக்கும் என்ற யூகத்தில் சொன்னான். அதைக் கேட்டதும் டாக்டர் முகத்தில் ஆச்சரியமும் சந்தோஷமும் படர்ந்தன.

"குழந்தைவேலு உனக்கு சொந்த சித்தப்பாவா?'

"அப்பாவுக்கு சின்னம்மா மகன்."

"இது எவ்ளோ தற்செயல் பாரு, ஹரி. ஒனக்குப் பழைய விஷயமெல்லாம் தெரியும். ஆனா ஒனக்கே இந்தத் தொடர்பு புதுசா இருக்கும்."

சந்திரனைப் பார்த்துப் பேசத் தொடங்கினார்:

"நாப்பத்திரண்டு ஆகஸ்ட் போராட்டம் பத்தி படிச்சிருப்ப. நான் அப்போ மெடிக்கல் காலேஜ்ல கடைசி வருஷம் படிச்சிக்கிட்டிருந்தேன். சுதந்தரப் போராட்டத்துல நாமும் ஏதாவது செய்யணும்ன்ற ஆவேசம் மனசில இருந்தது. வெறுமன ஊர்வலம் போறது, மனு கொடுக்கிறது என்பதால எதுவும் நடக்காதுன்னு தோனிக்கிட்டிருந்தது. பம்பாய் காங்கிரஸுல ஆகஸ்ட் எட்டாம் தேதி காந்தி இறுதிப் போராட்டத்தை அறிவிச்சார். பிரிட்டிஷ் அரசாங்கம் இந்தியாவ விட்டு வெளியேறணும்கிறதுதான் ஒற்றைக் கோரிக்கை. தானே பொறுமை இழந்துட்டுதா காந்தி சொன்னார். 'செயல் அல்லது மரணம்' என்ற கோஷத்தை முன்வச்சார். இளைஞர்களுக்கும் மாணவர்களுக்கும் பெரிய உத்வேகத்தக் கொடுத்த பிரகடனம் அது. சொல்லப்போனா, அவங்க ரொம்ப நாளா எதிர்பாத்துக் கிட்டிருந்த நாள் அது. கல்லூரி மாணவர்கள் சிலபேர் மத்தியில ஒரு எழுச்சி உண்டானது. அவர் பேசி சில மணி நேரத்துல காந்தி உட்பட எல்லா முக்கியத் தலைவர்களையும் கைது செஞ்சுட்டாங்க. வழி நடத்தத் தலைவருங்க இல்லாததால இரண்டு நாள்லியே அங்கங்கே வன்முறை ஆரம்பிச்சது. ரயில்வே ஸ்டேஷன், போஸ்ட் ஆஃபிஸ்னு ஒடச்சாங்க, அல்லது கொளுத்தினாங்க. தந்திக் கம்பத்த சாச்சாங்க.

"அந்த வயசுல வன்முறைல ஈடுபடறதுல ஒரு சாகசம் இருக்குமில்லியா. அப்போ விடுமுறைனு வீட்டிலிருந்த நான் மூனு பேரோட சேர்ந்து போய் பக்கத்துல இருந்த ரயில் தந்திக்

கம்பத்தையும் கம்பிகளையும் சேதப்படுத்தினோம். அடுத்து இருந்த சின்ன ஸ்டேஷனே தூரத்தலதான் இருந்தது. ரயில் தொடர்பு அறுந்து போயிடிச்சு. தகவல் கெடச்சி சரி பண்ண சில மணி நேரம் ஆகும். இடையில் ரயில் போக்குவரத்தும் நின்னுபோச்சு. முன்கூட்டியே நாங்க பேசி வெச்சதுபோல அவங்கவங்களுக்குத் தெரிஞ்ச அயலூருக்குத் தப்பித்தோம். எல்லாம் முப்பது, நாப்பது மைலுக்குள்தான். அப்படி நான் போன ஊர்தான் இவங்களோடது. குழந்தைவேலுவை முன்னமே காங்கிரஸ் கூட்டங்கள் மூலம் எனக்கு லேசான அறிமுகம் உண்டு. நானும் ஓரிரு கூட்டங்கள்லே பேசியிருக்கேன். அப்போ சேலத்துல இருந்த வேறொரு நெருங்கிய நண்பர் குழந்தைவேலு வீட்டுக்குக் கூட்டிக்கொண்டு போனார். ஒரு வாரம் போல அவர் என்னைத் தன் வீட்டில் வைத்துக்கொள்ள ஒத்துக்கிட்டார். அவரோட விவசாய நெலத்துல இருந்த வீட்டுல தங்க வெச்சார். அவங்க அம்மாவிடம் மத்த விவரம்லாம் சொல்லாம பள்ளிச் சிநேகிதம் என்று சமாளித்தார். எனக்கு எங்க அப்பா, அம்மாவை சமாளிக்கிறதுதான் பெரும்பாடா போயிடிச்சு. ஒரே மகன் வேற. நாள் ஆக ஆக எல்லாத்துக்கும் அட்ஜஸ்ட் ஆகிட்டாங்க."

சந்திரன் இதையெல்லாம் காட்சிகளாகக் கற்பனை செய்துகொண்டிருந்தான். சித்தப்பா இதைத் தன்னிடம் சொன்னதில்லையே என்று தோன்றியது. நாம் இவரைச் சந்திப்போம் என்று அவருக்கு எப்படித் தெரியும்? அவரைப் பார்த்துச் சொல்லவேண்டும் என்று நினைத்துக்கொண்டான்.

"டாக்டர், உங்க பேரு உங்களுக்கு எப்பவும் அசௌகரியமா இருந்ததில்லையா?" சந்திரன் கேட்டான்.

"அப்பா, அம்மா வெச்ச பேரு. எவ்ளோ நம்பிக்கை பாரு. பல பேரைப் போல, குடும்பச் சூழல் காரணமா எனக்கும் சின்ன வயசுல கடவுள் நம்பிக்கை இருந்துச்சு. நாளடைவுல அதுல இருந்து வெளியே வந்துட்டேன். பேர மாத்திருந்திருக்கலாம்தான். ஆனா அப்படியே இருக்கட்டும்னு விட்டுட்டேன். பேருங்க ஆளோட குணத்தக் காட்டுதா என்ன? அன்பானந்தம்னு பேர வெச்சுக்கிட்டு அந்தாள் எப்பவும் சக மனுஷன் மேல வெறுப்பக் கக்குவான் தெரியுமா? பேர்ங்கிறது சும்மா ஒரு அடையாளம்தான். அதுக்கு மேல அதுக்கு முக்கியத்துவம் கிடையாது. அசௌகரியமான்னு கேட்ட இல்ல? அப்படி எல்லாம் இல்ல. என்கிட்ட வர்ற நோயாளிங்களுக்கு அந்தப் பேரு நம்பிக்கை கொடுக்கலாமோ, என்னவோ?" என்று சொல்லும்போதே சிரித்துவிட்டார்.

அழைப்பு மணி கேட்டது. கொஞ்சம் கழித்து டாக்டரின் மனைவி வந்து, "பேஷன்ட்டுங்க ரெண்டு பேரு வந்திருக்காங்க," என்றார். "நான் அவங்கள பாத்துர்றேனே," என்றார் டாக்டர். சந்திரனும் ஹரியும் கூடத்துக்குப் போனார்கள். விஞ்ஞானத்திடம் அவன் பள்ளிக்கூடம் பற்றி சந்திரன் விசாரித்தான். சில நிமிடங்கள் கழித்து டாக்டர் உள்ளே வரச் சொன்னார்.

அந்த வீட்டுப் பெயர்களே சுவாரசியமாக இருந்தன. ஒரு பெயருக்குக் காரணம் தெரிந்தது. இன்னொன்றுக்குக் காரணம் தெரியவில்லை.

"அதென்ன அனெக்ஸ்?"

"ஹரிக்கு எல்லாம் தெரியும். அனெக்ஸுனா துணைக் கட்டடம்னு ஒரு அர்த்தம் இருப்பத நீ படிச்சிருப்ப. காலேஜ் முடிக்க எனக்குக் கூடுதலாக இரண்டு ஆண்டுகள் ஆனது. சந்தேகத்தின் பேரில என்மீது நிர்வாகத்துக்குப் புகார் போனது. ஒரு வருஷம் சஸ்பெண்ட் செய்தார்கள். அப்புறம் ஒரு வருஷம் ஃபெயிலானேன். நாப்பத்தைந்துலதான் படிப்ப முடிச்சேன். ஊர்லயே கிளினிக் ஆரம்பிச்சேன். இது இல்ல, அது வேற இடம். காங்கிரஸோட எனக்கிருந்த தொடர்பப் பத்திப் பெருசா சொல்லிக்க முடியாது. நாப்பத்திரண்டின் சாகசக்காரன், அவ்ளோதான். லட்சியவாதம் பள்ளியிலிருந்தே ஆட்டிப்படைச்சது. காங்கிரஸ் மேலே நம்பிக்க கொறைஞ்சுபோச்சு. ஜெயப்ரகாஷ் நாராயண், ராம் மனோகர் லோகியா போன்ற காங்கிரஸ் சோஷலிஸ்ட் தலைவர்களும் ஒரு புறம் ஈர்த்தார்கள். காந்தியத்தையும் மார்க்சியத்தையும் இணைக்கும் முயற்சியில் அந்தக் குழு இருந்தது. தொழிலாளிகளையும் உழைப்பாளிகளையும் காங்கிரஸுக்குள் கொண்டுவர அவர்கள் முயன்றார்கள். முப்பத்தி நாலுல தொடங்கிய கட்சிய நாப்பத்தி எட்டுல அவங்க கலச்சிட்டாங்க. என் மனசு மார்க்சியம் நோக்கிதான் சாஞ்சது. இது மாதிரியான குழப்பம் என்னோடது மட்டும் இல்ல. அப்போ சமூக அக்கறை இருந்த பல இளைஞர்களுக்கும் இருந்ததுதான். மார்க்சியத்தின் அடிப்படைகளைப் படிச்சேன். பிராக்டிஸ் ஆரம்பிச்ச பிறகு கம்யூனிஸ்ட் கட்சியில சேர்ந்தேன். நம்ம நடவடிக்கையெல்லாம் கவனிச்ச பிறகுதான் உறுப்பினர் அட்டை கொடுப்பாங்க. அட்டையும் வாங்கினேன். சாத்தியமான எல்லாப் போராட்டங்கள்லயும் கலந்துகிட்டேன். நாப்பத்தி எட்டுல கட்சியைத் தடை செஞ்சாங்க. விடுதலைக்குப் பிறகு புதுசா வந்தது பூர்ஷ்வா அரசாங்கம், அதைப் பாட்டாளி வர்க்கப் புரட்சி மூலம் தூக்கி எறியணும்னு கட்சி தீர்மானம் போட்டதுதான் தடைக்குக் காரணம்.

“அரசாங்கம் உறுப்பினர் லிஸ்ட்ட வெச்சுகிட்டு வேட்டை யாடினாங்க. சிக்கினா உயிருக்கெல்லாம் உத்தரவாதமில்ல. தலைமறைவானேன். அப்படியும் சில நாள்ல பிடிச்சிட்டாங்க. சேலம் மத்திய சிறையோட துணைக் கட்டடத்துல முந்நூறு தோழர்களைப் போல அடச்சாங்க. அப்பாவும் அம்மாவும் அழுது புலம்பினாங்க. என்னப் பாக்கவே அவங்களால முடியல. அனுமதி கெடைக்கல. ஒரு மாசம் கழிச்சுதான் பாக்க முடிஞ்சது. அப்பல்லாம் தமிழ் நாடுனு தனியா மாநிலம் கெடையாது. மெட்ராஸ் ஸ்டேட்னு கேரளா, கர்நாடகம், ஆந்திராவுல பெரும் பகுதி அடங்கினது. கேரள, ஆந்திரக் கம்யூனிஸ்ட் தோழர்களும் அங்கே இருந்தாங்க. நில உடைமையாளர்களின் ஆதிக்கத்தை எதுத்துப் போராடின கிசான் சபா விவசாயத் தோழர்களும் இருந்தாங்க. வெவ்வேற ஜெயில்ல பல தோழர்களையும் அடச்சாங்க. நாங்க மூனு கொட்டடியில இருந்தோம். எங்களக் கருப்புத் தொப்பி போடவெச்சாங்க. அரசியல் கைதிகளான நாங்க போடமாட்டோம்னு மறுத்தோம். கருப்புத் தொப்பி, திருடர்கள் போன்ற குற்றவாளிகள் போடறது. கட்சி தடை செய்யப்பட்டிருந்ததால குற்றவாளிகளுக்கு இணையாத்தான் எங்கள நடத்துவோம்னு ஜெயில் அதிகாரிகள் சொன்னாங்க. அவமானப்படும்படி நடத்துவார்கள். திடீரென்று கூப்பிட்டு ‘வரிசையா உக்காருங்க’ என்று சொல்வார்கள். ‘குளிக்க வரிசையாப் போங்க’ என்பார்கள். அப்பப்போ கடுமையான சித்ரவதைக்கும் ஆளானோம். கண்மூடித்தனமா அடிப்பாங்க. உடம்பு தொடர்பான நாசூக்கெல்லாம் எனக்குப் போனது அங்கேதான். அப்புறம் முன்னவே சொன்ன மாதிரி இந்த கணேஷ் பீடி,” என்று சொல்லிவிட்டு லேசாகப் புன்னகைத்தார்.

“எங்களைச் சித்ரவதைக்கு ஆளாக்கக்கூடாதுன்னும் அரசியல் கைதிகளா நடத்தணும்னும் ஐம்பதுல வந்த முதல் குடியரசு தினத்தன்னிக்குப் பெரிய அதிகாரிகளுக்கு மனு கொடுத்தோம். கீழ்நிலைல இருந்த அதிகாரிகளுக்கு இது பிடிக்கல. பிடிக்காதது மட்டுமல்ல, எங்க மேல கடும் வன்மத்தை வளத்திக்கிட்டிருந்தாங்கன்னு பிறகுதான் தெரிஞ்சது. பதினஞ்சி நாள் கழிச்சு ஒரு நாள் காலை எட்டு மணிக்கு டெபுடி ஜெயிலர் தலைமையில வந்த வார்டர்கள் பூட்டியிருந்த செல் கதவுகள் வழியாக துப்பாக்கிகள வெச்சு சுடத் தொடங்கினாங்க. எங்கேயும் ஓடி ஒளிய முடியாது. அப்படியே தரையில குப்புறப் படுத்தோம். இருந்தவங்கள்ளேயே நான்தான் வயசு கொறஞ்சவன். என்னக் காப்பாத்தணும்னு மூத்தத் தோழர்களுக்குத் தோனியிருக்கு. என் மேல சிலர் படுத்து என்ன மறச்சிக்கிட்டாங்க. அதுல ரெண்டு பேரு குண்டு பாய்ந்து இறந்துபோனாங்க. அவங்க மலபார்த்

தோழர்ங்க. அவங்களப் பாத்து அப்ப எனக்குண்டான உணர்ச்சித் தாக்குதல வார்த்தையால விவரிக்க முடியாது. தொடர்ந்து நான் உயிரோட இருந்ததே அதிசயம். சில விநாடிகள்ல இருபத்திரண்டு பேர் செத்ததும் அவங்களோட ஆத்திரம் தீர்ந்தது மாதிரி இருந்தது. பத்தொன்பது மலபார்த் தோழர்களும் ஒரு ஆந்திரத் தோழரும் இறந்தாங்க. காவேரி முதலி, ஆறுமுகப் பண்டாரம் என்று இரண்டு தமிழ்நாட்டுத் தோழர்களும் பலியானாங்க. நெரிசலில் உண்டான சில காயங்களோட நான் தப்பிச்சேன். மொத்தச் சம்பவமும் ஒரு பெரும் அவல நாடகத்தைப்போல நடந்து முடிஞ்சுது. முதல் பொதுத் தேர்தலை ஒட்டி ஐம்பத்திரண்டுலதான் கட்சிமீது இருந்தத் தடைய நீக்கினாங்க. நாங்களும் வெளியே வந்தோம். ஐம்பத்து மூனுல கல்யாணம். அப்புறம் அனெக்ஸ் பிறந்தாள்."

"உங்களோட சிறையில் இருந்த மற்ற தோழர்களோட பிறகு தொடர்பு இருந்ததா?" சந்திரன் கேட்டான்.

"கொஞ்ச நாள் சிலரோட இருந்தது. ஓரிருவர் இன்னும் தொடர்புல இருக்காங்க. மருத்துவப் படிப்பு இருந்ததால நான் சுதாரிச்சிக்கிட்டேன். பலருடைய பாடு மிகக் கொடுமையா ஆனது. கட்சி ஊழியர்களுக்குக் கட்சியே சொற்ப ஊதியம் தரும். அதை வெச்சு குடும்பம்லாம் நடத்த முடியாது. தனி ஆள்னா சாத்தியம். மனைவி ஏதாவது வேலை செய்தால் சமாளிக்கலாம். மற்றவர்கள் பாடு சகிக்க முடியாதது. அந்தக் காலத்தில் கட்சி ஊழியர்கள் எல்லாம் தியாகிகள்தான். லட்சியம் உந்தியதால பலர் வாழ்க்கையையே பணயம் வெச்சோம். சமதர்மம் எட்டும் தொலைவில் இருக்கிறது என்று நம்பினோம். ஒரு கம்யூனிஸ்ட்டுக்கு ஏற்படுற பாதிப்பு அவனோட மட்டும் முடியறதில்ல. மொத்தக் குடும்பத்தையும் சிதைத்துவிடும். அவங்களோட ஒப்பிட்டா நான் இப்ப ஒரு பூர்ஷ்வா," என்று சொல்லிவிட்டுச் சிரித்தார்.

சந்திரன் ஹரியைப் பார்த்தான். ஹரிக்கு இதெல்லாம் ஏற்கனவே தெரியும் என்பது அவர் முகத்தைப் பார்த்தாலே விளங்கியது. அது ஒரு கதை மாதிரி இருந்தது. கொள்கைப் பிடிப்பின் கதை. கோட்பாடு தனி நபரின் வாழ்க்கைக்குள் நுழைந்த சரித்திரம். டாக்டரின் மனைவி மதியச் சாப்பாட்டை நினைவுபடுத்தினார். ரெக்கார்டு நோட்டை மூடிவைத்துவிட்டு மகள் வந்தார். எல்லாரும் ஒன்றாகவே உட்கார்ந்து சாப்பிட்டார்கள். ஒருவருக்கொருவர் உதவ அவர்களாகவே பரிமாறிக்கொண்டார்கள். "சாய்ந்தரம் பாக்கலாம்," என்று சொல்லிவிட்டு டாக்டர் பிற்பகல் ஓய்வுக்காக அவர் அறைக்குப்போய்விட்டார். மற்றவர்கள் அரை மயக்கத்தோடு

பேச ஆரம்பித்தார்கள். அந்தப் பெண் தன் கல்லூரி, பாடம் பற்றி சொன்னார். ஐம்பது மைல் தள்ளியிருந்த ஒரு பெண்கள் கல்லூரியில் விடுதியில் தங்கிப் படித்துக்கொண்டிருந்தார். அவருக்கு சொல்ல நிறைய இருந்தது. பேராசிரியர்கள் எப்படிக் கட்டுப்பெட்டிகளாக இருக்கிறார்கள் என்று சொன்னார். ஒரு பெண்ணின் அதிகபட்ச வாழ்க்கை இலக்கே நல்ல இடத்தில் கல்யாணம் செய்துகொள்வதுதான் என்ற ரீதியில்தான் அவர்கள் போதனை இருக்கும் என்றார். "அவுங்களுக்கெல்லாம் படிப்பு என்பது பேருக்குப் பின்னால சில எழுத்துகளைப் போட்டுக்கிறதல வர்ற கர்வத்தை அனுபவிக்கிறதுதான். பரந்த உலகத்தப் பாக்கறது என்பதை நோக்கிப் போறதுங்கிறதே கிடையாது. எங்க வாத்தியாருங்களும் உங்க ஆளுகளுக்கு சளச்சவங்க கிடையாது. பலரும் மொழி பக்திக்குள்ள மாட்டிக்கிட்டவங்க. திரும்பத் திரும்ப சொன்னதையே சொல்லிக்கிட்டிருக்காங்க. நம்ம மொழிக்கு எதாவது புதுசா செய்யணும்ன்ற எண்ணமோ திட்டமோ கிடையாது. ஐம்பது வருஷம் பின்னால வாழ்றவங்க," என்றார் ஹரி. ஏதோ நினைவு வந்தவராக, "எனக்குத் தெரிஞ்சு கடந்த பதினஞ்சு வருஷமா மாறாம 'இரண்டாயிரம் ஆண்டுகளுக்கு முன்னால் திருவள்ளுவர் என்ன சொன்னார்னா' என்கிறார்கள். நியாயமா 'இரண்டாயிரத்துப் பதினஞ்சி ஆண்டுகளுக்கு முன்னால் திருவள்ளுவர்'னுதானே இப்ப சொல்லணும்," என்றார். அவருடைய முத்திரை.

ஹரியும் சந்திரனும் வெளியே போனார்கள். கொஞ்ச தூரம் மெதுவாக நடந்தார்கள். அரசு உயர்நிலைப்பள்ளியின் மைதானமும் கட்டடங்களும் தென்பட்டன.

"மைதானம் எவ்ளோ பெரிசு" என்று வியந்தான் சந்திரன்.

"கிட்டத்தட்ட எல்லா அரசு கல்வி நிறுவனங்களும் அப்படித்தானே இருக்கு. நாம படிக்கிற இடம் விசாலமா இருக்கணும். நம்மோட ஆளுமைல அது ஒரு நேர்மறையான பாதிப்பா இருக்கும்," என்றார் ஹரி.

"ஆசிரியர்கள் சிலரோட மனசும் விசாலமா இருந்தாத் தேவலையே. அன்னிக்கு ஒருத்தர் 'வேற எதையும் வளக்க முடியலேன்னு முடியை வளத்துக்கிட்டியா'ன்னு என்னக் கேட்டார்," என்றான் சந்திரன்.

"டாக்டர் இன்னும் அவருடைய மைதானத்துக்குள் வரலை. இதுவரைக்கும் அவர் வெறுமனே சுத்தித்தான் வந்துகிட்டிருந்தார். சாய்ந்தரம் எதாவது கிடைக்கும் பாரேன்."

மாலைத் தேநீருக்குப் பிறகு டாக்டர் நோயாளிகள் சிலரைப் பார்த்தார். ஒரு பெண் தன் குழந்தையை எடுத்துக்கொண்டு வந்திருந்தார். எல்லாரும் போன பிறகு அவர்களைத் தன் அறைக்குக் கூப்பிட்டார்.

"வயசு ஆக ஆக மதியச் சாப்பாட்டுக்குப் பிறகு தூக்கம் அவசியமாகிவிட்டது. அப்பல்லாம் மாநிலத் தலைமை அலுவலகத்தில் சீனியர் தோழர்கள் பிற்பகலிலும் ரொம்ப உற்சாகமாப் பேசிக்கிட்டிருப்பதை சில சமயம் பாத்திருக்கேன்."

"ஜீவாவைப் பாத்திருக்கீங்களா, டாக்டர்?"

"பாத்தியா ஹரி, இன்னும் சந்திரனுக்குத் 'தோழர்' பழக்கமாகல?"

"நாளாகும்ல."

"ரெண்டு தடவ பாத்துப் பேசியிருக்கேன். அவரோட பேச்ச நாலஞ்சு முறை கேட்டிருக்கேன். நாடகம் பாப்பது மாதிரி இருக்கும். எல்லாப் பாத்திரங்களையும் அவர் ஒருவரே ஏற்று நடிப்பார். இரும்பு மாதிரி உடம்பு. கிட்டப் போயித்தான் பேசணும். மைக் இல்லாத காலத்துல கத்திப் பேசி அவருக்குக் காது கேக்காமப் போயிடிச்சு.. அப்புறமா மிஷின் வெச்சிக்கிட்டார். கம்யூனிஸ்ட்டுகளுக்குக் கலை, இலக்கியமும் தெரியணும்னு அமைப்பு ஒன்றை ஏற்படுத்தினார். இலக்கியப் பத்திரிகை ஒன்னையும் கொண்டுவந்தார். கம்பன் ஸ்காலர் அவர். அதுக்காக ஆசாரமான தோழர்கள் அவரைக் கிண்டல் செய்தார்கள். பொருளாதாரத்தைத் தாண்டி பலர் வரவே இல்ல."

அப்போது ஜீவாவைப் பற்றி யார் பேசினாலும் சந்திரன் ஆர்வத்துடன் கவனிப்பான். கொஞ்ச நாளைக்கு முன்பாகத்தான் ஜீவா நினைவு மலரின் பழைய பிரதி ஒன்றை ஹரி சந்திரனுக்குப் பரிசளித்திருந்தார். பலர் கை மாறி அவனுக்கு வந்து சேர்ந்தது அது. தேர்வுக்குப் படிப்பதுபோல அதிலிருந்த கட்டுரைகளைத் திரும்பத் திரும்பப் படித்தான். இப்படிக்கூட ஒரு அரசியல் தலைவர் இருக்க முடியுமா என்று நம்ப முடியாமல் திணறினான். மலரில் இருந்த 'காற்றில் கலந்த பேரோசை' என்ற கட்டுரையை அதுவரை நான்கு தடவையாவது படித்திருப்பான். அதை எழுதிய சுந்தர ராமசாமியின் பெயரை முதன்முறையாக அதில்தான் பார்த்தான். ஜீவாவுடைய பேச்சை நேரில் கேட்டிருந்தால் எப்படி இருந்திருக்கும் என்ற கற்பனை தந்த சந்தோஷத்தில் மூழ்கியிருந்தான். அவர் பேச்சின் ஒலி நாடா ஒன்றை நண்பர் ஒருவரிடமிருந்து வாங்கிக் கேட்க ஏற்பாடு செய்வதாக ஹரி சொல்லியிருந்தார்.

“நீங்க ரெண்டு பேரும் இலக்கிய மாணவர்களா இருக்கீங்க. நல்ல விஷயம். ஹரி தன்ன இடதுசாரின்னு பிரகடனப்படுத்திக் கிட்டவர். சந்திரன், நீ இடதுசாரியா ஆகலாம். ஆகாமல் போனாலும் பாதகமில்ல. எல்லா நல்ல எழுத்தையும் படிங்க. இந்த எழுத்தாளர் நம்ம தத்துவத்த ஏத்துக்கல. எனவே அவர படிக்க வேண்டாம்னு விட்டுறாதீங்க. எவ்ளோ இலக்கியம் படிச்சாலும் நம்ம வாழ்க்கை அதையும் தாண்டிய புதிரோடத்தான் இருக்கும். இலக்கியத்துல வறட்டுத்தனமா இன்னும்கூட சோஷலிச யதார்த்தவாதம் அது இதுன்னு இங்க பேசுறாங்க. ஒரு நாடு சோஷலிசப் பாதையக் கைக்கொண்ட பிறகுதானே அப்படி ஒன்னு வர முடியும். அப்புறம் யதார்த்தம்கிறது ஒரு நிகழ்வை ஒரு ஆளு பாக்கிற பார்வையப் பொறுத்ததுதானே. . .”

ஹரி இடைமறித்தார்.

“நீங்க சொல்றத ஓரளவுக்குத்தான் ஒத்துக்கொள்ள முடியும். புரட்சிக்கான உணர்வுகளைக் கூர்மைப்படுத்துவதில இலக்கியத்துக்கு ஒரு பங்கு இருக்கத்தானே செய்கிறது. கதையோ கவிதையோ சமூகப் பிரக்ஞையோட எழுதப்படணும். தனி மனிதப் புலம்பலுக்கு அங்க பெரிதா இடமில்ல. யதார்த்தத்தை விட்டுட்டு கனவுலகத்த அழகான மொழியில சொல்லிட்டா இலக்கியமாகிடுமா?”

சந்திரனுக்கு ஆச்சரியமாக இருந்தது. இவரா மோக முள்ளைப் பரிந்துரைத்தவர்?

“நீ என்னத் தூண்டிவிடுற. இப்படிப் பேசியே நம்மிடம் வந்த பல எழுத்தாளர்களத் துரத்திவிட்ருக்கோம். மனித வாழ்க்கையின் இண்டு இடுக்குகளைக் கண்டு எழுதினவங்க அவங்க. உண்மையில மார்க்சியத்துக்கு வலு சேர்க்கிற எழுத்து அவங்களோடது. நவீன மனிதனோட அகச் சிக்கல்களைப் பத்தி எழுதும் எழுத்தாளரை நசிவு இலக்கியவாதி என்று முத்திரை குத்திப் புறக்கணித்துவிடறோம். கலைக்கான அழகியலை நாம் பயில வேண்டும். கலை, இலக்கியம் தொடர்பா மார்க்சியர்கள் இன்னும் கத்துக்க வேண்டியது நெறைய இருக்கு. திறந்த மனசு வேணும்பா அதுக்கு. சமதர்ம சமுதாயத்துல மார்க்சிய நம்பிக்கை கொண்ட எழுத்தாளர்கள் மட்டும் இருக்கப் போவதில்லையே. இன்னும் சொல்லப் போனா ஒரு சோஷலிச சமூகத்தப் பத்திய விமர்சனம் கலைஞர்கள், எழுத்தாளர்கள்கிட்ட இருந்துதான் வரணும். அந்த விமர்சனத்துக்கு ஒரு ஆன்ம பலம் இருக்கும்.”

“இது தொடர்பா என்னால ஒரு தீர்மானத்துக்கு வரமுடியல. நெறையா பேசணும், யோசிக்கணும்,” என்றார் ஹரி.

“இலக்கியம் நேரிடையா மார்க்சியம் பேச வேண்டியதில்ல. அப்படி எதிர்பார்க்கிறதும் சரியில்ல. அப்படி எழுதினா சக்கையா இருக்கும். எழுத்தாளரோட சுதந்தரத்தை மதிக்கணும். நீங்க பேசும்போது இப்ப சர்ச்சையில் உள்ள சோல்ஸெனிட்சன் நினைவுக்கு வந்தார்,” என்றான் சந்திரன். ஒரு தமிழ் இலக்கியப் பத்திரிகையில் அவர் பற்றி அப்போது வந்திருந்த கட்டுரையைப் படித்திருந்தான்.

“ஜோசஃப் ப்ராட்ஸ்கின்ற சோவியத் கவிஞரைப் பத்தியும் தெரிஞ்சிக்குங்க, அவர் இப்போ அமெரிக்காவில் இருக்கார்.”

அந்தப் பேர் அவர்களுக்குப் புதிதாக இருந்தது. லியாகத் அலி சாரிடம் கேட்க வேண்டும் என்று சந்திரன் நினைத்துக் கொண்டான்.

“கம்யூனிஸ்ட் கட்சியோட உங்க உறவு இப்ப எப்படி இருக்குது?”

“சொல்லப்போனா அவங்க என்ன சகிச்சிட்டிருக்காங்கன்னுதான் சொல்லுவேன். எப்பவாவது பேசக் கூப்பிடுவாங்க. சிலதை வெளிப்படையா சொல்லியும் சிலதை சொல்லாமலும் பேசுவேன். தனியா தோழர்கள் சிலரோட மனம்விட்டுப் பேசுறதுண்டு. இவங்களோட தேர்தல் யுக்தி, கூட்டணி எதுவும் எனக்கு ஒத்து வராது. இப்ப எம்.ஜி.ஆரை புரட்சித் தலைவர்னு கூப்பிட வேண்டியிருக்கு பாரேன். ஹரியெல்லாம் ஆவேசமா அந்த வார்த்தைகளை மேடைகள்ல உச்சரிக்கிறார்,” என்று கிண்டலாகச் சொன்னார். ஹரி தலைகுனிந்து சிரித்தார்.

“எம்.ஜி.ஆருக்கு இருக்கும் செல்வாக்குக்கு அவரே ஜெயிப்பார். ஒரு மார்க்சிஸ்ட்டுக்கு அவரோட என்ன வேலை? யுக்தி என்று சமாதானம் சொல்வார்கள். பல லட்சக்கணக்கான இளைஞர்களோட ஆதர்சம் எம்.ஜி.ஆர். அவங்களால செய்ய முடியாத காதலை அவர் செய்கிறார். ஏழைகள் மேல் பரிவு, உயர்ந்த லட்சியங்கள், வீரம் போன்ற பண்புகளின் இருப்பிடமா அவர் இருக்கார். அந்தத் திரை பிம்பத்தோட கள்ளமில்லாத அந்த இளைஞர்கள் தங்கள அடையாளப்படுத்திக்கிறாங்க. அவ்ளோதான். ஒரு வேள எம்.ஜி.ஆர். இந்த அமைப்பு அனுமதிக்கும் அளவுக்கு சுமாரான ஒரு ஆட்சியைக்கூட தரலாமோ என்னவோ.”

அவர் தீவிரமாகச் சொல்கிறாரா, நகைச்சுவையாகச் சொல்கிறாரா என்பதை யூகிக்க முடியவில்லை.

இரவு சாப்பிடும்போது டாக்டரின் மனைவி அடுத்த நாள் ஒரு திருமணத்துக்குப் போக வேண்டியதை நினைவுபடுத்தினார். "அப்ப நாம காலையில் எங்க ஊருக்குப் போகலாம்," என்று ஹரி சந்திரனைப் பார்த்துச் சொன்னார்.

காலையில் கிளம்பும்போது, "டாக்டர், ரொம்ப நன்றி. இப்படி ஒருத்தரோட உக்காந்து பேசி பலதை கத்துக்கிட்டது இதுதான் முதல்முறை," என்றான் சந்திரன்.

"நன்றில்லாம் வேணாம். நெறையப் படி. பெண்களையும், பெற்றோரையும் மதிச்சு அன்பா நடத்து. உனக்குக் கீழ இருக்கிறவங்ககிட்ட பரிவோட நடந்துக்க. மார்க்சியமெல்லாம் தானா வரும்."

ஹரியின் வீடு புராதனமாகக் காட்சியளித்தது. ஊர் ஒரு குக்கிராமம். ஹரியின் அப்பாவுக்கு மென்மையான குரல். "என் சித்தப்பா ஒருத்தரும் கர்ணம்தான்," என்றான் சந்திரன். "அப்படியா? பேரென்ன?" என்றார். சொன்னபோது அவருக்குத் தெரியவில்லை. முன்பு ஒரே மாவட்டமாக இருந்தது என்பதால் சிலரைத் தெரியும் என்றார். ஹரி தன் புத்தக அலமாரியைக் காட்டினார். நிறையப் புத்தகங்கள் இருந்தன. தன்னிடம் இருப்பவைபோல பத்து மடங்கு இருப்பது மாதிரி தோன்றியது. சாப்பிட்டுவிட்டு வயல்வெளிகளில் கொஞ்ச நேரம் நடந்தார்கள். ஒரு சின்ன ஓடை தென்பட்டது. "இதோ, இந்த இடத்துல உக்காந்து வால்காவிலிருந்து கங்கைவரை புத்தகத்தைப் படிச்சேன். நீ அவசியம் அதைப் படிக்கணும்," என்று சொல்லி அதன் கரையில் ஒரு வேப்ப மரத்துக்குக் கீழே இருந்த ஒரு இடத்தைக் காண்பித்தார். வீட்டுக்குத் திரும்பியவுடன் அந்தப் புத்தகத்தைக் கொடுத்தார்.

மதியச் சாப்பாடு முடிந்ததும் ஹரி சந்திரனை பஸ் ஏற்றிவிடும்போது "செவ்வாய்க்கிழமை பாக்கலாம்," என்று சொல்லிக் கையசைத்தார்.

ஊருக்கு வந்த அடுத்த நாள் குழந்தைவேலுவைச் சந்தித்து டாக்டரைப் பார்த்த விஷயத்தைச் சொன்னான். சில நொடிகள் யோசித்த அவருக்கு விளங்கிவிட்டது.

"நீ எப்டி அவரப் பாத்த?"

"அவரோட இளம் நண்பர் ஒருத்தர் என்னோட காலேஜ்ல படிக்கிறார். அவர் கூட்டிக்கிட்டுப் போனார். தற்செயலா

ஒங்களைப் பத்திப் பேச்சு வந்தது. நான் யாருன்னு தெரிஞ்சதும் அவர் ரொம்ப சந்தோஷப்பட்டார். ஒங்களோட தங்கின விஷயத்தைச் சொன்னார்."

"தேசப் பற்று இருந்த இளைஞர்களுக்கு அது முக்கியமான காலகட்டம். மகாத்மா காந்தி சொன்ன ஒரே வார்த்தைக்கு எல்லாரும் கட்டுப்பட்டோம். எதையும் செய்யத் தயாரா இருந்தோம். அவங்கவங்களால முடிஞ்ச வன்முறைய செஞ்சோம். மகாத்மா பார்வைல வன்முறை தப்புதான். ஆனா எங்களக் கட்டுப்படுத்திக்க முடியல."

"எல்லாம் அவர் சொன்னார். பின்னால அவர் மார்க்சிஸ்ட் ஆகிட்டார்."

"ஆமா. அப்டி சிலர் காங்கிரஸ் சோஷலிஸ்ட்டா இருந்துட்டு கம்யூனிஸ்ட் கட்சிக்குப் போயிட்டாங்க. நான்லாம் தொடர்ந்து காங்கிரஸ்லியே இருக்கேன்."

"தெரியுதே, சித்தப்பா. கட்சியில இருக்கிறது உங்களுக்குத் திருப்தியா இருக்கா?"

"திருப்தின்னு சொல்ல முடியாது. கிட்டத்தட்ட ஒரு பழக்கம்போல ஆயிடிச்சி. பழசிலிருந்து விலக முடியல. இப்டியே இருந்திட்டுப் போக வேண்டியதுதான்."

8

மொழியியலின் அடிப்படைகளையும் மேல்நிலை இலக்கணத்தையும் ஆசிரியர் லியாகத் அலி கற்பிக்கத் தொடங்கியபோது சந்திரன் ஆச்சரியப்பட்டான். மொழியியல் பொதுவாக சுவாரசியமாக இருக்கும். மிக நுணுக்கமாகப் போகும்போது மட்டும் அது ஏதோ தொழில்நுட்பப் பாடம்போல மாறும். இலக்கணத்தை எப்படி இவர் கற்பிக்க வந்தார்? இலக்கியம் எழுத இலக்கண அறிவு தேவையா? இலக்கணம் கற்பதில் சந்திரனுக்கு ஆர்வம் கிடையாது. ஹரியும் வெறுப்போடுதான் தொடங்கினார். இரண்டு பேராலும் பெரும்பாலும் பிழை இல்லாமல் எழுத முடியும். இலக்கண ரீதியில் அது எப்படிச் சரி என்று விளக்குவதில் அவர்களுக்குப் பிரச்சனை இருந்தது. ஆனால், இலக்கியம் படிப்பவர்களுக்கு இலக்கணப் பாடம் கட்டாயம் என்று ஆகிவிட்டது. தப்பிக்க முடியாது. ஓரிரு வகுப்புகளிலேயே அவர்கள் பாடத்துக்குள் ஒன்றிவிட்டார்கள். அவர் சொல்லிக் கொடுக்கும் விதம் அப்படியிருந்தது. இலக்கணத்தை சுவாரசியமாகக் கற்பிக்க முடியும் என்பதை அவர் நிரூபித்தார். அடிப்படையில் மொழியின் நுணுக்கங்களிலும் அது செயல்படும் விதத்திலும் ஈடுபாடும் பாண்டித்யமும் கொண்டவர் என்பதால் அது சாத்தியமாயிற்று என்பது சில வகுப்புகளிலேயே தெரியவந்தது. உதாரணங்களை சமகால இலக்கியம், செய்தித்தாள் போன்றவற்றிலிருந்து தந்தார். ஓரிருவரைத் தவிர எல்லா மாணவர்களும் ஆர்வத்துடன் அந்தப் பாடங்களைக் கற்க முயன்றார்கள்.

ஒரு நாள் மதிய உணவு இடைவேளையின்போது விரைந்து சாப்பிட்டுவிட்டு இரண்டு பேரும் ஆசிரியர்கள் அறைக்குப் போனார்கள். அவர்

சாப்பிடுவது ஜன்னல் வழியே தெரிந்தது. காத்திருந்து, அவர் சாப்பிட்டு முடித்ததை உறுதிசெய்துகொண்டு உள்ளே போனார்கள்.

"என்ன, சாப்டிங்களா?"

"ஆச்சுங்க சார். ஒரு அஞ்சு நிமிஷம் பேசலாமா."

"தாராளமா. எனக்கு இப்ப வகுப்பு இல்ல. மூனு மணி வகுப்புதான் இருக்கு. உங்களுக்கு இப்ப இருக்குமே."

"இருக்குங்க சார். ஒரு டாக்டரைப் போன வாரம் பாத்தோம். நெறைய படிச்சவர். இடதுசாரி. சோஷலிச சமுதாயத்துல எழுத்தாளர்களிடமிருந்து வரும் சமூக விமர்சனம் முக்கியமானது. அதை அரசாங்கம் காதுகொடுத்துக் கேட்கணும்னார். இப்ப சோவியத் ரஷ்யாவில சோல்ஸெனிட்சன் சர்ச்சை நடக்கிறத கசடதபற பத்திரிகையிலகூட படிச்சோம். அப்ப அந்த டாக்டர், ஜோசஃப் ப்ராட்ஸ்கினு ஒரு ரஷ்யக் கவிஞரப் பத்தியும் தெரிஞ்சிக்குங்க என்றார். இப்ப அவர் அமெரிக்காவில் இருக்கார் என்றும் சொன்னார். உங்களுக்கு இது பத்தி எதுவும் தெரியுமாங்க சார்?" என்று சந்திரன்தான் கேட்டான்.

"ரெண்டு வருஷத்துக்கு முன்னால அவர் ரஷ்யாவிலிருந்து வெளியேறி அமெரிக்காவுக்குப் போயிட்டார். அப்ப அதப்பத்தி ஒரு இங்லிஷ் செய்தித்தாள்ல கட்டுரை வந்தது. அப்பதான் அவர் பேரை நான் கேள்விப்பட்டேன். அரசின் கொள்கைக்கு மாறா கருத்து சொல்றவங்களுக்கு அங்க தண்டனை உண்டு. சின்ன வயசிலேயே கவிதை எழுத ஆரம்பிச்ச அவரை அன்னா அக்மதோவா என்ற பிரபல மூத்த பெண் கவிஞர் ஊக்குவிச்சிருக்கார். சோவியத் அரசை விமர்சிக்கும் கவிதைகளை எழுதியதால் அறுபத்தி நாலாம் வருடம் அவரை விசாரணைக்கு உட்படுத்தினாங்க. அப்ப அவருக்கு வயசு இருபத்தி நாலுதான். வேலை எதுவும் செய்யாமல் சமூக ஒட்டுண்ணியா இருக்கிறார் என்று அவருக்கு ஐந்தாண்டு கடும் உடல் உழைப்பைத் தண்டனையா தந்தாங்க. இத்தனைக்கும் அப்பப்போ அவர் சின்னச் சின்ன வேலைகள் செஞ்சிருக்கார். எழுதறதும் ஒரு வேலைதான் என்று வாதிட்டிருக்கிறார். ஆனா அதை அரசாங்கம் ஏத்துக்கல. அதை எதிர்த்து அமெரிக்காவிலிருந்தும் ஐரோப்பாவிலிருந்தும் அறிவுஜீவிகள் அறிக்கை வெளியிட்டாங்க. ஒன்றரை வருஷத்துல அவரை விடுதலை செஞ்சாங்க. கண்காணிப்புக்கு ஆளாகி யிருந்த அவர் தொடர்ந்து தன் கருத்துகளை எழுதியிருக்கிறார். ஆங்கிலத்தை சுயமா கத்துக்கிட்டாராம். சில வருஷங்கள் கழித்து நாட்டைவிட்டு வெளியேறும்படி நிர்ப்பந்திக்கப்பட்டிருக்கார். அவர் அமெரிக்காவுக்கு வர டபிள்யூ. ஹெச். ஆடன் உதவி

பண்ணியிருக்கார். அவர் அப்போ அமெரிக்காவில் இருக்கார். ஆடன் கவிதை ஏதும் உங்களுக்குப் பாடமா இருந்ததா?"

"ஒன்னு படிச்சோம் சார். தி அன்நோன் சிட்டிஸன்ற தலைப்பு அதுக்கு. அரசாங்கமும் அமைப்புகளும் சொல்றதை செய்யற ஆள் பிரச்சனையில்லாதவன். ஆனா அவன் நவீன உலகத்துல அநாமதேயமா, ஒரு எண் என்கிற அளவிலதான் இருந்து மறைவான் அப்படிங்கிறதை சொல்ற கவிதைன்னு ஆங்கில ஆசிரியர் சொன்னார். எங்களுக்கும் அந்த அங்கதம் புரிந்தது."

"அப்படியான கவிதை எழுதியவர் ப்ராட்ஸ்கிக்கு உதவி செஞ்சது இயல்புதானே?"

நன்றி சொல்லிவிட்டு வகுப்புக்குப் போனார்கள்.

கல்லூரி விடுதி மோசமான நிலையில் இருப்பதைக் கண்டித்து அந்த வாரக் கடைசி வேலைநாளில் மாணவர்கள் வகுப்புகளைப் புறக்கணித்தார்கள். இடதுசாரி மாணவர் அமைப்பு முன்னின்று அதை நடத்தியது. முதல்வரும் அரசு அதிகாரிகளும் மாணவர் பிரதிநிதிகளோடு பேச்சுவார்த்தை நடத்தினார்கள். விரைந்து சரிசெய்வதாக அரசுத் தரப்பில் சொன்னார்கள். வெளியே வந்த அமைப்பின் நிர்வாகிகள் ஹரியிடமும் சந்திரனிடமும் பேச்சுவார்த்தையின் விவரங்களைச் சொன்னார்கள். எல்லாரும் கலைந்து போய்விட்டார்கள்.

"ரூமுக்குப் போலாமா?" என்று ஹரி கேட்டார்.

"பதினோரு மணி ஆச்சு. டீ குடித்துவிட்டு காத்தாட மைதானத்தில் இருக்கலாமே."

கடைக்குப் போய்விட்டு வந்து ஒரு பெரிய மரத்துக்குக் கீழே உட்கார்ந்தார்கள். மாணவர்கள் சிலர் கிரிக்கெட் விளையாடத் தொடங்கியிருந்தார்கள் டிசம்பர் மாதக் காற்று இதமாக வீசியது.

"டாக்டர் நெறையா விஷயம் தெரிஞ்சவரா இருக்கார். இன்னும் கொஞ்சம் பேசியிருக்கலாம்ணு தோனுது, நீங்க அவரோட பல தடவை பேசியிருப்பீங்க. அதிர்ஷ்டக்காரர்தான். கூடவே லியாகத் அலி சாரும் நமக்குக் கெடைச்சிருக்கார். நம்ம வகுப்பு மாணவர்களே சாரோட தனியா பேச வர்றதில்லே. கூப்பிட்டாலும் வரமாட்டேங்கிறாங்க. கிருஷ்ணன்கூட வரமாட்டேங்கிறான்."

"தயக்கமா இருக்கலாம். சாரோட பேச கொஞ்சம் தயாரிப்பும் தேவைப்படுதில்ல? டாக்டரை முதல்ல எனக்குக் கட்சி

ரீதியாத்தான் பழக்கம். இப்ப குடும்ப நண்பர்களாயிட்டோம். அவரைத் தூண்டிவிட்டா நெறையா பேசுவார். விஞ்ஞானம் தொடர்பா விவாதிக்கும்போது அதுக்கு ஆதரவாவும் பேசுவார், எதிராவும் பேசுவார். இயற்கையின் விதிகளைக் கண்டு விவரித்த அரிய மூளைகள், விஞ்ஞானக் கண்டுபிடிப்புகள் மனித வாழ்க்கையை லகுவாக்கியிருக்கிற அதிசயம் பத்தியெல்லாம் நெறைய சொல்வார். பிரபஞ்சத்தின் அங்கங்களோடு மனிதனை சிநேகிதனாக்கியது விஞ்ஞானம்தான். ஆரம்பத்தில் அவற்றைப் பார்த்து பயந்து, திகைத்து நின்றவன்தானே அவன் என்பார்."

"இதோடெல்லாம் எனக்கு இப்பதான் அறிமுகம். மேலோட்டமாத்தான் புரியது. ஆழமா தெரிஞ்சுக்க முடியுமான்னு தெரியலை."

"தேவையில்லை. இந்த முன்னேற்றத்தையெல்லாம் கண்ல பாக்கிறோம், அனுபவிக்கிறோம் இல்லையா? அதுக்கெல்லாம் மனிதனின் படைப்பூக்கம் காரணம் என்பதைப் புரிந்துகொண்டால் போதும். விஞ்ஞான மனோபாவம் முக்கியம். அதனால மூட நம்பிக்கைகள் கொறையும். குடிக்கத் தர்ற தண்ணீரை இடது கையில வாங்கறதா வலது கையில வாங்கிறதான்ற சர்ச்சையில பல நூற்றாண்டுகளையே செலவழித்த சமூகம் நம்மோடது. இத நான் சொல்லல, விவேகானந்தர் சொல்றார்."

"கேக்கவே சுவாரசியமா இருக்குது. டாக்டர் எந்த இடத்துல விஞ்ஞானத்துக்கு எதிரா பேசுவார்?"

"விஞ்ஞானந்தானே அணுகுண்டு தயாரிக்கும் வழி சொல்லிக் குடுக்குது. கண்மூடித்தனமா போர்க்கருவிகள உற்பத்தி செய்ய வைக்குது. ராட்சதத் தொழிற்சாலைகளின் உற்பத்தி, தொழிலாளியை அவன் உழைப்பிலிருந்தும் உழைப்பின் பயனிலிருந்தும் அந்நியமாக்குது. நவீனம் பிறப்பித்த மனிதன் அடையாளம் இல்லாமல் எந்திரத்தின் உதிரி பாகம்போல மாறியிருக்கிறான் என்பதெல்லாம் பத்தி நெறைய பேசுவார். இதெல்லாம் கண்மூடித்தனமான நவீனமயமாதலுக்கு நாம் கொடுக்கும் விலை என்றும் சொல்வார். சார்லி சாப்ளினின் மாடர்ன் டைம்ஸ்ன்ற படத்தைப் பாக்கச் சொல்வார். பத்துப் புத்தகம் சொல்றத அந்த ஒரு படம் சொல்லிடும்பார். நீ பாத்திருக்கியா?

"இல்லையே. பாத்திருந்தா முன்னமே சொல்லியிருப்பேனே. தெரிஞ்சிக்க வேண்டியது நெறைய இருக்கு என்பது மட்டும் புரியுது. சரி, வர்ற ஏப்ரலோட படிப்பு முடியுது. அதுக்குப் பிறகு என்ன செய்வதா உத்தேசம்?"

“முதல்ல எல்லா பேப்பரையும் இந்த பரிச்சையோட முடிக்க முடியுமான்னு பாக்கணும். இங்லீஷ்ல பாஸ் பண்ணணும். அநேகமா புரோஸ் பேப்பர்லதான் ஃபெயிலாகியிருப்பேன். மத்த மூனு இங்லீஷ் பேப்பரும் நல்லாத்தான் எழுதினேன். ஆனாலும் நாலு பேப்பரையும் திரும்ப எழுதணுமே. என்னா விதியோ? என்னால ஒரு எடத்துல உக்காந்து வேல எதுவும் செய்ய முடியும்னு தோனல. கட்சியில என் நிலைமை எப்படிப் போகுதுன்னு பாக்கணும்.”

“அதெல்லாம் முடிச்சிருவீங்க. கட்சி வேலை, மீட்டிங்னு போயிடுறீங்க. படிக்க நேரம் கெடைக்கிறதில்ல.”

“அதெல்லாம் தவிர்க்க முடியாது. ஆனாலும் படிப்ப முடிக்கணும்.”

“லியாகத் அலி சார்கூட என்ன மேல படிக்கச் சொன்னார். எனக்கும் ஒரு பக்கம் ஆசையிருக்கு. ஆனா குடும்பச் சூழல் அவ்ளோ நல்லால்ல. எதாவது வேலை தேடணும். சர்வீஸ் கமிஷன் பரிச்சை எழுதிப் பாக்கணும். எங்க, வேலை கெடைக்கிறது சாமானியமான விஷயமா தெரியல. காலியிடம் அஞ்சு, பத்துன்னு பேப்பர்ல போடறாங்க. தமிழ்நாடு பூரா எவ்ளோ பேர் ஒவ்வொரு வருஷமும் படிப்ப முடிக்கிறாங்க. ஏற்கனவே சில லட்சம் பேர் வேலை தேடிக்கிட்டிருப்பாங்க. நாமளும் அந்த வரிசையில போய் நிக்கணும். நிலையான வேலை கிடைக்கிற வரைக்கும் உள்ளூர்ல எதாவது வேலை செய்யவேண்டியதுதான். நூறு ரூபான்னாகூட பெருசுதானே.”

“கொஞ்சம் முன்ன பின்ன ஆனாலும் உனக்கு அரசாங்க வேலை கெடச்சிடும். சரி, நான் ஒனக்கு ரெண்டு இதழ் குடுத்தனே, படிச்சியா?”

“படிச்சேன். ரெண்டுலயும் சேத்து ஏழு கதைகள் இருக்கு. என்ன மாதிரி சாதாரண வாசகனுக்கே அதுல ரெண்டுதான் தேறும்போல இருக்கு. ரெண்டுலையும் கதை ஓரளவு அழுத்தமா வெளிப்பட்டிருக்கு. சொல்ல வந்ததை சத்தம் போடாம சொல்றாங்க. பொருந்தாத வார்த்தைகள் ரொம்பக் கம்மி. சமூகக் கரிசனம் தென்படுறத நமக்கு சாதகமா எடுத்துக்கலாம். மற்றதெல்லாம் ரொம்ப வலிந்து எழுதப்பட்ட மாதிரி தெரியுது. அப்பட்டமான பிரச்சாரத் தொனி இருக்குது. இதெல்லாம் ஆசிரியர் குழுவில பாக்க மாட்டாங்களா?”

“நான் இதப் பத்திக் கேட்டேன். எழுதுற ஆளுகளே கொறச்சலா இருக்காங்க. எழுதிப் பழகினா கொஞ்சம் முதிர்ச்சி வந்துடும்ன்ற நம்பிக்கையில பிரசுரிப்பதா சொல்றாங்க. எழுதறவங்க

இன்னும் நெறையா படிக்கணும். உனக்கு ஒரு வருஷத்து இதழ்களத் தர்றேன். படிச்சிட்டு மதிப்பீடு செய்ற மாதிரி ஒரு கட்டுரை எழுது. எங்க ஊர்ல நடக்கும் கூட்டத்தில் அதைவெச்சு நீ பேசினாலும் சரி, வாசிச்சாலும் சரி.”

“அய்யோ, என்னால முடியாது. என்ன மாட்டிவிடாதீங்க.”

“உன்னால எழுத முடியும். ஒரு மாசம் எடுத்துக்கோ. சுதந்தரமா எழுதலாம்.”

“பாக்கலாம். சரிவரலைன்னா விட்ருவேன். அதிருக்கட்டும், நான் ஒரு விஷயம் கேப்பேன். தப்பா எடுத்துக்க மாட்டீங்கன்னு தெரியும். ஆனா, நான் கேக்குறது தொந்தரவா இருந்தா பொறுத்துக்கணும்.”

“என்ன, பெரிய முன்னுரையா இருக்குது? தாராளமா கேளு.”

“இப்ப நீங்க இருக்கிற கட்சியோட உங்களுக்கு ஒத்துப் போகுதா? பொதுவா மார்க்சியக் கட்சிகளுக்குள்ளே விவாதங்கள் நெறைய நடக்கும்னு கேள்விப்பட்டிருக்கேன். நீங்க உங்க கருத்தைச் சொல்ற சுதந்தரம் இருக்கா? கேப்பாங்களா?”

“இந்தக் கேள்விகளை ரொம்ப நாளா எதிர்பார்த்தேன். நீ லியாகத் அலி சாரோடவும் டாக்டரோடவும் பேசறப்பெல்லாம் நான் பெரும்பாலும் அமைதியா இருந்ததைக் கவனிச்சிருப்பே. எனக்குள்ளாக சில கேள்விகள் உண்டு. நீ சொல்ற மாதிரி கட்சிக்குள்ளே அதிகமும் அரசியல் விவகாரங்களப் பத்திய விவாதங்கள்தான் நடக்கும். நம்ம கருத்தைச் சொல்ற சுதந்தரமெல்லாம் உண்டு. ஒரு குறிப்பிட்ட விஷயத்தைப் பத்தி கட்சி என்ன நினைக்குது என்பதைப் பலராலும் முன்கூட்டியே யூகித்துக்கொள்ள முடியும். சில சூத்திரங்கள் அடிப்படையில அதை நிர்ணயித்துக்கொள்வோம். ஒன்றிரண்டு மாற்றுக் கருத்துகளும் வரும் அதைச் சொல்ல அனுமதி தருவார்கள். ஆனா, கடைசியா மேலிடத்திலிருந்து வர்ற முடிவுகளை நடைமுறைப்படுத்துறதுதான் கீழ உள்ளவங்களோட வேலைன்னு ஆகும்.”

“சரி. தேர்தல்கள்ல பங்குகொள்றதன் மூலம் எதாவது பயன் இருக்குமா?”

“பல தரப்பட்ட ஏழை, எளியவர்களையும் பாட்டாளி வர்க்கத்தினரையும் புரட்சிக்குத் தயார் செய்ய ஒரு அமைப்பு தேவை. அதுக்காக இருப்பதுதான் மார்க்சிஸ்ட் கட்சி. கட்சி நடத்தும் பிரச்சாரத்தின் மூலம்தான் முதலில் தொழிலாளர்கள்,

விவசாயிகளை இயக்கத்துக்குள் கொண்டுவரணும். அதற்கு அடுத்து பொது வெளியிலிருக்கும் ஜனங்களிடம் உரையாடணும். அவர்களின் பிரச்சனைகளை அரசாங்கத்தின் கவனத்துக்குக் கொண்டுவருவதற்குப் போராட்டங்கள் முக்கிய வடிவம் என்பது சரிதான். ஆனாலும், சட்டத்தை இயற்றுகிற இடத்துல நம்ம கட்சிப் பிரதிநிதிகள் இருந்தால் பிரச்சனைகளைத் தீர்க்க ஏதுவாயிருக்கும் என்ற நோக்கத்தில்தான் தேர்தல்ல ஈடுபடறது. அது தற்காலிக ஏற்பாடுதான். புரட்சிதான் இறுதி இலக்கு . . . என்ன, பொதுக்கூட்டத்தில பேசற மாதிரி பேசறேனா?" என்று கேட்டு நிறுத்தினார்.

"இப்படிப் பேசறது உங்களுக்குப் பழக்கமாயிருக்கும். தேர்தல் கூட்டணில கொள்கை சமரசம்லாம் நடக்குதே."

"அதுல இதெல்லாம் தவிர்க்க முடியாது. அடிப்படைக் கோட்பாட்டுல எந்த சமரசமும் கிடையாது. ஆனா, இப்படியே போய்க்கொண்டிருக்க முடியாது. எனக்கும் தெரியுது."

"இப்ப நாலு வருஷமாத்தான் நான் இந்த அரசியலைக் கவனிக்கிறேன். நம்மளச் சுத்தி எவ்வளவோ அவலங்களைப் பாக்கிறோம். மார்க்சியம் நம்மளக் காப்பாத்தும்ன்ற நம்பிக்கை எனக்கு உண்டு. அது விஞ்ஞானபூர்வமா சமூக, பொருளாதாரக் கோட்பாடுகளை வெச்சிருக்கு. வேற எல்லாக் கட்சிகளும் சமதர்மம்தான் எங்கள் கொள்கைனு சொல்லிக்குது. ஆனா அவங்க ஆட்சி செய்ற லட்சணத்துல அது தெரியலை. எல்லாம் ஊழலும் ஏமாற்றுமா இருக்கு. ஆனா இந்த நம்பிக்கை எவ்ளோ நாள் இருக்கும்னு தெரியலை. சீக்கிரம் எதாவது நடந்தா தேவலைன்னு தோனுது."

"கட்சி எத்தனை புயலைப் பாத்திருக்குத் தெரியுமா. விஞ்ஞானிக்குத் தன் ஆராய்ச்சியில மாறாத நம்பிக்கை இருக்கணும்னு சொல்வாங்க. அது மாதிரிதான் இங்கயும். எத்தனை பேர் படிப்பு, சொத்து, குடும்பம் எல்லாத்தையும் இழந்து நின்னிருக்காங்க தெரியுமா. கொள்கை மேல இருக்குற பிடிப்பு அதெல்லாத்தையும் தாங்கற சக்தியை அவங்களுக்குக் கொடுத்தது. அவங்க லட்சியமும் நம்பிக்கையும் வெற்றி பெறும். அதுல நமக்குத் தடுமாற்றமே வரக்கூடாது."

"அய்யோ, அவங்க மேல எனக்கு ரொம்ப மரியாதை உண்டு. நெறைய வாசிக்கிறவங்க மார்க்சிஸ்ட்டுகள்தானே. அவங்களுக்குன்னு ஒரு மொழி படிஞ்சிருக்கு பாருங்க. அது எனக்குப் பிடிச்சிருக்கு. எதப் பத்தியும் உடனே அபிப்பிராயம் சொல்றாங்க. உலக அரசியல்னாலும் அலசுறாங்க. நீங்கதான

எனக்குத் தனிப்பட்ட முறையில தெரிஞ்ச மார்க்சிஸ்ட். அதே சமயம், இதே மாதிரி போய்க்கிட்டிருந்தா நம்பிக்கை வெறும் சடங்கா மாறிடுமோன்னு பயமாயிருக்கு. நான் ஏதும் தப்பா பேசுறேனா?"

"அதெல்லாம் ஒன்னுமில்ல. இதைவிடக் கடுமையான விமர்சனமெல்லாம் கட்சிக்குள்ள நடக்கும். எல்லாத்தையும் எதிர்கொள்ற பக்குவம் எனக்கு இப்ப வர ஆரம்பிச்சிருச்சு. மூத்தத் தோழர்கள் அதுல கரை கண்டிருப்பாங்க."

"சமீபத்துல படிச்சேன். ஒரு புது மார்க்சியக் குழு வந்திருக்காமே?"

"ஆமா. அவங்க இந்தியாவை அரைக் காலனிய நாடென்றும் பாராளுமன்ற ஜனநாயகம் தோல்வியடைந்த நடைமுறை என்றும் பாக்கறாங்க. இப்போதுள்ள மார்க்சிஸ்ட் கட்சிகள்மீது நம்பிக்கையில்லாதவங்க அவங்க. ஆயுதத்தின் மூலம் அதிகாரத்தைக் கைப்பற்றுவோம்னு சொல்றவங்க. அது நடைமுறைச் சாத்தியம் இல்லாத அணுகுமுறை. நாட்டுல குறைகள் இல்லைன்னு சொல்லலை. அதை மக்களைக் கூட்டிப் போராடுவதன் மூலம் மட்டுமே சரிசெய்ய முடியும். எவ்ளோ குறையிருந்தாலும் ஜனநாயகம் ஒரு நல்ல கோட்பாடு மட்டுமல்ல, நடைமுறையும்தான். வன்முறை தோல்வியில்தான் முடியும் என்பதை அவங்களே உணரத் தொடங்கியிருக்காங்க. அது ஒரு தற்காலிக சாகசம் மட்டுமே, தீர்வாகாது. சரி, கிளம்பலாமா? ஹோட்டலுக்குப் போலாம்."

"சாப்பாடு சைக்கிள்ல இருக்கே. சேந்து சாப்பிடுவோம். நீங்க இங்கயே இருங்க நான் எடுத்திட்டு வந்துர்றேன்.""

சந்திரன் எழுந்து கால்சட்டையில் ஒட்டியிருந்த சருகுகளைத் தட்டும்போது மைதானத்தைப் பார்த்தான். மாணவர்கள் இன்னும் கிரிக்கெட் விளையாடிக்கொண் டிருந்தார்கள்.

குழாயில் கைகழுவிவிட்டு ஒரு வகுப்பின் படிக்கட்டில் உட்கார்ந்து சாப்பிட்டார்கள். நீளமான கட்டடத்தின் பக்கத்துப் படிக்கட்டுகளில் ஓரிரு மாணவர்கள் உட்கார்ந்து படித்துக்கொண்டும் பேசிக்கொண்டுமிருந்தார்கள்.

"நான் உங்கள ரூமில இறக்கிவிட்டுர்றேன்," என்று சொல்லி அவரையும் சைக்கிளில் ஏற்றிக்கொண்டான் சந்திரன்.

"சாப்பாடு போதுமா? வழியில ஒரு டீ சாப்பிடுவோம்."

கிறிஸ்துமஸ் விடுமுறை பதினைந்து நாள் போலக் கிடைத்தது. ஹரி கொடுத்த பன்னிரண்டு இதழ்களையும் படித்து முதலில் குறிப்பெடுத்தான். கவிதைகள் சொல்லிக்கொள்ளும்படியாக இல்லை. ஆனால், கட்சி மேடைகளில் உரக்க வாசித்தால் அவற்றில் ஒன்றிரண்டு கவனத்தைப் பெறும் என்று தோன்றியது. லெனின்கிராடு முற்றுகை பற்றிய கட்டுரையைப் படித்தபோது ஜோசஃப் ப்ராட்ஸ்கியின் ஞாபகம் வந்தது. அவர் அந்த நகரத்துக்காரர். இரண்டாம் உலகப்போர் நடந்த சமயத்தில் லெனின்கிராடு கிட்டத்தட்ட இரண்டரை வருடங்கள் நாஜிப் படையின் முற்றுகையில் இருந்திருக்கிறது. உலக சரித்திரத்தில் நடந்த மிகப் பெரிய, மிக மோசமான முற்றுகை அது. ஒரு நாளைக்கு ஒரு நபருக்கு நூற்று இருபத்தைந்து கிராம் ரொட்டி மட்டுமே ரேஷனில் கொடுக்கப்பட்டிருக்கிறது. ரேஷன் கார்டு திருட்டுதான் ஆகப் பெரிய திருட்டு. திருட வேறெதுவும் இல்லை. கொடூரமான பட்டினிச் சாவுகள் நிகழ்ந்திருக்கின்றன. எட்டு லட்சம் பேர் பட்டினியால் இறந்திருக்கின்றனர். சிறு குழந்தைகளைக் கொன்று பெரிய குழந்தைகளுக்கு உணவாகப் பெற்றோரே கொடுத்த அவலமெல்லாம் நிகழ்ந்ததாகச் சொல்லப்படுகிறது. அந்தப் போரில் மிக அதிகமான மனித இழப்புகளைச் சந்தித்தது சோவியத் ரஷ்யாதான். கட்டுரையின் தகவல்கள் அவனுக்குப் பெரும் அதிர்ச்சியைத் தந்தன. புத்தக மதிப்புரைகள் நான்கைந்து இருந்தன. அவன் வழக்கமாக வாசிக்கும் இதழில் எழுதும் ஒரு கவிஞரின் கவிதைத் தொகுப்பு அப்போது பரவலாக விவாதிக்கப்பட்டது. அதைக் கடுமையாகத் தாக்கி ஒரு மதிப்புரை வெளியாகியிருந்தது. நசிவு இலக்கியம், மனப்பிறழ்வுக் கவிதைகள் என்றெல்லாம் அதைச் சாடியது அந்த மதிப்புரை. பிரசுரமாகியிருந்த நாற்பத்திரண்டு சிறுகதைகளில் ஆறு குறிப்பிடும்படியாக இருந்தன. வேடிக்கையாக இருந்த விஷயம் எழுத்தாளர்கள் சிலர் தங்களுடைய கல்விப் பட்டங்களைப் பெயருக்குப் பின்னால் போட்டிருந்ததுதான். எல்லா இதழ்களிலும் அவை காணக் கிடைத்தன. வேறு எந்த இலக்கிய இதழிலும் இல்லாத வழக்கமாக அது இருந்தது. ஒருவருடைய கல்விப்புலப் பட்டத்துக்கும் அவர் எழுத்துக்கும் தொடர்பு இருப்பதாக உணர்த்துகிறார்களா என்று சந்தேகப்பட்டான். அதையும் குறிப்பில் சேர்த்துக்கொண்டான். எல்லாம் எழுதி முடித்துப் பார்த்தால் பன்னிரண்டு பக்கம் வந்திருந்தது.

பக்கத்து மாவட்டத் தலைநகரில் கூட்டம் ஏற்பாடு செய்திருந்தார்கள். ஒரு நாள் தங்கிவிட்டு வர நேரலாம் என்று

வீட்டில் சொல்லிவிட்டு சந்திரன் போனான். ஹரி சொன்ன இடத்துக்கு பத்து மணிக்குப் போய்ச் சேர்ந்தான். கட்சியின் இலக்கிய அமைப்பு உறுப்பினர்கள் இருபது பேர் போலக் கூடியிருந்தார்கள். ஹரியின் சிறிய அறிமுக உரைக்குப் பின் சந்திரன் கட்டுரை படித்தான். முதன்முறை என்பதால் ஆரம்பத்தில் குரலில் ஒரு தயக்கம் இருந்தது. கொஞ்ச நேரத்தில் அது சரியாயிற்று. 'பெரும்பாலான சிறுகதைகளில் கிராமத்து ஏழைகளின் துயரங்கள் மட்டுமே சித்தரிக்கப்பட்டிருக்கின்றன. நகரத்தில் வசிக்கும் உழைக்கும் வர்க்கத்தினர், படித்த, வேலையில்லாத இளைஞர்கள், கீழ் மத்தியதர எளியவர்கள் ஆகியோரின் பிரச்சனைகளைப் பேசும் கதைகள் இல்லை. பிரச்சாரத் தொனி தூக்கலாக இருக்கிறது. வட்டார வழக்கில் கதை மாந்தர்கள் பேசுவது இயல்பாக உள்ளது. நாட்டுப்புறப் பாடல்களும் சில மொழிபெயர்ப்புகளும் நன்றாக உள்ளன. லெனின்கிராடு நகர மக்கள் நாஜிகளின் முற்றுகையால் சந்தித்த அவலங்கள் குறித்த கட்டுரை முக்கியமானது,' என்பவை அவன் கட்டுரையின் சாராம்சக் குறிப்புகளாக இருந்தன. கூடியிருந்தவர்களில் ஒரு சிலர் எல்லா இதழ்களையும் படித்திருந்தார்கள் என்பது அவர்களின் எதிர்வினைகளில் தெரிந்தது. நகர்ப்புற வாழ்க்கை தெரிந்த எழுத்தாளர்கள் இதழுக்கு எழுதாமலிருக்கலாம் என்றார்கள். அவன் குறிப்பிடாத சில கட்டுரைகளையும் மொழிபெயர்ப்புகளையும் சுட்டிக்காட்டினார்கள். அவை அவர்களுக்குச் சிறந்தவையாகப் பட்டிருக்கும் போலிருக்கிறது. கூட்டம் முடிந்ததும் ஹரி சிலரை அறிமுகப்படுத்தினார். அதிகமும் பள்ளி ஆசிரியர்கள் இருந்தார்கள். கவிதை எழுதுபவர்களும் இருந்தார்கள். அநேகமாக எல்லாரும் நிறைவான மனதுடன் கலைந்தார்கள்.

சாப்பிட ஹரி தன் ஊருக்கு டவுன் பஸ்ஸில் அழைத்துப் போனார். "சாயங்காலம் பக்கத்து கிராமத்துல ஒரு பொதுக்கூட்டம் இருக்குது. நான் பேசறேன். நீயும் வா. ராத்திரி என் வீட்டில இருந்துட்டு காலையில சீக்கிரமா நீ போயிடலாம்," என்றார் ஹரி.

மிகச்சிறிய கிராமம் அது. மொத்தமே ஐம்பது வீடுகள்கூட இருக்காது. வீடுகள் என்றால் குடிசைகள்தாம். எளிய ஜனங்கள். ஊரின் பெயரிலேயே அங்கு வசிப்பவர்களின் சமூக நிலை தெரிந்தது. அறுபது, எழுபது பேர் கூடியிருந்தார்கள். இரண்டு பேர் பேசிய பிறகு ஹரி உரையாற்றத் தொடங்கினார். இங்கு அவருடைய மொழியே வித்தியாசமாக இருந்தது. அங்கு கூடியிருந்தவர்களின் பேச்சு மொழியில் சரளமாகப் பேசினார். சந்திரனுக்கு சில வார்த்தைகளின் அர்த்தம் தெரியவில்லை. நகைச்சுவை அங்கங்கே தெறித்தது. ஆவேசப்படும்போது

எழுத்துத் தமிழ் இயல்பாக வந்தது. கூட்டம் சிரித்தது, உணர்ச்சிவசப்பட்டது. சமகால அரசியல், சமூக நிலைமைகளைப் பற்றிப் பேசினார். ஹரி பேசுவதைப் பார்ப்பதைவிடவும் கூட்டத்தை சந்திரன் அதிகம் கவனித்தான். பள்ளிக்கூடச் சிறுவன் ஒருவனைச் சந்திரனுக்குப் பக்கத்தில் உட்கார வைத்திருந்தார். ஒரு வீட்டின் வாசற்படி அது. அந்தச் சிறுவன் அவ்வப்போது சந்திரனோடு பேசினான். லட்சணமும் வெகுளித்தனமும் அவன் முகத்தில் பிரகாசித்தன. "இவுர எனக்கு நல்லாத் தெரியும்," என்று புன்னகையுடன் சொன்னான்.

அந்தப் பையன் வீட்டில்தான் இரவுச் சாப்பாடு ஏற்பாடு செய்திருந்தார்கள். அவன் சந்திரனுக்குப் பக்கத்தில் உட்கார்ந்து சாப்பிட்டான். கிளம்பும்போது சந்திரனிடம் முகவரி கேட்டான். அவனுடைய பள்ளிக்கூட நோட்டு ஒன்றில் எழுதிக் கொடுத்தான். ஹரி வீட்டுக்கு அவர்களை இரண்டு பேர் சைக்கிள்களில் அழைத்துப் போனார்கள். குறுக்கு வழி என்று ஒரு ஏரிக்கரை மீது போனார்கள். பௌர்ணமி இன்னும் ஓரிரு நாளில் வரும் போலிருந்தது. ஏரித் தண்ணீரில் பனைமர வரிசையின் நிழலைப் பார்க்க அழகாக இருந்தது. விவசாய நிலங்களில் ஓரிரண்டு குண்டு பல்புகள் எரிவது தொலைவில் தெரிந்தது. பயிர்கள் கருமை படர்ந்து காட்சியளித்தன. அந்தச் சூழலே மாயக் காட்சியாக விரிந்துகிடந்தது.

அடுத்த மாதம் வெளியான அந்த இதழில் சந்திரனின் கட்டுரை பிரசுரமாகியிருந்தது. ஹரி அதை மெட்ராஸுக்கு அனுப்பியிருப்பதாகச் சொல்லியிருந்தார். அவன் வாசித்த முழு வடிவத்திலேயே வந்திருந்தது. சந்திரனுக்கு ஆச்சரியமாக இருந்தது. 'சிறுகதைகள் தவிர மற்ற எல்லாப் படைப்புகளிலும் ஒரு பண்டிதக்குரல் ஒலிக்கிறது,' 'மிகைஉணர்ச்சிப் படைப்புகள்,' 'சில கவிதைகளில் ஒரு போலித்தனம் தலைதூக்கி நிற்கிறது,' 'வாசகர்களான நாங்கள் கவனிக்க வேண்டியது உங்கள் படைப்புகளைத்தானே தவிர உங்கள் பட்டங்களை அல்ல,' என்பவை போன்ற வாசகங்கள் மாறாமல் வெளியாகியிருந்தன. யாராவது சொல்லட்டும் என்று காத்திருந்தார்களோ என்னவோ. ஹரிக்கும் திருப்தியாக இருந்தது.

9

கொடுமையான ஒரு கோடை நாளில் கடைசித் தேர்வை முடித்தார்கள். “வா, ஹோட்டல்ல சாப்டுட்டு ரூமுக்குப் போலாம்,” என்றார் ஹரி. தேர்வு அறைக்குச் சற்றுத் தள்ளி அந்த வகுப்பு மாணவர்கள் கூடி நின்றார்கள். எல்லார் முகத்திலும் ஒருவகை நிம்மதி தென்பட்டது. அதே சமயம் கண்களில் வருத்தமும் தேங்கி நின்றது. கல்லூரியே அந்நியமாகிவிட்டது போலத் தோன்றியது. கிருஷ்ணன் அழுதுவிடுவான்போல இருந்தான். சிலர் முகவரிகளைப் பரிமாறிக்கொண்டார்கள். அதுவரை ஓரிரு வார்த்தைகளோடு பேச்சை முடித்துக்கொண்டவர்கள்கூட எதையோ பேசிக்கொள்வது தெரிந்தது. வாழ்க்கையில் இனி பார்க்க முடியுமா என்ற சந்தேகம் இருந்தாலும் முடியும் என்ற நம்பிக்கையும் கூடவே இருக்கத்தான் செய்தது. ஒருவாறாக விடைபெற்றார்கள். ஹரி, கிருஷ்ணனையும் சாப்பிடக் கூப்பிட்டார். “பரவால்ல,” என்று அவன் மறுத்தான். ஹரி வற்புறுத்தவே ஒப்புக்கொண்டான். “ஹரி, என் சைக்கிள்ல உக்காருங்க” என்று சொல்லி அவரை ஏற்றிக்கொண்டான். சாப்பாட்டோடு இனிப்பும் வாங்கிக் கொடுத்தார்.

ஹோட்டலுக்கு முன்னால் போடப்பட்டிருந்த பெஞ்சில் கொஞ்ச நேரம் உட்கார்ந்திருந்துவிட்டுக் கிளம்பினார்கள். “வந்தா சொல்லுங்க,” என்று ஹரியிடம் சொல்லி ஒரு பெரிய துணிக்கடையில் தன்னுடைய அப்பா வேலை செய்வதையும் அவர் பெயரையும் கிருஷ்ணன் சொன்னான். “பஸ் ஸ்டேண்டுக்குப் பக்கம்தான். அவர்ட்ட சொன்னா எனக்கு யார் மூலமாவது சொல்லிவிடுவார். இவன் இங்கதான இருக்கான். பாத்துக்கலாம்,” என்றான்.

அவன் கண்ணில் நீர் கோத்தமாதிரி இருந்தது. அவன் போன பிறகு, "இவன் நிகழ்காலத்தின் பிள்ளை," என்றார் ஹரி. அது சரிதான் என்பதைச் சந்திரன் தலையசைத்து ஆமோதித்தான்.

சைக்கிளை அழுத்தி ரூமுக்குப் போய்ச்சேருவது சிரமமாக இருந்தது. போனதும் தண்ணீர் குடித்துவிட்டு உட்கார்ந்தார்கள். சில நொடிகள் ஒருவரையொருவர் வெறுமனே பார்த்துக்கொண்டிருந்தார்கள். நேரிடையாக அல்லாமல் அடுத்தவர் பார்க்காதபோது.

"சரி, வாழ்க்கையில ஒரு பகுதி முடிஞ்சது. அடுத்ததுக்குத் தயாராக வேண்டியதுதான். நீ படிச்சாலும் சரி, வேலைக்கு முயற்சி செஞ்சாலும் சரி, உனக்கு நல்லது நடக்கும். நான் கட்சி வேலையில முழு நேரமும் ஈடுபடுவேன்னு நெனைக்கிறேன். அதுவும் உறுதியாத் தெரியல. கதைகள் எழுத முயற்சி பண்ணலாம்னு இருக்கேன். நான் இங்க அப்பப்போ வருவேன். நாம பாத்துக்கலாம்."

"வர்றதுக்கு முன்ன லெட்டர் எழுதுங்க. ஏற்கனவே சொன்ன மாதிரி நான் வேலைக்கு முயற்சி செய்யணும். உங்களுக்குக் கதை எழுத வரும். எழுதுங்க. முக்கியமான புத்தகமெல்லாம் எனக்குக் குடுத்திங்க . . ."

"அதெல்லாம்தான் திருப்பிக் குடுத்திட்டியே," என்றார் இடைமறித்து.

சந்திரன் சிரித்தான். "இனிமே லைப்ரரிலதான் படிக்கணும். எங்க அப்பாதான் படிக்கிற பழக்கத்த எனக்கு ஆரம்பிச்சு வச்சார். அத ஒழுங்குக்குக் கொண்டுவந்தது நீங்கதான். படிச்சதனாலதான் தப்பிச்சேன். இல்லேன்னா வெளி உலகமே தெரியாம போயிருக்கும்."

"நான் இல்லேன்னாலும் வேற யாராவது உன்ன அடுத்த கட்டத்துக்குக் கொண்டுபோயிருப்பாங்க. தனி நபர்கள் ஒரு வகையில முக்கியமும்தான், அவ்வளவா முக்கியம் அல்லவும்தான்," என்று சொல்லிச் சிரித்தார்.

"சரி, நான் கௌம்புறேன். லெட்டர் எழுதுங்க."

"சரி. நாளைக்குக் கௌம்பறேன். பாப்போம்," என்று சொல்லியபடியே அவனை ஹரி முதல்முறையாக அணைத்துக் கொண்டார். இரண்டு பேருமே இளகி, உருகியிருந்தார்கள். தெருத் திருப்பத்தில் திரும்பிப் பார்த்தான். அவர் நின்றுகொண்டிருந்தார்.

வீட்டுக்குப் போகும் வழியில் வழக்கமாகக் கண்ணில் படுபவை வித்தியாசமாகத் தோன்றின. புதுச் செய்தி எதையோ சொல்வது மாதிரியும் இருந்தன. மனது கனத்தது.

"அம்மா, இன்னயோட பரிச்சையெல்லாம் முடிஞ்சது. நல்லா எழுதிருக்கேன்."

"நல்லது. இன்னக்கிக் கடைசின்னு அப்பாகூட சொல்லிக்கிட்டிருந்தார். நீ காலேஜுக்குப் போனப்புறம்தான் கிளம்பினார்."

காபி குடித்துவிட்டு ரயில் ரோடில் கொஞ்ச தூரம் நடந்தான். சந்திப்புப் பக்கம் போகாமல் கோயம்புத்தூர் வழியில் போனான். ரயில்கள் போக ஒரு வழி, வர ஒரு வழி. இரண்டுக்குமிடையில் ஜனங்கள் நடந்து நடந்தே லகுவான ஒரு பாதை உருவாகியிருந்தது. அந்தக் காலத்தில் ஊரின் ஏரியை இரண்டாகப் பிரித்து ரயில் ரோடு போட்டிருக்கிறார்கள். முன்பெல்லாம் பையன்களோடு அந்த இடத்தில் நடக்கும்போது டூரிங் டாக்கீஸிலிருந்து 'திருமணமாம் திருமணமாம் தெருவெங்கும் ஊர்வலமாம்' என்ற பாட்டு காற்றில் மிதந்து வந்ததை நினைத்துப் பார்த்தான். கொஞ்ச தூரத்தில் லெவல் கிராஸிங் வரும். அதைத் தாண்டி வளைவில் ஒரு சின்ன கரடு வரும். அதற்கடுத்து ரயில் ரோடை ஒட்டி இருக்கும் தென்னந்தோப்பு வரை போய் வருவது மனதுக்கு இதமாக இருக்கும். வீட்டை அடையும்போது இருட்டிவிட்டது. உமாராணி அத்தைகளோடு சினிமாவுக்குப் போயிருப்பதாக வசந்தா சொன்னார்.

ராமசாமி எட்டரை மணிக்கு வந்தார். சாப்பிடும்போது தேர்வைப் பற்றி விசாரித்தார். சாப்பிட்ட பிறகு திண்ணைக்கு வந்தார்கள். பீடி பற்றவைத்தார்.

"கடைசி பரிச்சையில எத்தன பேப்பர்?"

"ஆறு பேப்பர். எல்லாத்திலியும் ஓரளவுக்கு நல்ல மார்க் வரும்பா."

"மேல படியேன்."

"இல்லப்பா. டவுன்ல எதாவது வேல பாக்கறம்பா. சர்வீஸ் கமிஷன் பரிச்சயும் எழுதிப் பாக்கறேன்."

"என்ன ரெண்டு வருஷந்தானே. படிச்சிடு."

"வெளியூர்லதான் படிக்கணும். ஹாஸ்டல் செலவு, ஃபீஸ், புத்தகம்னு நெறயா செலவாகும். வேணாம்பா."

ஆர். சிவகுமார்

“சரி. அதுக்காக டவுன்ல ஏன் வேல பாக்கறேன்னு சொல்ற. வீட்லயே இருந்து சர்வீஸ் கமிஷன் பரிச்சைக்குப் படி.”

“வீட்ல எப்படிப்பா சும்மா இருக்கறது. கொஞ்சமாவது சம்பாதிச்சா நல்லதுதானே.”

வசந்தாவும் வந்து உட்கார்ந்தார்.

“உமாராணிக்காக மாப்பிளைக்கு எங்கியும் சொல்லி வெச்சிருக்கிங்களா?”

“மாமாகிட்டயும் கௌசல்யாகிட்டயும் சொல்லிருக்கேன். கலாவதியும் பாக்கறன்னு சொல்லிருக்கா.”

“நானும் ஆபிஸுக்கு வர்ற சொந்தக்காரங்ககிட்ட சொல்லிருக்கம்பா. சீக்கிரம் ஏற்பாடு பண்ணணும்.”

“மூனு பவுனுல இப்ப செயின் போட்டுருக்கா. இன்னும் ரெண்டு பவுனாவது வாங்கணும். கல்யாண செலவு வேற இருக்கு,” என்றார் வசந்தா.

“இன்னும் ஒரு வருஷம் போனா சமாளிக்கலாம்,” என்றார் ராமசாமி.

“இல்லப்பா. நாளாயிடும். முடிஞ்ச வர சீக்கிரம் பண்ணிடலாம்பா.”

“சரி, நீ போயி படு.”

ஒரு புத்தகத்தை எடுத்துக்கொண்டு படுக்கைக்குப் போனான். உமாராணி வந்த சத்தம் கேட்டது.

புத்தகத்தைப் பிரிக்க மனம் வரவில்லை. புரண்டு புரண்டு படுத்தான். குடும்பத்திலிருந்து மூன்று வருடங்களாக விலகி இருந்துவிட்டோமோ என்று ஒரு குற்ற உணர்ச்சி அழுத்தியது. படிக்கிற காலத்தில் தான் என்ன பண்ணியிருக்க முடியும் என்றும் தோன்றியது. உமாராணியின் கல்யாணத்தில் கவனம் செலுத்த வேண்டும். இப்போதைக்கு எந்த சின்ன வேலையென்றாலும் பரவாயில்லை. குறைவான சம்பளமானாலும் குடும்பத்துக்கு அது பிரயோஜனமாக இருக்குமே. அப்பாவுக்கு இருக்கும் குடும்பப் பொறுப்பு தன்னுடையதும்தானே. முயற்சி செய்து நல்ல வேலைக்குப் போய் அப்பாவையும் அம்மாவையும் சௌகரியமாக வைத்துக்கொள்ள வேண்டும். மனம் எங்கெங்கோ அலைபாய்ந்தது. ரொம்ப நேரம் கழித்துத்தான் தூங்கினான்.

டாக்டரும் லியாகத் அலியும் கூட வந்தார்கள். ரயிலிலிருந்து இறங்கி அந்தப் பெரிய கல்லூரிக்கு சந்திரனைக் கைப்பிடித்து

அழைத்துப் போனார்கள். அங்கிருக்கிற பேராசிரியருக்கு லியாகத் அலி தெரிந்தவராயிருந்தார். எழுந்து நின்று அவர்களை வரவேற்றார். அவர்கள் உட்கார சந்திரன் நின்றான். "இந்தப் பையனைச் சேத்துக்கோங்க. நல்லாப் படிப்பார். நாங்கள் பொறுப்பு," என்று சொன்ன லியாகத் அலி டாக்டரை அவருக்கு அறிமுகப்படுத்தினார். டாக்டருடைய பெயரைச் சொன்னதும் பேராசிரியர், "கேள்விப்பட்டிருக்கிறேன்," என்றார். "இங்கே இருக்கும் ரெண்டு வருடங்களில் பையன் பிரமாதமாகத் தயாராகிவிடுவார், அதற்கு நாங்கள் பொறுப்பு. இங்கேயேகூட வேலை கிடைக்கலாம்." "சார், நன்றி" என்று சொல்லி சந்திரன் கைகூப்பினான். "நமக்கு ஒரு பெரிய வேலை முடிஞ்சது," என்று லியாகத் அலியைப் பார்த்து டாக்டர் சொன்னார். அந்த நேரம் அறைக்குள் ஒருவர் நுழைந்தார். அவருடைய முகம் திகிலூட்டும்படி இருந்தது. கண்களில் ஒன்று பெரியதாகவும் இன்னொன்று சிறியதாகவும் இருந்தன. அங்கிருந்த எல்லாருக்கும் அந்த ஆளை ஏற்கனவே தெரிந்த மாதிரியும் தோன்றியது. "இங்க யாரு சந்திரன்? அவனுக்கு வீட்டில வேலை இருக்கு. இங்க என்ன பண்றான்? அநேகமா இவனாத்தான் இருக்கும்," என்று அவர் சந்திரனின் கையைப் பிடித்து இழுத்துக் கொண்டு வெளியே போனார். திடுக்கிட்டு எழுந்த சந்திரனுக்கு மூச்சு வாங்கியது. கழுத்து வியர்த்திருந்தது. தலைமாட்டிலிருந்த செம்பை எடுத்துத் தண்ணீர் குடித்தான். கொஞ்ச நேரம் உட்கார்ந்துவிட்டுப் படுத்தான்.

வெறுமை கவ்வும் காலை பத்து மணி. உலகத்திலுள்ள எல்லாருடைய நேரத்தையும் தானே செலவழிக்க வேண்டிய கட்டாயம் இருப்பதுபோல அவனுக்குத் தோன்றியது. ஒரு நாள், இரண்டு நாள் போகட்டும் வேலை குறித்து எதாவது விசாரிக்கலாம் என்று நினைத்தான். ஊர்த் தொடர்பும் கிட்டத்தட்ட அற்றுப் போயிருந்தது. அங்கிருக்கும் நேரமும் குறைவுதான். சில ஓட்டு வீடுகள் தார்சுக் கட்டடங்களாக ஆகியிருந்தன. மூன்று பையன்களும் ஒரு பெண்ணும் கல்லூரியில் சேர்ந்துள்ளதைக் கேள்விப்பட்டான். சம வயது என்று பார்த்தால் சுந்தரம் வெளியூர் ஃபேக்டரி ஒன்றில் வேலை பார்த்தான். சக்திவேல் பேங்க் கடன்களை வசூலிக்கும் ஏஜெண்ட்டாக இருந்தான். அவர்களை மாதம் ஒரு தடவை பார்ப்பதே அபூர்வம். உமாராணிக்கும் சித்தப்பா பெண்களுக்கும் விவசாயக் கிணற்று மோட்டார் ஓடுவதைக் கண்டுபிடித்துத் துணி துவைப்பதே பெரும் பாடாக இருந்தது. சைக்கிளை எடுத்துக்கொண்டு மத்திய நூலகத்துக்குப் போனான். ஒரு மணி நேரம்போலப் பத்திரிகைகளைப்

புரட்டினான். ஒரு இலக்கியப் பத்திரிகையில் 'ஒரு வேலைக்காக' என்று ஒரு சிறுகதை பிரசுரமாகியிருந்தது. ஆர்வம் தூண்ட படித்துப்பார்த்தான். தன்னை ஒரு வேலைக்காக சிபாரிசு செய்வார் என்று நம்பும் ஒருவரை வேலையில்லாத இளைஞன் ஒருவன் மூன்றாவது முறையாக சந்தித்துவிட்டு ஏமாற்றத்துடன் திரும்புவதைக் கதை சொன்னது. பஸ்ஸின் ஜன்னல் வழியாகத் தெரியும் வழிக் காட்சிகளை வைத்து இளைஞனின் துயரம் சித்தரிக்கப்பட்டிருந்தது. தனக்கும் இப்படியான அனுபவம் உண்டானால் அதைக் கதையாக எழுதத் தனக்கு வருமா?

பன்னிரண்டு மணிதான் ஆகியிருந்தது. கலாவதி வீட்டுக்குப் போகலாம் என்று திடீரெனத் தோன்ற நகரத்தின் தெற்கு எல்லையிலிருக்கும் அவள் வீட்டுக்குப் போனான். இரண்டு பையன்களும் பள்ளிக்கூடம் போயிருந்தார்கள். அவள் கணவர் வேலைக்குப் போயிருந்தார். ஜமுக்காளம், வேட்டி போன்றவற்றைத் தயாரிக்கும் நிறுவனத்தில் கணக்கெழுதுபவர் அவர். படிப்பு முடிந்ததைப் பற்றி விசாரித்தாள். "டவுன்ல பிரைவேட் கம்பெனில எதாவது வேலை இருந்தா மாமாவை சொல்லச் சொல்லு" என்றான். சாப்பிட்டுவிட்டுப் போகச் சொன்னவளிடம் 'அம்மா பாத்துட்ருக்கும்' என்று சொல்லிவிட்டுக் கிளம்பி விட்டான். "அம்மாவை ஒரு நாளைக்கு வரச் சொல்லு," என்றவள் முதல் நாள் முறுக்கு சுட்டதாகச் சொல்லி ஒரு டப்பாவில் போட்டுக் கொடுத்தாள்.

அன்றாடம் பக்கத்திலிருந்த கிளை நூலகத்துக்குப் போய் ஆங்கில செய்தித்தாளில் வேலை தொடர்பான அறிவிப்புகளைச் சந்திரன் பார்க்க ஆரம்பித்தான். பெரும்பாலும் தொழில்நுட்பப் படிப்பும், கூடவே அனுபவமும் உள்ளவர்களே விண்ணப்பிக்கிற மாதிரி அவை இருந்தன. அதிகமும் தனியார் துறை விளம்பரங் களாக வருகின்றன. அவையும் எண்ணிக்கையில் அதிகம் இல்லை. மாநில அரசுத் துறைகளுக்கு ஆள் எடுப்பது மாதிரி தெரியவில்லை. ஒரு மாதம் பார்த்ததில் ஐந்து காலியிடங்களுக்கு மாநில சர்வீஸ் கமிஷன் அறிவிப்பு ஒன்று வந்தது. அதற்கும் அவன் விண்ணப்பிக்க முடியாத மாதிரியான தகுதிகள் நிர்ணயிக்கப்பட்டிருந்தன. நம் படிப்புக்கு எந்தப் பிரயோஜனமும் இல்லை போலிருக்கிறது என்று நினைத்தான். வேலை கிடைப்பது கஷ்டம் என்பது படிக்கும்போதே தெரிந்ததுதான். எம்.ஏ., படித்த ஒருவர் மாமாவுக்குத் துணையாகக் கணக்கு எழுதுகிறார் என்று போன வருடமே கலாவதி சொன்னாள். இருந்தாலும் அதைச் சுயமாக அனுபவிக்கும்போதுதான் நிலைமையின் தீவிரம் புரிகிறது.

ஏழெட்டு வருடங்களுக்கு முன்னால் அரிசிப் பஞ்சம் என்றால் இப்போது வேலைப் பஞ்சம் போலிருக்கிறது. வேலை எதுவும் கிடைக்கும் என்ற நம்பிக்கை நாள்பட குறையத் தொடங்கியது. படிக்கும் கதைகளும் வேலையில்லாத் திண்டாட்டத்தையே விவரித்தன. ஒரு வேளை தனக்கு அப்படியான கதைகள் மட்டுமே கண்ணில் படுகின்றனவோ என்றுகூட நினைத்தான். ஒரு நாள் வழியில் பார்த்த வகுப்புத் தோழன் ஒருவன், தான் மரக்கடையில் வேலை பார்ப்பதாகச் சொன்னான். தனக்குத் தெரிந்து அவர்கள் வகுப்பில் ஒருவன் ஆசிரியர் பயிற்சியிலும் ஒருவன் எம்.ஏ., வகுப்பிலும் சேர்ந்திருப்பதாக அவன் தெரிவித்தான்.

ஆஃபீஸுக்கு வரும் ஒருவர் மூலம் ஒரு பெரியவர் ராமசாமிக்கு அறிமுகமானார். பக்கத்து ஊரில் உள்ள தனியார் கல்லூரித் தாளாளர் தனக்குத் தெரிந்தவர் என்றும் அங்கே அலுவலகத்திலோ நூலகத்திலோ ஏதாவது வேலை வாங்கலாம் என்றும் அவர் சொல்லியிருக்கிறார். இரண்டு நாள் கழித்து சந்திரனை வரச்சொன்னாராம். முகவரியைக் கொடுத்து, "சைக்கிள் வேணாம். டவுன் பஸ்ல பெரியவர் வீட்டுக்குப் போ. அப்பறம் திருச்சி பஸ்ல போனா வழியில எறங்கிக்கலாம். மதியச் சாப்பாட்டுக்கு நீயே பணம் குடு. சர்டிஃபிகேட்டெல்லாம் பத்திரமா திருப்பி எடுத்துகிட்டு வா," என்று சொல்லி முப்பது ரூபாய் தந்தார்.

பெரியவர் தயாராக இருந்தார். கதர் வேட்டியும் முழுக்கைச் சட்டைமேல் நீளக் கதர்த்துண்டும் அணிந்திருந்தார். அப்படி ஒரு மரியாதையான தோற்றத்தோடு இருக்கும் ஒருவரோடு போவது சந்திரனுக்கு நம்பிக்கை தந்தது. அந்த ஊர் பஸ் நிலையத்திலிருந்து நடைதூரத்தில் தாளாளர் வீடு இருந்தது. அவர்கள் பார்க்கப் போனவர் வெளியில் போயிருப்பதாகவும் சீக்கிரம் திரும்பிவிடுவார் என்றும் சொல்லி வரவேற்பறையில் உட்காரச் சொன்னார்கள். பெரியவரிடம் என்ன பேசுவது என்று தெரியாமல் சந்திரன் உட்கார்ந்திருந்தான். பத்து நிமிடத்தில் ஒரு பெரிய கார் போர்ட்டிகோவில் வந்து நின்றது. ரொம்ப பருமனான ஒருவர் பின் சீட்டிலிருந்து சிரமப்பட்டு இறங்கி படியேறி உள்ளே வந்தார். கார் நின்றதுமே பெரியவரும் அவனும் எழுந்து நின்றார்கள். அவர் நெருங்கியதும் இரண்டு பேரும் வணக்கம் சொன்னார்கள். அவர் அவர்களைப் பார்த்த மாதிரியே தெரியவில்லை. பெரியவர், "பத்து ஏக்கர் ஒரே எடத்துல இருக்கு . . ." என்று மேலே ஏதோ சொல்ல முயன்றார். வந்தவர் 'தேவையில்லை' என்று உணர்த்தும் விதமாக வேகமாகக் கையை

அசைத்துவிட்டு உள்ளே போய்விட்டார். சந்திரனுக்கு ஒன்றுமே புரியவில்லை. அவமானமாக இருந்தது. "வா, போலாம்," என்று சொன்னார் பெரியவர். அங்கு நடந்தது எதுவும் அவரைப் பாதித்த மாதிரியே தெரியவில்லை. சாப்பிட்டுவிட்டு பஸ் ஏறினார்கள். அவரை வீட்டில் விட்டுவிட்டு ஐந்து மைல் நடந்தே வீட்டுக்கு வந்தான் சந்திரன். தனக்குத் தானே தண்டனை வழங்கிக்கொள்ளும் உணர்வு மனதில் நிரம்பியிருந்தது. தாளாளரிடம் தன்னைப் பற்றிப் பெரியவர் சொல்லியிருந்தாலும் அவர் அப்படித்தான் நடந்துகொண்டிருப்பார் என்பது அவனுக்குப் புரிந்தது. லேசான அறிமுகம் உண்டோ இல்லையோ அதைவைத்து நிலம் விற்க முயலும் தரகர் அவர். முப்பது ரூபாய் அப்பாவுக்கு எவ்வளவு பெரிய தொகை என்பது அந்த நபருக்குத் தெரிய நியாயமில்லை. அவர் வாழ்க்கை முறையே அதுதான் போலிருக்கிறது. நடந்ததைச் சொன்னால் அப்பா எவ்வளவு வேதனைப்படுவார் என்பதை அவனால் யோசிக்கக்கூட முடியவில்லை. தாளாளரைப் பார்த்துப் பேசிவிட்டு வந்ததாக அவரிடம் சொல்லிவிட்டான்.

இரண்டு மாதங்கள் கழித்து கலாவதி வீட்டுக்காரர் மார்கெட்டில் ஒருவரைப் பார்க்கச் சொன்னார். அவருடைய முதலாளிக்குத் தெரிந்தவராம். பிரபல கம்பெனி ஒன்றின் தயாரிப்புகளான சோப்பு, ஷாம்பூ போன்றவற்றுக்கான விநியோக ஏஜென்ஸி வைத்திருந்தார். படிப்பைப் பற்றி விசாரித்தார். ஆங்கிலத்தில் இருந்த கடிதம் ஒன்றின் சாராம்சம் என்ன என்பதைச் சொல்லச் சொன்னார். அவருக்குத் திருப்தியாகும் விதத்தில் சந்திரனால் சொல்ல முடிந்தது. அன்றாடம் வங்கிக்குப போய்வருவது, இருப்பைச் சரிபார்ப்பது, கடைகளுக்கு சரக்கு அனுப்புவதை மேற்பார்வையிடுவது ஆகியவை அவன் வேலைகள். ஒரு வாரத்தில் பழகிவிடும் என்றார். கணக்கு வழக்குகளைப் பார்த்துக்கொள்ள மூத்த பணியாளர் ஒருவர் இருந்தார். காலை ஒன்பது மணி முதல் இரவு எட்டு மணி வரை வேலை, நூற்றைம்பது ரூபாய் சம்பளம் சரிப்படுமா என்று அவர் கேட்டதற்கு சரியென்று சொன்னான். அடுத்த நாளேகூட வரலாமென்றார்.

அன்றிரவு வேலையைப் பற்றி அப்பா, அம்மாவிடம் சொன்னான். பையன் இவ்வளவு சின்ன வயதில் வேலைக்குப் போய் சம்பாதிக்கும் நிர்ப்பந்தம் இருப்பது குறித்து அவர்களுக்கு வருத்தம்தான். அரசாங்கத்தில் கிளார்க் வேலை கிடைத்தால் பரவாயில்லை. சௌகரியமாக இருப்பான், நமக்கும் ஆதரவாக இருப்பான் என்பவை போன்ற எண்ணங்கள் அவர்கள் மனதில் ஓடின. இன்னொரு சீட்டுக் கட்டலாம் என்று வசந்தாவுக்கு

நம்பிக்கை ஏற்பட்டது. 'பையனுக்கு நல்ல சாப்பாடு கொடுத்து கவனித்துக்கொள்ள வேண்டும்' என்று அவர் ஆசைப்பட்டார்.

"சர்வீஸ் கமிஷன் பரிச்சைக்கு எப்படிப்பா படிப்ப?"

"ராத்திரில கொஞ்ச நேரம் படிக்கணும். அப்புறம் ஞாயித்துக்கிழமை இருக்குதில்ல."

"கவனமா இருந்துக்கோ. சைக்கிள் நல்லாருக்கில்ல?"

"பின்னாடி டயர் மாத்தணும்பா."

"நாளைக்கு என் சைக்கிள எடுத்துட்டுப் போ. நான் உன்னோடதுக்கு டயர் மாத்திட்டு வர்றேன்."

நான்கைந்து நாட்களில் வேலை ஓரளவுக்குப் பழகிவிட்டது. முதலாளியும் நல்லமாதிரியாகத் தெரிந்தார். அவன் வழக்கமாகப் பார்க்கும் ஆங்கில செய்தித்தாள் ஏஜென்ஸிக்கு வந்துகொண்டிருந்தது. அன்றாடம் ஒரு ஐந்து நிமிடங்கள் அதைப் பார்த்துவிடுவான். ஓரிரு நடுப்பக்கக் கட்டுரைகள் ஆர்வத்தைத் தூண்டும். ஆனாலும் தவிர்த்துவிடுவான். படிக்க நேரம் பிடிக்கும், அகராதி புரட்ட வேண்டும். அந்த இடத்தில் சரிப்படாது. காலையிலும் சாயங்காலத்திலும் இருக்குமிடத்துக்கே டீ வந்தது. முதல் மாத சம்பளத்தை முதலாளி கொடுத்தபோது, "சார், தேங்க்ஸ்," என்று சந்திரன் சொன்னபோது அவர் ஒரு கணம் திகைத்தார். தேர்முட்டிக்கு எதிரே இருந்த பலகாரக் கடையில் சர்க்கரைச் சேவும் காரச் சேவும் வாங்கிக்கொண்டு நேரமானாலும் பரவாயில்லை என்று கௌசல்யா வீட்டுக்கும் கலாவதி வீட்டுக்கும் போய்க் கொடுத்தான். "இதெல்லாம் எதுக்கு," என்று கேட்டார்கள். இரண்டு வீட்டிலும் குழந்தைகள் விழித்திருந்தார்கள். கலாவதி வீட்டுக்காரர், "வேலை பரவால்லையா?" என்று விசாரித்தார். "சரி நேரமாயிடுச்சி. கௌம்பு. பணத்த அப்பாகிட்ட குடு," என்றார்கள். அப்போது இரண்டு பேரின் குரலும் தழுதழுத்தது. வீடு திரும்ப பத்து மணி ஆகிவிட்டது.

"ஏன், இவ்ளோ நேரம்?" வசந்தா கேட்டார்.

"அக்கா வீட்டுக்கும், கலாவதி வீட்டுக்கும் போயிட்டு வந்தேன். இன்னிக்கு சம்பளம் குடுத்தாங்க."

"சாப்ட்டியா?"

"அக்கா வீட்ல சாப்பிட்டன்." அக்கா என்றால் அது கௌசல்யாதான். மற்ற இருவரையும் பெயர் சொல்லித்தான்

கூப்பிடுவான். பலகாரப் பொட்டலத்தை உமாரணியிடம் கொடுத்தான். சம்பளப் பணத்தை ராமசாமியிடம் கொடுத்தான்.

“அம்மாகிட்ட குடு,” என்றார் அவர்.

வங்கியில் தான் பார்ப்பது கிருஷ்ணன்தானா என்று ஒரு கணம் சந்திரனுக்கு சந்தேகம் ஏற்பட்டது. சில மாதங்களில் ஆளே மாறியிருந்தான். தோற்றத்தில் தளர்ச்சி தெரிந்தது. அவன் கவுன்ட்டருக்கு முன்னால் நின்றிருந்தான்.

“கிருஷ்ணா, எப்டி இருக்கே? இங்க எங்கே?”

புன்னகைக்க முயன்றவன், “நீ எப்டி இங்க?” என்றான்.

சந்திரன் தான் வேலை செய்யும் நிறுவனத்தின் பெயரைச் சொன்னான். அது பக்கத்தில்தான் என்றும் சொன்னான்.

“நானும் ஒரு ஹார்டுவேர் கடையில வேல பாக்கறன். பக்கத்துத் தெருவுல கார்னர்ல இருக்கும் பார்,” என்று அதன் பெயரைச் சொன்னான்.

“அப்டியா. எங்க ஏஜென்ஸிக்கும் இந்த பேங்க்லதான் அக்கவுன்ட் இருக்கு. நாம வேற வேற நேரத்துல வர்றோம் போலருக்கு. ஏன் இப்டி இருக்க?”

“பேங்க் வேலைய முடி. வெளிய போய்ப் பேசுவோம்.”

வங்கிக்கு அடுத்து ஒரு டீக்கடை இருந்தது. நாற்காலி, மேஜை இருந்ததால் தனியாக உட்கார்ந்து பேச முடிந்தது. எதிர் எதிராக உட்கார்ந்தார்கள்.

“நீ எப்டி இருக்க? ஹரி லட்டர் எழுதுறாரா?”

“நல்லாயிருக்கேன். ஒரு லெட்டர் போட்டார். கூட்டங்கள்ள பேச வெவ்வேற ஊர்களுக்குக் கட்சி அனுப்புதாம். ஆமா, நீ ஏன் இப்டி இருக்க?”

“பரிச்ச முடிஞ்சதும் நானும் வேலை தேடினேன். ரெண்டு மாசம் கழிச்சிதான் இது கெடச்சது. அப்பாவுக்குக் கொஞ்ச நாளாவே உடம்பு சரியில்லாம இருந்துச்சு. நாம ரெண்டாவது வருஷம் படிச்சப்பத்தான் அக்காவுக்குக் கல்யாணம் ஆச்சு. அவளுக்கும் பெரியவன் ஒருத்தன் இருக்கான். எஸ்.எஸ்.எல்.சி. யோட படிப்ப நிறுத்திட்டான். ஒரு வேலையிலும் நெலையா இருக்க மாட்டான். சேர்க்கையும் சரியில்ல. அப்பா அந்தத் துணிக்கடையில முப்பது வருஷத்துக்கு மேல வேலை செஞ்சாரு.

கடைசியா அவரால நின்னுகிட்டு, வேகமா வேலை செய்ய முடியல. கடைக்குக் கூட்டமும் ஜாஸ்தி வரும். வேலையிலிருந்து நின்னுக்கச் சொல்லி முதலாளி மறைமுகமா ஆட்களிடம் சொல்லியிருக்கிறார். அப்பா இன்னும் கொஞ்ச நாள், கொஞ்ச நாள்னு வேலைக்குப் போய்க்கிட்டே இருந்தார். பத்து நாளைக்கு முன்னால நேராவே அப்பாகிட்ட வேலைக்கு வரவேணாம்னு முதலாளி சொல்லிட்டார். அடுத்த நாள் வந்து சம்பளத்த வாங்கிக்கச் சொல்லிருக்கார். அன்னைக்கு வேல முடிஞ்சி கடைக்கு வெளியில வந்து அப்பா நின்னுக்கிட்டிருந்திருக்கார். அதப் பாத்தவங்க முதலாளிகிட்ட சொல்லியிருக்காங்க. அதுக்கு அவரு, 'தினமும் ரெண்டு ரூபா தருவேன். அதுக்காக இருக்கும்'னு சொன்னாராம். கடைப் பையன் ஒருத்தன் வந்து அப்பாகிட்ட அதச் சொல்லி அழுதானாம். எங்க அப்பாவுக்கு எப்டி இருந்திருக்கும் பாரு. வீட்ல வந்து அவரு அதச் சொன்னதும் எல்லாரும் ஓ'ன்னு அழுதுட்டோம்," என்று சொன்னவன் அடக்க முடியாமல் அழுதுவிட்டான். சந்திரனும் உடைந்துபோய்ப் பக்கத்தில் போய் உட்கார்ந்து அவன் தோளை அணைத்துக்கொண்டான்.

"கிருஷ்ணா, அழாத."

"ஒரு வேளை, எங்க அப்பா அந்த ரெண்டு ரூபாய்க்காகத்தான் நின்னுக்கிட்டிருந்திருப்பாரா, சந்திரா?" என்றவன் திரும்பவும் அழத் தொடங்கினான். சமாதானப்படுத்தவே முடியவில்லை. கடையிலிருந்த இரண்டு பேர் திரும்பிப் பார்த்தார்கள். கிருஷ்ணன் கண்ணைத் துடைத்துக்கொண்டான்.

"அப்பா அன்னிக்கு ராத்திரி வீட்டுக்குத் திரும்ப நடந்து வரும் காட்சி அடிக்கடி வந்து என்னைய என்னவோ பண்ணுது, சந்திரா. இப்ப ரத்தக் கொதிப்பு அதிகமாகி பெரும்பாலும் படுத்துக்கிட்டேதான் இருக்கார். ஜி.ஹெச்.லதான் காமிச்சு மருந்து வாங்கறோம்."

"கவலப்படாத, கிருஷ்ணா. மனச விட்ராத. நல்ல காலம் வரும். எதாவது படி. மனசுக்கு ஆறுதலா இருக்கும். வேற வேலைக்கு முயற்சி பண்ணிக்கிட்டே இரு. நாம முடிஞ்சவரப் பாத்துக்கலாம். ரெண்டு பேத்துக்கும் நேரமாச்சு. போலாம்."

ஏஜென்ஸிக்குத் திரும்பும்போது, கிருஷ்ணனின் அப்பாவுக்கு நிகழ்ந்த கொடுமையில் தன் அப்பாவை வைத்து ஒரு கணம் யோசித்தான். நெஞ்சை அடைத்தது.

10

திட்டமிட்டபடி இரவு நேரத்தில் அவனால் படிக்க முடியவில்லை. பகல் வேலையின் அலுப்பில் கொஞ்ச நேரம் படித்தாலே தூக்கம் வந்துவிடுகிறது. ஞாயிற்றுக்கிழமையும் அதிக நேரம் ஒதுக்க முடியவில்லை. போட்டித் தேர்வுகளுக்கான கையேடுகளும் ஒரு புதிய ஆக்ஸ்ஃபோர்டு அகராதியும் வாங்கியிருந்தான். கல்லூரியில் அப்பாவின் லிஃப்கோ அகராதியை வைத்து சமாளிக்க வேண்டியிருந்தது. யூனியன் சர்வீஸ் கமிஷன் தேர்வு ஒன்றும் வங்கித் தேர்வு ஒன்றும் எழுதிப்பார்த்தான். அவற்றில் கணிதம், தர்க்கம் தொடர்பான கேள்விகளில் சிலவற்றுக்கு மட்டுமே விடையெழுத முடிந்தது. பொது அறிவு, ஆங்கில மொழிப் பகுதிகள் ஓரளவு எளிதாக இருந்தன. இரண்டு வருடங்கள் கழித்து இளநிலை உதவியாளர் என்ற எழுத்தர் பதவியில் நானூற்றைம்பது காலியிடங்களுக்கு மாநில சர்வீஸ் கமிஷன் அறிவிப்பு வெளியிட்டது. மூன்று வருடங்களாக அந்தத் தொகுப்பில் காலியிடங்களை நிரப்பவில்லையென்று பேசிக்கொண்டார்கள். நம்பிக்கையுடன் விண்ணப்பம் தயாரித்தான். செய்தியைக் கிருஷ்ணனிடம் சொன்னபோது தானும் பார்த்ததாகத் தெரிவித்தான். சான்றிதழ்களின் நகல்களைத் தட்டச்சு செய்யவும் அவற்றுக்குச் சான்றொப்பம் பெறவும் முதலாளியிடம் அரை நாள் விடுமுறை சொல்லிவிட்டு அரசு அலுவலகமொன்றுக்குப் போனபோது காத்திருக்கச் சொன்னார்கள். அங்கு வேலை செய்தவர்கள், அந்த இடம் தங்களின் தனி உடைமை என்பதைப் பல விதங்களில் உணர்த்திக்கொண்டிருந்தார்கள். மனதில் கருதாத ஒரு சின்னக் கவனக் குறைவோடு இருந்தாலும் அந்நியர்களைத் துரத்திவிடும் சூழல் அது என்பது தெரிந்தது. நம்மைப் பார்க்காத அவர்கள்

முகத்தை நாம் கண்கொட்டாமல் பார்த்துக்கொண்டிருக்க வேண்டும். ஒருமணிநேரக் காத்திருப்புக்குப் பிறகு வேலை முடிந்தது. மூன்று மாதங்கள் கழித்துத் தேர்வு இருக்குமென்று அறிவிப்பில் குறிப்பிடப்பட்டிருந்தது. தேர்வுக்கான தயாரிப்பு தீவிரமாக இருக்க வேண்டும் என்ற தீர்மானம் அவன் மனதில் உண்டானது.

இரண்டொரு இடங்களிலிருந்து உமாராணியைப் பெண்கேட்டு தகவல் வருவதாக ராமசாமியும் வசந்தாவும் சொன்னார்கள். “எட்டுப் பவுன், பத்துப் பவுன் போடுங்கன்னு கேக்கறாங்க. ஆறு வரைக்கும்னா சமாளிக்கலாம். அரசாங்க வேலக்காறங்கன்னா பதினஞ்சி பவுனுக்கு மேலதான் கேப்பாங்களாம். பேசிக்கிறாங்க,” என்றார் வசந்தா. குடும்ப நிலைமையைத் தெரிந்துகொண்ட ஓரிரண்டு மாப்பிள்ளை வீட்டார்கள் எதையோ சொல்லித் தட்டிக்கழித்தார்கள். “இன்னும் ஆறுமாசம் போச்சுன்னா ஒரு பவுன் வாங்கலாம். பவுனக்கூட எப்டியோ சமாளிச்சரலாம் போல இருக்கு. மாப்பிள்ள நல்லா அமையணுமே.” அவர் குரலில் கவலை தெரிந்தது. “ஆறு பவுனு போடறம்னு சொல்லுங்க. எடத்தப் பொறுத்து இன்னும் ஒன்னு, ரெண்டு கூடப் போடலாம். கடன் வாங்கலாம். நானும் சேந்தா கடனை அடைச்சிரலாம்,” என்று இரண்டு பேரிடமும் பொதுவாகச் சந்திரன் சொன்னான். பெற்றோருக்கு அந்த வார்த்தைகள் நம்பிக்கையூட்டின.

“இந்தா, இந்த லெட்டர் காலையில வந்தது,” என்று வசந்தா கொடுத்தார். கையெழுத்திலேயே ஹரி என்று தெரிந்தது. கைகால், முகம்கூட கழுவாமல் பிரித்தான்.

அன்புத் தோழர் சந்திரனுக்கு,

நான் உன்னை ‘தோழர்’ என்று நேரில் கூப்பிட்டதில்லை. ஆரம்பத்தில் ஓரிரு தடவை அப்படிக் கூப்பிட்ட நினைவு. அப்புறம் அது ஏதோ கொஞ்சம் செயற்கையாகத் தோன்றியதால் அப்படிக் கூப்பிடுவதைத் தவிர்த்துவிட்டேன். மிக நெருங்கியவர்களை அப்படித் தொடர்ந்து கூப்பிட முடியாதென்று நினைக்கிறேன். இப்படி எல்லாருக்கும் தோன்றுமா என்று தெரியாது. ஆனால், அந்தச் சொல் மிக உன்னதானது. அந்த ஒற்றைச் சொல் பெரும் சரித்திரத்தை உள்ளடக்கியது. தமிழில் கம்பன்தான் அந்தச் சொல்லை முதலில் பயன்படுத்தினான் என்பது உனக்குத் தெரியும். குகப் படலத்தின் ‘தோழமை’ நினைவிருக்கிறதா? கம்யூனிஸ்ட்டுகளிடையே அந்தச் சொல்லுக்கு வலுவான அர்த்தம்

உண்டு. இதை எழுதும்போது உன் தோழமையின் அருகாமையை விழைகிறேன். நான் சொல்லப்போகும் சம்பவத்தில் நீயும் கூட இருந்திருந்தால் எத்தனை மகிழ்ச்சியைத் தந்திருக்கும்! நீ இல்லையென்பதால் எனக்கு வருத்தம். இதில் மிகையில்லை.

பத்து நாட்களாக மெட்ராஸில் இருக்கிறேன். நேற்று கலாஷேத்ராவில் சாமிநாத சர்மாவைச் சந்தித்தேன். ஒரு வார்த்தையில் சொல்லிவிட்டேன். ஐம்பது, அறுபது ஆண்டுகாலம் இயங்கிய பெரும் அறிவியக்கத்தின் முன்னால் ஒரு மணி நேரம் உட்கார்ந்திருந்தது சாதாரண அனுபவம் இல்லை. இறை அனுபவம் என்கிறார்களே, அது இதுமாதிரித்தான் அவர்களுக்கு இருக்கும் போலிருக்கிறது. அவரைப் பார்க்க வாய்த்தது உண்மையில் என் நல்லூழ். எண்பதை ஒட்டிய வயது. காது முழுதாகவே கேட்கவில்லை. சிலேட்டில் எழுதித்தான் பேச வேண்டும். தன்னைப் பார்க்க ஒருவர் வந்திருப்பது அவருக்கு மகிழ்ச்சியைத் தந்தது என்பது வெளிப்படையாகத் தெரிந்தது. அவரைப் பார்த்ததே போதும் என்ற நிறைவு உண்டானது. நீ உடன் இல்லாதது இழப்புதான். கொஞ்ச நாளில் அங்கு வர வாய்ப்புண்டு. நேரில் பேசுவோம்.

வேலைக்கான முயற்சிகள் எந்த அளவில் உள்ளன? உனக்கு விரைவில் நல்ல வேலை கிடைக்க என் வாழ்த்துகள்.

தோழமையுடன்,
ஹரிநந்தன்

ஹரிக்குக் கிடைத்தது உண்மையில் பெரிய அதிர்ஷ்டம்தான். அவர் சர்மாவின் புத்தகங்கள் நிறையப் படித்திருக்கிறார். தான் படித்த கார்ல் மார்க்ஸ் வாழ்க்கை வரலாறும் கிரீஸ் வாழ்ந்த வரலாறும் அவன் நினைவுக்கு வந்தன. சர்மா என்றில்லை, படிக்க வேண்டியவை ஏராளமாக உள்ளன. சமீபத்தில் பொதுவான படிப்பே இல்லாமல் போய்விட்டது குறித்து வருந்தினான்.

தூரத்து சொந்தக்காரர் ஒருவர் மூலமாக உமாராணிக்கு ஒரு வரன் வந்தது. நாமக்கல் பக்கம் ஒரு ஊரில் மாப்பிள்ளை சின்ன அளவில் துணிக்கடை வைத்திருக்கிறார். ஒரு அண்ணன் உண்டு. அப்பா விவசாயம் செய்கிறார். எளிய குடும்பமாகத்தான் தெரிகிறது. பத்து நாளாகவே பேச்சு போய்க்கொண்டிருந்தது.

“எல்லாம் விசாரிச்சிட்டீங்களா?”

“விசாரிச்சிட்டோம். எல்லாம் நல்லதாத்தான் சொல்றாங்க. பொத்தனூர் தம்பியும் நேராவே போய்ப் பாத்திருக்கான். ஜாதகமும்

பொருந்தி வருது. முதல்ல ஏழு பவுன் போடச் சொன்னாங்க. அப்பறம் மாப்பிள்ளைக்கு ஒரு பவுன்ல மோதிரம் போடணும். ஆறு பவுனுக்கு இப்ப ஒத்துக்கிட்டாங்க. மோதிரத்தோட ஏழு பவுன் ஆச்சு. சீட்டுப் பணத்துல ஒரு பவுன் வாங்கிடலாம். இன்னும் மூனு பவுனுக்கு ஏற்பாடு செய்யணும். கடன்தான் வாங்கணும். கல்யாண செலவெல்லாம் சேத்தா கொறஞ்சது ஆறாயிரம் தேவப்படும்," என்றார் வசந்தா. அம்மாவின் யோசனையும் நுணுக்கமும் அப்பாவுக்கு இருப்பதைவிடக் கொஞ்சம் கூடுதல்தான் என்று அவனுக்குப் பட்டது. உமாராணி துணி துவைக்கப் போன ஒரு ஞாயிற்றுக்கிழமை காலை இந்தப் பேச்சு நடந்தது. அவளுக்கும் குடும்ப நிலைமை புரிந்தாலும் அவள் வீட்டில் இருக்கும்போது பேச அவர்களுக்குச் சங்கடமாக இருந்தது.

"ரெண்டு ரூபா வட்டின்னு வாங்கினாவே மாசம் நூத்தி இருபது ரூபா வட்டிக்கே போயிடும்," என்றார் ராமசாமி.

"அவ்ளோ கடன் கெடைக்குமா?" சந்திரன் கேட்டான்.

"நீயும் இருப்பதால நம்புவாங்க. எங்க மார்க்கெட்டில ஆள் இருக்காங்க."

தன் சம்பளத்தில் வட்டி கட்டலாம். அசலை எப்படி அடைப்பது? அரசாங்க வேலை கிடைத்தால் இரண்டு வருடங்களில் அடைத்துவிடலாம். கிடைக்குமா?

"சரி, மாப்பிள்ளை வீட்டாரை வந்து பெண் பாக்கச் சொல்லுங்க. எப்டியும் சமாளிச்சிரலாம். கவலப்படாதீங்க." இந்த வயதில் அவர்கள் கவலைப்படக் கூடாது. ஆனால், இந்த வயதில்தானே எல்லாக் கவலைகளும் வருகின்றன. பெண்ணைப் பார்க்காமலே அங்கேயிருப்பவர்கள் பேசிக்கொண் டிருக்கிறார்கள். இவள் அவரைப் பார்த்து சரி என்று சொல்ல வேண்டும். இன்னும் எவ்வளவோ இருக்கிறது. அதற்குள் வட்டிக் கணக்கு. எல்லாம் நல்லவிதமாக நடந்தால் சரியென்று நினைத்தான்.

சர்வீஸ் கமிஷன் தேர்வை எழுதி முடிக்கும்போது அவனுக்குத் திருப்தியான மன நிலை உண்டாகியிருந்தது. தனக்குத் தானே வைத்துக்கொண்ட சிறு சிறு தேர்வுகளுக்குப் பயன் தெரிந்தது. ஒரு ஞாயிற்றுக்கிழமை தேர்வு நடந்தது. முதலாளியிடம் சொல்லி முதல் நாளான சனிக்கிழமை விடுமுறை எடுத்துக்கொண்டான். உண்மையில் அது பள்ளி இறுதி வகுப்பு முடித்தவர்களுக்கானது.

ஆனால், கல்லூரிப் படிப்பு முடித்தவர்களே அதிகம் எழுதியதாக செய்தித்தாள்களில் போட்டிருந்தார்கள். நிறையப் பேர் நன்றாக எழுதியிருக்கக்கூடும். தன் தரநிலை எப்படியிருக்குமோ என்ற சந்தேகம் இரண்டு, மூன்று நாட்களுக்கு இருந்தது. வேலை ஈடுபாட்டில் கொஞ்சம் கொஞ்சமாக அது மறைந்துபோனது.

மாப்பிள்ளை வீட்டார் வந்துவிட்டுப் போய் தங்கள் சம்மதத்தைப் பொத்தனூர் மாமா மூலம் தெரியப்படுத்தினார்கள். இடையில் வீட்டுப் பெண்கள் உமாராணியிடம் பேசினார்கள். அவளும் சரியென்று சொன்னாள். பெண்களுக்குக் கல்யாண விஷயங்களில் பெரிதாக அபிப்பிராயம் இருப்பதாகச் சந்திரனுக்குத் தோன்றவில்லை. உரிய காலத்தில் கல்யாணம் ஆக வேண்டும் என்ற எதிர்பார்ப்பும் அப்பா, அம்மா சரியாகத்தான் முடிவெடுப்பார்கள் என்ற நம்பிக்கையும் மட்டுமே அவர்களுக்கு இருக்கும் போலும். மூன்று மாதங்கள் கழித்துத் தங்கள் ஊரிலேயே கல்யாணத்தை வைத்துக்கொள்ளலாம் என்று மாப்பிள்ளை வீட்டில் சொல்லியனுப்பினார்கள். ஒரு மாதம் கழித்து, முன்பே திட்டமிட்டபடி வசந்தா தன் நாத்தனார் ஒருவரோடு போய் ஒரு பவுனைக் காசாக வாங்கிவந்தார். இன்னும் ஒரு மாதத்திற்குள் கடனுக்கு ஏற்பாடு செய்ய வேண்டும்.

“கடனுக்கு சொல்லி வெச்சிருக்கீங்களா?”

“ரெண்டு ரூபா வட்டி பொதுவா நெறையா கடன் வாங்குறவங்களுக்குத்தானாம். நாமன்றதால அதுக்கே ஒத்துக்கிட்டாரு. ரொம்ப வருஷமா தெரிஞ்சவரு. பத்து நாள் கழிச்சி தர்றன்றார். வீட்டுப் பத்தரத்த அடமானமா கேப்பாரு போல இருக்கு.”

“அப்டீலாம் பண்ணணுமா?”

“எல்லாம் வழக்கந்தானே?”

“ஆளு நம்பிக்கையானவரா?”

“ஒன்னும் பிரச்சனையிருக்காது. மார்கெட்ல நெறைய பேர் அவருகிட்ட வாங்கறாங்க.”

இந்த விஷயத்தை சந்திரனிடம் சொன்னார்கள். வீட்டை அடமானம் வைப்பதை யோசித்தால் அவனுக்கு ஒரு மாதிரித்தான் இருந்தது. வேறு வழியில்லை. ஆயிரம், இரண்டாயிரமாக இருந்தால் வாய் வார்த்தையை நம்பி கைமாற்றாகக் கொடுப்பார்கள். இந்தத் தொகைக்கு அடமானம் கேட்பார்கள்தான். அரசாங்க

வேலை எதுவும் கிடைத்தாலேகூட கடனை அடைக்க இரண்டு, மூன்று வருடங்கள் ஆகும். அப்பாவை அதுவரை வேலைக்கு அனுப்புவது நல்லதில்லை. அதிகபட்சம் இன்னும் ஒரு வருடத்தில் அவருக்கு ஓய்வு கொடுக்க வேண்டும். எதிர்காலத்தை யோசித்தால் கலக்கமாக இருந்தது.

வீட்டுப் பத்திரத்தை வாங்கிக்கொண்டு பணத்தைக் கொடுத்தார்கள். பத்திரம் ராமசாமியின் பெயரில் இருந்தாலும் சந்திரனிடமும் கடன் பத்திரத்தில் கையெழுத்து வாங்கினார்கள். பணம் கைக்கு வந்ததும் கல்யாண வேலைகள் வேகமெடுத்தன. மோதிரம் வாங்க டவுனுக்கு வரச்சொல்லி மாப்பிள்ளை வீட்டுக்குக் கடிதம் எழுதினார்கள். அவர் தன் அண்ணன், அண்ணியோடு வந்திருந்தார். அவர்கள் தன் குடும்பத்தின் நெருங்கிய உறவினர்களாக ஆகிவிட்ட நெருக்கத்தை உணர்ந்தது சந்திரனுக்கு விநோதமாக இருந்தது. சில நாட்களுக்கு முன்புவரை அவர்கள் யாரோ. தனக்கே இப்படியென்றால் உமாராணிக்கு எப்படியிருக்கும். அவளுக்கு ஒரு நெக்லஸும் அன்றே வாங்கினார்கள்.

கல்யாணத்தை மாப்பிள்ளை வீட்டார் எளிமையாக நடத்தினார்கள். இருந்தாலும் வந்த எல்லாருக்கும் மன நிறைவான வைபவமாக அது இருந்தது. அன்றே மாப்பிள்ளையையும் பெண்ணையும் அழைத்துக்கொண்டு ஊர் திரும்பினார்கள். இரண்டு நாட்கள் கழித்து மாப்பிள்ளை வீட்டுக்கு இரண்டு பேரும் திரும்பப் போகும் மூன்றாம் நாள் விடியற்காலையிலிருந்தே வீட்டுப் பெண்களின் முகங்கள் வாட்டமாக இருந்தன. புதுப்பெட்டியில் தன் துணிமணிகளை மூக்கைச் சிந்திக் கொண்டே உமாராணி அடுக்கினாள். கிளம்புவதற்கு முன் மாப்பிள்ளையும் அவளும் பெரியவர்கள் காலில் விழுந்து கும்பிட்டார்கள். தொடங்கியது அழுகை. பெண்கள் வாய்விட்டு அழ ஆண்கள் கண்கலங்கினார்கள். நினைத்தால் இரண்டு மணி நேரத்தில் போய்விடும் தூரம்தான். ஆனாலும் மனது கேட்காது. மாமா வீட்டுக்கு அக்கா போனபோதும் இப்படித்தான் அழுதிருப்பார்கள். கலாவதி கல்யாணமாகிப் போனபோது அவர்கள் அழுததை சந்திரன் பார்த்திருந்தான். அப்போது அவனுக்குப் பெரிதாக ஒன்றும் தோன்றவில்லை. இப்போது அவனுக்கும் கண் கலங்கியது. அப்பா வேட்டி நுனியில் கண் துடைப்பதைப் பார்த்தான். குதிரை வண்டியில் அவர்களை பஸ் நிலையத்துக்கு அனுப்பினார்கள். சந்திரனும் கூடப்

போய்விட்டு வந்தான். அக்காவும் கலாவதியும் அன்றைக்கு சாயங்காலம் கிளம்பிப் போனார்கள். அவர்களும் குழந்தைகளும் நான்கைந்து நாட்களாக இருந்தவரை வீடு கலகலப்பாக இருந்தது. சாயங்கால வேளையில் வீட்டுப் பெண்கள் கணவர் வீட்டுக்குக் கிளம்பும் சோகக் காட்சியைப் பார்க்கும் பெற்றோரைக் கண்ணுறுவது இன்னொரு சோகம். மூன்று பேரும் இந்த வீட்டிலிருந்த சந்தோஷத்தைப் பிய்த்து எடுத்துக்கொண்டு போய்விட்ட மாதிரி இருந்தது.

நான்கு நாட்கள் கழித்து சந்திரன் வேலைக்குப் போனான். வீட்டில் செய்த இனிப்பை எடுத்துக்கொண்டுபோய் எல்லாருக்கும் கொடுத்தான். கல்யாணப் பத்திரிகை கொடுத்திருந்தும் வெளியூர் என்பதாலும் வேலை நாள் என்பதாலும் யாருக்கும் வர சந்தர்ப்பப்படவில்லை. இன்னொரு நாள் வீட்டுக்கு வந்து பார்க்கிறோம் என்று சொன்னார்கள். அவனுடைய வேலைகள் சிலவற்றை அக்கவுண்டன்ட் செய்திருந்தாலும் செய்ய வேண்டியவை நிறைய இருந்தன. சில கடைகளுக்கு உரிய சரக்குகள் போகவில்லை. சில கடைகளுக்கு அவர்கள் கேட்காத சரக்குகள் போயிருந்தன. அவற்றைச் சரிசெய்ய வேண்டும். எல்லாம் இயல்புக்கு வர மூன்று நாட்கள் பிடித்தன.

சம்பளத்தில் இருபது ரூபாய் எடுத்துக்கொண்டு மீதியை அம்மாவிடம் சந்திரன் கொடுத்துவிடுவான். புதுச் சீட்டுக்கு முப்பது ரூபாய் போக நூறு ரூபாயை அவர் ராமசாமியிடம் கொடுப்பார். தன் சம்பளத்தில் இருபது சேர்த்து அவர் வட்டி கட்டுவார். பழைய சீட்டுக்கும் பணம் கட்ட வேண்டியிருந்தது. முன்பைவிட இறுக்கித்தான் செலவு செய்ய வேண்டியிருந்தது. கூடவே தீபாவளி, பொங்கல் சீர் செலவும் வந்தது. எல்லா வற்றையும் சமாளிப்பது வசந்தாவின் கழுத்தை நெரித்தது. நிலவரம் புரிந்த உமாராணி வருந்தினாள். கல்யாணத்தின்போது மொய்யோடு நிறுத்திக்கொண்ட கௌசல்யாவும் கலாவதியும் பண்டிகைகளின்போது சீர் செய்ய பெற்றோருக்கு உதவினார்கள். அவர்களின் கணவர்கள் நல்ல குணமுடையவர்களாக இருந்ததால் அது சாத்தியமானது.

தேர்வு எழுதி ஐந்து மாதங்களுக்குப் பிறகு இன்னும் ஒரு வாரத்தில் முடிவுகள் வரும் என்று செய்தி வந்தது. காலியிடங்கள் அதிகம் என்பதால் பெரிய அளவில் எதிர்பார்ப்பு நிலவியது. சந்திரனுக்குப் பதைபதைப்பாக இருந்தது. ராமசாமி அதைப்

பற்றிப் படித்திருந்தார். சந்திரன்மீது அவருக்கு நம்பிக்கை இருந்தது. மகன் அரசு அலுவலகம் ஒன்றில் உட்கார்ந்து வேலை செய்யும் காட்சி அவர் மனக்கண்ணில் ஓடியது. இந்த வேலை கிடைத்தால் குடும்பத்துக்குக் கிடைக்கும் நிம்மதியை யோசித்துப் பார்த்தார். ஆசுவாசம் பெறும் முதல் தலைமுறையாகத் தன் மகனைக் கற்பனை செய்தார். படும் கஷ்டத்துக்கு விடிவுகாலம் வரட்டும் என்று வசந்தா திரௌபதி அம்மனை மனமுருக வேண்டிக்கொண்டார்.

அடுத்த நாள் தேர்வு முடிவுகள் என்று ஆங்கிலச் செய்தித்தாள் செய்தி வெளியிட்டிருந்தது. முதலாளிகூட அதைப் பற்றி விசாரித்தார். "கிடைச்சிடும்பா," என்றார். அக்கறை தொனித்த அந்த வார்த்தையை நன்றி சொல்லி ஏற்றுக் கொண்டான். அன்றிரவு சரியாகத் தூக்கம் பிடிக்கவில்லை. முடிவு சாதகமாகத்தான் வரும் என்பதில் என்ன நிச்சயம்? எதிர்மறையாக வந்தாலும் அதை ஏற்றுக்கொள்ள மனதைத் தயார்ப்படுத்த வேண்டும். அப்பாவின் முகமும் அம்மாவின் முகமுமே திரும்பத் திரும்ப வந்தன.

காலை ஆறரை மணிக்கு ரயில் சந்திப்புக்குப் பக்கத்தி லிருந்த கடையில் ஆங்கிலச் செய்தித்தாளை வாங்கினான். தள்ளி நின்று படபடப்புடன் பக்கங்களைப் பிரித்தான். நான்காம் பக்கம் தேர்வானவர்களின் பதிவெண்கள் வெளியிடப்பட் டிருந்தன. பொதுப்பிரிவில் அவன் எண் இருந்தது. அதைப் பார்த்தபோது உடம்பு லேசாகிப் பறப்பது மாதிரி இருந்தது. 'அப்பா, அம்மா' என்று மனதுக்குள் சொல்லிக்கொண்டான். 'கிருஷ்ணனோடது என்ன ஆச்சோ' என்று நினைத்துக்கொண்டே அவன் எண்ணைத் தேடினான். மனப்பாடமாகியிருந்த அவன் எண் இரண்டு தடவை துழாவியும் கண்ணில் தென்படவில்லை. பக்கென்று இருந்தது. மனதில் ஏதோ உள்ளே அமுங்கியதைப்போல உணர்ந்தான். கலவையான உணர்ச்சியோடு சைக்கிள் கேரியரில் செய்தித்தாளைப் பொருத்திக்கொண்டு வீட்டுக்கு வந்தான். லேசான புன்னகையுடன் பக்கத்தைப் பிரித்து அப்பாவிடம் கொடுத்தான். அவன் காட்டிய எண்ணைப் பார்த்தார். அவன் தோளைப் பற்றிய அவர் கை நடுங்கியது. "கெடச்சிருச்சிம்மா," என்று அம்மாவிடம் சொன்னான். அவர் முகம் அப்படி மலர்ந்து முன்பு அவன் பார்த்ததில்லை.

பலகாரக்கடை திறக்கும்வரை காத்திருந்து இனிப்பு வாங்கிக்கொண்டு நிறுவனத்துக்குப் போனான். முதலாளிக்கும் மற்ற பணியாளர்களுக்கும் கொடுத்து மகிழ்ச்சியைப் பகிர்ந்து கொண்டான். "எந்த டிபார்ட்மெண்ட்டுனு எப்பப்பா தெரியும்?"

என்றார். "சர்வீஸ் கமிஷனிலிருந்து முதல்ல லெட்டர் வருமாம். அப்புறந்தான் தெரியும்னு சொல்றாங்க," என்றான். "சரி, அதுவரை வருவீல்ல?" என்று அவர் கேட்டதற்கு, "கண்டிப்பா வருவேன் சார்" என்றான். மற்ற பணியாளர்கள் அன்று பூராவும் அவனைக் கூடுதல் அன்புடன் நடத்தியதை உணர்ந்தான். முதலாளியுடைய அனுமதியுடன் மாலை சீக்கிரமே கிளம்பினான். கிருஷ்ணனைப் பார்க்கும் துணிச்சல் இல்லை. நாளைக்குப் பார்த்துக்கொள்ளலாம். இனிப்புடன் இரண்டு அக்காக்களின் வீடுகளுக்கும் போனான். எல்லாருக்கும் மனதுகொள்ளாத சந்தோஷம். "அப்பா, அம்மாவைப் பாத்துக்க. உமாவுக்கும் லெட்டர் போடு" என்று இரண்டு பேரும் ஒரே மாதிரி சொன்னார்கள். வீட்டுக்குப் போகும்போது இரண்டு பீடிக் கட்டுகளும் சர்க்கரை சேவு பாக்கெட்டுகளும் வாங்கிக்கொண்டு போனான். சட்டென்று தனக்கு நான்கு வருடங்கள் வயது கூடிவிட்டதைப்போல உணர்ந்தான். சீக்கிரம் அப்பாவை வீட்டிலேயே இருக்கவைக்க வேண்டும்; தினசரி வீட்டுக்கு தினமணி வரவழைக்க வேண்டும்; அம்மாவையும் அவரையும் கவலை அண்டாமல் பார்த்துக்கொள்ள வேண்டும் என்கிற மாதிரியான யோசனைகளோடு சைக்கிள் மிதித்தான்.

அடுத்த நாள் வங்கிக்குப் போனபோது கிருஷ்ணன் அங்கே வந்திருந்தால் தேவலையே என்று எதிர்பார்த்தான். அவன் இல்லை. வேலை முடிய பதினைந்து நிமிடங்கள் ஆயின. வெளியேறும்போது கிருஷ்ணன் வந்தான். அவனைப் பார்க்கச் சங்கடமாக இருந்தது. "சந்தோஷம். நீ இரு. உடனே வந்திர்றேன்," என்று சொல்லிவிட்டு உள்ளே போனான். ஐந்து நிமிடங்களில் வந்தான். வாசலை விட்டுத் தள்ளிப்போய் நின்றார்கள்.

"சந்திரா, ரொம்ப சந்தோஷம். ஒனக்குக் கெடைக்கும்னு எனக்குத் தெரியும்."

"அதிருக்கட்டும். ஒனக்கும் கெடச்சிருந்தா நல்லாருக்கும்."

"நான் சரியா தயார் பண்ணலை. கெடைக்கும்னு நான் எதிர்பாக்கலை."

"ட்ரெய்னிங் காலேஜுக்கு முயற்சி பண்ணேன்."

"எனக்கு அதுல ஆர்வம் இல்ல."

"சரி, எதாவது வாய்ப்பு வரும். கவலப் படாதே. அப்பா எப்படி இருக்காரு?"

"பரவால்ல. மாத்திரை சாப்ட்டுக்கிட்டுதான் இருக்காரு. வீட்டுக்கு முன்னாடி கடை எதாவது வெக்கலாமான்னு பாக்கறாரு."

"அவரப் பாத்துக்கோ. நாம சந்திக்கலாம். கடைக்கு நேரமாச்சு. எங்க வேலைன்னு ஒனக்கு சொல்றேன்."

ஒரு வாரம் போன பிறகு ஒரு நாள் இரவு சைக்கிளைத் திண்ணையை ஒட்டி நிறுத்தும்போது அப்பாவின் சைக்கிளைக் கவனித்தான். வீட்டுக்குள் நுழைந்தபோது அவர் ஒரு கடிதத்தைப் படித்துக்கொண்டிருந்தார். காலடிச் சத்தம் கேட்டுத் திரும்பிய அவர்,

"இந்தா சர்வீஸ் கமிஷன்ல இருந்து வந்திருக்கு," என்று சொல்லி பழுப்பு நிற உறையையும் கடிதத்தையும் கொடுத்தார்.

தேர்ச்சியை அதிகாரப் பூர்வமாக அறிவிக்கும் கடிதம் அது. தேர்வாகியுள்ளவர்களின் பட்டியல் அரசுக்கு அனுப்பப்பட்டுள்ளதாகவும் அரசு அதைச் சம்பந்தப்பட்ட துறைகளுக்குத் தேவைக்கேற்பப் பிரித்து அனுப்பும் என்றும் சொல்லப்பட்டிருந்தது. தேர்ச்சியடைந்தவர் எந்தத் துறைக்கு ஒதுக்கப்பட்டிருக்கிறாரோ அந்தத் துறையின் இயக்குநர் பணி நியமனம் குறித்து சில நாட்களில் தெரிவிப்பார் என்றும் அதில் குறிப்பிடப்பட்டிருந்தது. அம்மாவிடம் விளக்கிச் சொன்னான்.

"இங்கியே கெடைக்குமா?"

"சொல்ல முடியாதும்மா. தமிழ்நாட்டுல எங்க வேண்ணாலும் போடலாம். பொதுவா பக்கத்துலதான் இருக்கும்."

இரண்டு பேரும் சாப்பிட உட்கார்ந்திருந்தார்கள்.

"நம்ம குடும்பத்துல நீதான் மொதல்ல காலேஜுக்குப் போன. இப்ப அரசாங்க வேலைக்கும் நீதான் மொதல்ல போற." வசந்தா சொன்னார். வார்த்தைகளில் தொனித்த பெருமிதத்தைப் புரிந்துகொண்டான்.

"சுந்தரமும் சக்திவேலும் படிச்சிருக்கலாம். அவங்களும் படிக்கிறேன்னு கேக்கல. சித்தப்பாவுக்கும் அத்தைக்கும் தோணவுமில்ல. அதுல எனக்கு மனசு சங்கடந்தான். மத்த வீட்ல பசங்க இப்ப சின்னவுங்கதானே. பின்னாலே படிப்பாங்க. அக்கா ஏழாவது வரைக்கும் படிச்சுதுன்னு சொல்றீங்க. மத்தவங்கள அஞ்சாவதோட நிறுத்தியிருக்கீங்க. இன்னும் ரெண்டு மூனு வருஷமாவது படிக்க வெச்சிருக்கலாம்."

“அப்பெல்லாம் அப்படித்தாம்பா. உமாவுக்குப் படிப்பு சரியா வரல.”

“படிச்சாகணும்ன்ற எண்ணத்த அப்பாதான் சின்ன வயசிலியே எனக்கு உண்டாக்கிட்டாரே. எனக்கும் ஏதோ படிப்பு ஓரளவுக்கு வந்தது. எனக்காக எவ்ளோ கஷ்டப்பட்டிருப்பீங்க.” அவன் குரல் அடைத்தது.

வசந்தாவும் சாப்பிட்ட பிறகு முன் திண்ணைக்கு வந்தார்கள்.

“நீங்க ஒரு நாளைக்கு உமா வீட்டுக்குப் போய்ட்டு வாங்களேன்.”

“போகணும்பா. ஒனக்கு எவ்ளோ சம்பளம் கெடைக்கும்?”

“நானூறு ரூபாய்க்கிட்ட கெடைக்கும்னு சொல்றாங்கம்மா.”

தான் சம்பாதிப்பதைவிடக் கூடுதலாக மகன் சம்பாதிக்கப் போகிறான் என்பதை நினைக்க ராமசாமிக்குப் பெருமையாக இருந்தது.

11

பணி நியமனம் குறித்து சில நாட்களில் தெரிவிக்கப்படும் என்று தகவல் சொல்லப்பட்டிருந்தாலும் அது தெரியவந்ததென்னவோ மூன்று மாதங்கள் கழித்துத்தான். மாநில வேலைவாய்ப்புத் துறை இயக்குநரிடமிருந்து வந்த கடிதம் அவனை அதைப் பெற்ற ஒரு வாரத்திற்குள்ளாகப் பக்கத்து மாவட்ட வேலை வாய்ப்பு அலுவலகத்தில் பணியேற்குமாறு அறிவுறுத்தியது. பரவாயில்லை என்றே எல்லாரும் நினைக்க வசந்தா மட்டும் உள்ளூரிலேயே இருந்திருந்தால் தேவலையே என்று நினைத்தார். அது குறித்த வருத்தம் ஒரு பக்கம் இருந்தாலும், அவரும் ராமசாமியும் மனசு கொள்ளாத நிம்மதியையும் சந்தோஷத்தையும் அனுபவித்தார்கள். முதலில் அன்றாடம் போய்வந்து பார்க்கலாம், அப்புறம் முடிவுசெய்து கொள்ளலாம் என்று சந்திரனுக்குத் தோன்றியது. செய்தியைக் கேட்ட முதலாளியும் சந்தோஷப் பட்டார். இருபது நாட்களே ஆகியிருந்தாலும் முழு மாத சம்பளத்தைக் கொடுத்தார். "நேரம் இருந்தா இங்க வந்துட்டுப் போப்பா," என்றார். அப்போதே போய்க் கிருஷ்ணனிடமும் செய்தியைத் தெரிவித்தான். "நேரம் கெடைக்கும்போது வந்து பாரு" என்று சொல்லி அவன் விடைகொடுத்தான். அந்தக் கடையின் வியாபாரம் அவனைச் சார்ந்து இருப்பதை அங்கிருந்த சில நிமிடங்களில் சந்திரன் கவனித்தான். அதிகம் பேசிக்கொள்ள முடியவில்லை.

தகவல் கிடைத்த மூன்றாவது நாள் காலை சீக்கிரமே பஸ் ஏறினான். அவன் ஏறியிருந்த பஸ் கண்மூடித்தனமான வேகத்தில் போனது. மொத்த சாலையுமே காலியாக இருந்த மாதிரி இந்த பஸ் ஓட்டுநருக்குத் தோன்றுமோ என்னவோ. கடைசி

நொடியில்தான் பலரால் இந்த பஸ்ஸிலிருந்து உயிர் தப்ப முடிந்தது. வேலை வாய்ப்புகளை பூதக் கண்ணாடி வைத்துத் தேடும் நாட்டில் அதற்கென்று ஒரு துறை இருப்பது வேடிக்கை யாக இருந்தது. 'கடவுள் நம்பிக்கை மட்டுமே மூடநம்பிக்கை அல்ல; எம்ப்ளாய்மெண்ட் எக்ஸ்சேஞ்சில் பதிவு செய்வதும்தான்' என்ற வாசகம் அப்போது இளைஞர்கள் சிலர் மத்தியில் சுற்றிக் கொண்டிருந்தது அவன் நினைவுக்கு வந்தது. தானே பி.யு.சி. முடித்தவுடன் அப்படிப் பதிவு செய்ததையும் நினைத்துப் பார்த்தான். பதினைந்துக்குப் பதினைந்து என்ற அளவில் இருந்த ஒரு அறையில் நாற்பது பேரைத் தரையில் உட்கார வைத்துப் படிவங்களைப் பூர்த்தி செய்யச் சொன்னார்கள். ஒரு பையன் இன்னொருவனின் மடியில் இருந்தான். இன்னும் மூன்றே நாட்களில் அவர்கள் எல்லாரையும் வேலையில் அமர்த்திவிடுவதைப் போன்ற தர்பாரை அலுவலக ஆட்கள் நடத்தினார்கள். இப்போதும் நிலைமை ஒன்றும் பெரிதாக மாறியிருக்க வாய்ப்பில்லை.

பஸ் நிலையத்திலிருந்து நடக்க முடிகிற தூரத்தில் அலுவலகம் இருந்தது. சம்பிரதாயங்களை நிறைவேற்றிய அலுவலகக் கண்காணிப்பாளர் மாவட்ட அலுவலரைப் பார்க்கச் சொன்னார். அவர் கொஞ்சம் சிடுசிடுவென்று தெரிந்தார். அலுவலக நடைமுறைகளைச் சுருக்கமாகச் சொன்னார். பி.ஏ., பி.எஸ்சி., படித்தவர்களைப் பதிய தனியாக ஆளில்லாமல் இருந்ததைக் குறிப்பிட்டார். மற்றவர்கள் அந்தப் பிரிவைப் பகிர்ந்துகொண்டதால் வேலை சரியாக நடக்க வில்லை என்றார். பட்ட மேற்படிப்புப் படித்தவர்களுக்கும் தொழிற்கல்வி முடித்தவர்களுக்கும் மெட்ராஸில் தனி அலுவலகம் இருப்பதை அப்போதுதான் தெரிந்துகொண்டான். பதிவு செய்யும் முறையை ஒரு மூத்த அலுவலர் விளக்கினார். பதிவு செய்த பிறகு செய்ய வேண்டிய வேலைகள் நிறைய இருந்தன. ஆயிரக்கணக்கான வெள்ளை அட்டைகள் பதிவறையில் இருந்தன. பதிவு செய்யும் இளையோரின் நம்பிக்கை எனும் அரூப உயிர் இங்கே பாதியும் அவர்கள் கையில் மறு பாதியுமாகத் துடித்துக்கொண்டிருந்தது.

அடுத்த நாளே அவனைத் தனியாக வேலை செய்யப் பழக்கினார்கள். பதினைந்துக்குப் பதினைந்து இன்னும் மாற வில்லை. அரசாங்கத்துக்குக் கொஞ்சமும் வருவாய் இல்லாத துறை. எனவே அது செலவு செய்யாது. தான் இந்த பிரம்மாண்ட எந்திரத்தில் ஒரு சிறு பல். குறைந்தபட்சம் அந்தப் பல்லைக்கொண்டு யாரையும் கடிக்காமல் இருப்போம் என்று தீர்மானித்தான். வந்தவர்களைப் பகுதி பகுதியாகப் பிரித்து உட்காரவைத்து

புதிதாகப் பதிதல், பழைய பதிவைப் புதுப்பித்தல் என்ற இரண்டு வேலைகளையும் சாத்தியமான வேகத்தில் செய்து முடித்தான். வந்தவர்களிடம் ஓரிரு வார்த்தைகளைப் புன்னகையுடன் பேசினான். அவர்களுக்கு அதுவே பெரிய ஆசுவாசமாக இருந்தது.

அவன் அரசு வேலைக்குச் சேர்ந்து சில மாதங்களில் ராமசாமியிடம் ஆஃபீஸுக்கு வரவேண்டாம் என்று சொல்லிவிடலாமா என்று சீனிவாசனுக்குத் தோன்றியது. அவருடைய முதுமை ஒரு காரணமாக இருக்கலாம். மகன் சம்பாதிக்க ஆரம்பித்து விட்டானே என்ற கணக்கும் இருக்கலாம். அது தொடர்பான பேச்சு காதில் விழுந்ததும் ராமசாமி மிகவும் சங்கடப்பட்டார். இன்னும் கொஞ்ச நாள் வேலைக்குப் போனால் கடன் கொஞ்சம் குறையுமே என்று நினைத்தார். மகனின் தோளில் தான் சுமத்திய பாரத்தை நினைத்து வருந்தினார். அது தான் சுமக்க வேண்டியது. செய்தி அறிந்த சந்திரன் இந்த சந்தர்ப்பத்தைப் பயன்படுத்தி அப்பாவை வீட்டில் இருக்கவைக்கலாம் என்று முடிவெடுத்தான். வசந்தாவுக்கு என்ன சொல்வதென்றே தெரியவில்லை. எப்படிப் பார்த்தாலும் யாரோ ஒருவருக்கு சிரமம்தானே என்று நினைத்தார்.

அன்றாடம் பஸ்ஸில் போய்வருவது சந்திரனுக்குச் சிரமமாக இருந்தது. டிக்கட் செலவைப் பார்த்தாலும் வீட்டு வாடகைக்குச் சமமான கணக்கே வந்தது. புது ஊரில் ஒரு வீடு பார்த்து அப்பாவையும் அம்மாவையும் தன்னுடன் வைத்துக்கொள்வது சரியாக இருக்கும். அக்காவும் மாமாவும் டவுனில் வாடகை வீட்டில்தான் இருந்தார்கள். மாமாவுக்குத் தேவையான அளவுக்கு வருமானம் இருப்பதாகத் தெரியவில்லை. அவர்களைத் தங்கள் வீட்டில் குடிவைத்துவிட்டால் அவர்களுக்கு வாடகை செலவு மிச்சமாகும், வீட்டுப் பராமரிப்பிலும் பிரச்சனை இருக்காது என்ற தன் எண்ணத்தை அப்பா, அம்மாவிடம் தெரிவித்தான். அவர்களால் உடனடியாக ஒரு முடிவுக்கு வர முடியவில்லை.

இரண்டு மாதங்களுக்குப் பிறகு ராமசாமி வேலைக்குப் போவதை நிறுத்தினார். கடைசி நாள் சைக்கிளைக் கொஞ்ச தூரம் ஓட்டியும் கொஞ்ச தூரம் தள்ளிக்கொண்டும் நிதானமாக வீட்டுக்கு வந்தார். வழியில் இருந்த கடைகளையும் கட்டடங்களையும் அவற்றுக்கு விடைகொடுப்பதைப்போலப் பார்த்தார். இனி இந்தப் பக்கம் வருவோமா என்று சந்தேகப்பட்டார். வட்டிப் பணத்தை சந்திரனிடம் கொடுத்தனுப்பலாம். அல்லது அந்த

ஆசாமியை வீட்டுக்கு வரவழைக்கலாம். வழியிலிருக்கும் கௌசல்யா வீட்டுக்குப் போகும் மனநிலை இல்லை. இந்நேரம் அவர்கள் தூங்கியிருப்பார்கள். இருபத்தெட்டு வருட புரோக்கர் ஆஃபிஸ் வாழ்க்கைக்குப் பிறகு கிடைக்கப்போகும் ஓய்வு. புழுதியிலிருந்து, ராத்திரி நேரத்தில் சைக்கிளை மிதிப்பதி லிருந்து விடுதலை. வெற்றிலைக் கொடிக்கால்களுக்கும் அகத்தி மரங்களுக்கும் மத்தியில் கழிந்திருக்க வேண்டிய வாழ்க்கை. சின்னம்மாவால், கொஞ்சம் பள்ளிப் படிப்பு கிடைத்தது. குழந்தைவேலுவின் தோழமையால் பொது உலகம் தெரிந்தது. வசந்தாவின் சாமர்த்தியத்தால் மகள்களின் கல்யாணமும் மகனின் படிப்பும் நடந்துமுடிந்தன. அவளுடைய அனுசரணை இல்லாமல் போயிருந்தால் குடும்பம் இக்கட்டில் மாட்டியிருக்கும். இருப்பதை வைத்து கௌரவமாக வாழ வழிசெய்தவள் அவள். மகனுடைய தலையில் எல்லாச் சுமையையும் ஏற்றிவிட்டதற்கு அப்புறம் கிடைக்கும் ஓய்வில் என்ன பிரயோஜனம். இந்தச் சின்ன வயதில் அவனுக்கு எவ்வளவு பொறுப்புகள். வீட்டுப் பத்திரம்வேறு அடமானத்தில் இருக்கிறது. அது அவன் கைக்குப் போனால்தான் நிம்மதி. இன்னும் இரண்டு, மூன்று வருடங் களுக்குப் பிறகுதான் அவனுடைய கல்யாணத்தைப் பற்றி யோசிக்க முடியும் போலிருக்கிறது.

இரண்டு நாட்கள் கழித்து வீட்டுக்கு தினமணி வரும்படி சந்திரன் ஏற்பாடு செய்தான். வேலையிலிருந்து நின்றுவிட்ட விஷயத்தை அவரிடம் பேச வேண்டாம் என்றும் பொதுவாகப் பேசிக்கொண்டிருக்கும்படியும் அம்மாவைக் கேட்டுக் கொண்டான். சாயங்கால நேரத்தில் ரயில் சந்திப்புவரை நடந்துவிட்டு வந்தால் மனதுக்கு இதமாக இருக்கும் என்று அப்பாவுக்கு யோசனை சொன்னான். அக்கா வீட்டுக்கோ கலாவதி வீட்டுக்கோ இரண்டு பேரும் சேர்ந்து போய்வரும் படியும் சொன்னான். ஆனால், ஊரிலோ சொந்தக்காரர்கள் மத்தியிலோ தன்னை வெளிப்படுத்திக்கொள்ளாத ராமசாமிக்குத் தற்போது கிடைத்திருக்கும் ஓய்வு ஒரு பிரச்சனையாகத் தெரிந்தது. கொஞ்ச நாளில் இதைக் கவனித்த சந்திரன் அவருக்கு ஒரு புதுத் திருக்குறள் பிரதியும் பாரதியார் கவிதைத் தொகுப்பும் வாங்கிக் கொடுத்தான்.

அலுவலகத்திலிருந்து வீடு திரும்ப இரவு எட்டு மணி ஆகிவிடு கிறது. ஒரு நாள் வீட்டுக்குள் நுழையும்போது பெரிய அத்தை அம்மாவோடு உட்கார்ந்திருப்பதைப் பார்த்தான். அப்பா சோர்வாக நாற்காலியில் சாய்ந்திருந்தார்.

“என்னாப்பா, ஒரு மாதிரி இருக்கீங்க?”

“அப்பாவுக்கு உடம்பு சரியில்ல. இப்பதான் சித்தப்பா டாக்டருக்கிட்ட கூட்டிக்கிட்டுப் போய்ட்டுவந்தார்.”

“என்ன ஆச்சு?”

“காலையிலிருந்தே மயக்கமா இருந்துச்சு. தலை சுத்தலும் இருந்துச்சு. சாய்ந்தரம் மூச்சுவிட சிரமமாயிருந்தது. வடிவேலுதான் டாக்டருக்கிட்ட கூட்டிட்டுப் போனான்,” என்று அவரே மெதுவாகப் பேசினார்.

“ரத்தக் கொதிப்பு இருக்காம். பத்து நாளைக்கு மாத்தரை கொடுத்திருக்காரு. அப்றமா வரச்சொன்னாராம்.”

மாத்திரைகளை எடுத்துப் பார்த்தான். ரத்தக் கொதிப்பின் அளவை டாக்டர் சீட்டில் எழுதியிருந்தார். கூடுதலாகத்தான் தெரிந்தது.

“அப்பா, ஒன்னும் பிரச்சனையில்ல. மாத்தரைய கரக்டா சாப்பிடுங்க. இந்த வயசுல ரத்தக் கொதிப்பு கொஞ்சம் கூடுதலா இருக்குறது சகஜந்தான். நீங்க கவலப்படாதீங்க. சாப்பாட்ல உப்பு கொறச்சி போடும்மா.”

“அண்ணா, நான் வர்றேன். ஒடம்பப் பாத்துக்குங்க,” என்று சொல்லிவிட்டு அத்தை கிளம்பினார்.

சாப்பாட்டுக்குப் பிறகு திண்ணைக்கு வந்தார்கள். ராமசாமி பீடி பற்றவைத்தார். தூங்குவதற்கு முன்னால் இன்னும் இரண்டு பீடிகளைப் புகைப்பார்.

“அப்பா, இனிமே பீடி குடிக்கிறத கொறச்சிக்கிங்க. நிறுத்தினாகூட பரவால்ல.”

“பீடி, சிகரெட் பிடிப்பீங்களான்னு டாக்டர் கேட்டார். நான் சொன்னதும், அதெல்லாம் விட்ருணும்னு சொன்னார். அது அவ்ளோ சீக்கிரம் முடியாதுப்பா. கொறச்சிக்கிறேன்.”

“நீங்க எதுக்கும் கவலப்படாதிங்க. நாந்தான் வேலைக்கு வந்துட்டேன்ல. கடன்லாம் கொஞ்சம் கொஞ்சமா கட்டிரலாம். நீங்க எதாவது படிச்சிக்கிட்டு ஓய்வா இருங்க. வீடு பாத்து ஒங்க ரெண்டு பேரையும் கூட்டிக்கிட்டுப் போயிடறேன்.”

வீட்டிலிருந்த மூன்று மாதங்களில் கவலைகளை மனதில் போட்டுக் குழப்பிக்கொண்டு இருந்திருப்பார் போலிருக்கிறது. மனம் விட்டுப் பேச ஆட்களில்லாதிருப்பதும் ஒரு காரணம். உடன் பிறந்தவர்களுக்கு அவர்கள் கவலைகளே பெரிதாக

இருக்கின்றன. ஊர் மாற்றம் அவருக்குக் கொஞ்சம் நிம்மதியைத் தரலாம். அதே சமயம் பழகிய இடத்தையும் மகள்களையும் பேரக் குழந்தைகளையும் விட்டுப் பிரிவது மனக் கஷ்டத்தை உண்டாக்கவும் செய்யலாம். வளர்ந்த செடியைப் பிடுங்கி வேறிடத்தில் நடுவது போன்றது அது. சீக்கிரம் வீடு பார்க்க முடிவு செய்தான்.

அலுவலகத்தில் சொந்த விஷயங்களை நம்பிப் பகிர்ந்து கொள்வது மாதிரி இருந்தவர் அண்ணாமலை ஒருவர்தான். தலைமை எழுத்தரான அவர் உள்ளூர்க்காரர். நிறைய ஆட்களைத் தெரிந்தவராக இருந்தார். அவர் பழகிய விதத்தில் அவர்மீது சந்திரனுக்கு நம்பிக்கை உண்டானது. அவர் பேசிய வார்த்தை களில் உண்மை தெரிந்தது. உணவு இடைவேளையில் இரண்டு நாட்கள் குடும்ப விஷயங்களை அவரிடம் சொன்னான். கடனையும் அதற்கான வட்டியையும் சமாளிப்பதில் இருக்கும் சிரமங்களைக் குறிப்பிட்டான். நூறு ரூபாய்க்குள் ஒரு வாடகை வீடு பார்க்க வேண்டும் என்பதையும் சொன்னான். "எதாவது செய்யலாம், சந்திரா," என்றார்.

இரண்டு நாட்கள் கழித்து சாப்பிடும்போது சொன்னார்:

"சந்திரா, நம்ம ஊழியர் சொசைட்டில மெம்பரா ஆகற தகுதி ஒனக்கு வந்திருச்சி. பத்து ரூபா கட்டி மெம்பராய்க்கோ. உன் சம்பளத்துக்கு ரெண்டாயிரம் ரூபா கடன் வாங்கலாம். வட்டி ரொம்ப கம்மி. மூனு வருஷத்துல கட்டி முடிச்சிரலாம். மாசம் எழுவது, எழுவத்தஞ்சி ரூபா வரும். இத யோசி. மத்த கடன அப்றம் பாத்துக்கலாம்."

அவர் சொன்னது நம்பிக்கையூட்டியது. 'பாத்துக்கலாம்'னு அவரையும் அவர் சேர்த்துச் சொன்னது அவனுக்குப் பிடித்திருந்தது. அவர் சொன்ன மாதிரியே செய்ய வேண்டியதுதான். இந்த ஊருக்கு வருவதற்கு முன்னால் சொசைட்டிக் கடனை வாங்கிவிட வேண்டும். அவனுக்கான வீட்டுத் தேவையை அண்ணாமலை தன் நண்பர்களிடம் சொன்னார். ஒரு வாரத்தில் இரண்டு வீடுகள் பற்றி தகவல் கிடைத்தது. அலுவலகம் முடிந்ததும் வீடு பார்க்க அவர் தன் சைக்கிளில் அவனை ஏறச் சொன்னார். "சார், நீங்க ஒக்காருங்க. நான் ஓட்றேன்," என்று சொல்லி அவர் சொன்ன வழியில் போனான். இரண்டு வீடுகளுமே அலுவலகத்தி லிருந்து சம தூரத்திலிருந்தன. வசதிகள் பரவாயில்லையாக இருந்தன. ஒரு வீட்டுக்கு நூறு ரூபாய் என்றும் இன்னொன்றுக்கு தொண்ணூறு ரூபாய் என்றும் வாடகை சொன்னார்கள்.

இரண்டாவது வீட்டுக்குப் பக்கத்தில் ரயில் ரோடு தெரிந்தது. பந்தம் விடாது போல இருக்கிறது என்று சந்திரனுக்குத் தோன்றியது. தொண்ணூறு ரூபாய் வீடே போதும் என்று சொல்லிவிட்டான். இரண்டு மாத வாடகை முன்பணமாகத் தரச்சொன்னார்கள். அப்போதைக்கு அண்ணாமலை தன்னிடமிருந்த ஐம்பது ரூபாயைக் கொடுத்து வீட்டை உறுதிப்படுத்தினார். பத்து நாளில் வந்துவிடுவதாக சந்திரன் வீட்டுக்காரரிடம் சொல்லிவிட்டு வந்தான்.

பஸ் நிலையத்துக்கு நடந்து போய்க்கொள்கிறேன் என்று சொன்னவனிடம் “பரவால்ல. ஒன்ன விட்டுட்டுப் போறேன். வீட்ல போய் என்னத்த சாதிக்கப் போறேன்,” என்றார் அண்ணாமலை. போகும் வழியில், “சார், ரொம்ப தேங்க்ஸ். நீங்க எனக்காக இவ்ளோ சிரமம் எடுத்துக்கிறீங்க,” என்றான். “அதெல்லாம் ஒன்னுமில்லப்பா. நீ சைக்கிளப் பாத்து ஓட்டு,” என்றார் அவர். சிரித்துக்கொண்டே பஸ் நிலையத்தில் இறங்கிக்கொண்டான்.

வாடகை வீடு பார்த்திருப்பதை அப்பா, அம்மாவிடம் சொன்னான். தண்ணீர் வசதியைப் பற்றி வசந்தா கேட்டுக் கொண்டார். கொஞ்சம் கொஞ்சமாக சாமான்களைக் கட்டிவைக்கச் சொன்னான். கலாவதியும் ஒரு நாள் வந்து உதவினாள். சீட்டுகளும் முடிந்து கையில் கொஞ்சம் பணம் கிடைத்தது. அதை அம்மாவையே வைத்துக்கொள்ளச் சொன்னான். மகள்களுக்குப் பெற்றோரைப் பிரியும் வருத்தம் தொடங்கிவிட்டது. உமாராணி கணவரோடு வந்துவிட்டுப் போனாள். அத்தைகளும் சித்தப்பாக்களும் விசாரித்தார்கள். ராமசாமி போய்க் குழந்தைவேலுவைப் பார்த்துச் சொல்லிவிட்டு வந்தார். அவர் முகவரி கேட்டதாகச் சொல்ல சந்திரன் போய்க் கொடுத்தான். தான் ஒரு நாள் வந்து பார்ப்பதாகச் சொன்னார்.

சாமான்களை ஏற்றிய வேனிலேயே சந்திரன் போனான். அடுத்த நாள் அப்பா, அம்மாவை அழைத்துக்கொண்டு கலாவதியும் அவள் வீட்டுக்காரரும் குழந்தைகளோடு பஸ்ஸில் போனார்கள். சாமான்களை உரிய இடங்களில் வைக்க அவர்கள் உதவியாக இருந்தார்கள். இருந்த கொஞ்ச புத்தகங்களையும் இலக்கியப் பத்திரிகைகளையும் வைக்க ஒரு தனி சுவர் அலமாரி இருந்தது நல்லதாகப் போயிற்று. அப்பாவுக்கென்று ஒரு சௌகரியமான நாற்காலி வாங்கினான். இரண்டு நாட்கள் கழித்து அவர்கள் கிளம்பும்போது அம்மா, மகள் கண்களில் கண்ணீர் முட்டிக்கொண்டு நின்றது. சந்திரனுக்கும் ஒரு

மாதிரியாகவே இருந்தது. அப்பாவின் ஸ்தானம் தனக்கு வந்துவிட்டதா?

வீட்டு வேலைகளின் காரணமாக வசந்தாவுக்கு ஊர் நினைவு அதிகம் வரவில்லை. வந்த கொஞ்சத்தையும் அவர் சுபாவத்தில் முழுங்கிக்கொண்டார். ராமசாமிக்குத்தான் பொழுது போகவில்லை. வீட்டுக்கு வரும் தினமணியால் அரை மணி நேரம்தான் போகிறது. சில நாள் ரயில் ரோடு ஓரமாக நடந்தார். மைய நூலகத்தில் அவரையும் சந்திரன் உறுப்பினராக்கினான். சில நாட்கள் அவர் நூலகத்துக்குப் போனார். வசந்தாவுக்கும் ஏற்ற மாதிரி சில கதைப் புத்தகங்களை எடுத்து வந்தார். படிப்பது அவருக்குக் கிட்டத்தட்ட இல்லாமல் போயிருந்தது. மீண்டும் ஒரு தடவை டிஸ்கவரி ஆஃப் இந்தியாவையும் சாமிநாத சர்மாவின் எனது பர்மா வழிநடைப் பயணத்தையும் படித்தார். புதிதாகப் படிப்பது மாதிரி இருந்தது. நாற்காலியில் அமர்ந்து அவர் படிப்பதைப் பார்ப்பது சந்திரனுக்கு நிம்மதி தரும் காட்சியாக இருந்தது. என்ன செய்தாலும் புது ஊர் அவருக்கு இன்னும் ஒட்டவில்லை. பேச்சு என்பது இரண்டு பேரிடம் மட்டும்தான். புகைப்பதைக் குறைக்க செய்த முயற்சி பலனளிக்கவில்லை. அலுவலகத்திலிருந்து வீட்டுக்குப் போகும்போது சந்திரன் அவருக்குபீடிக் கட்டுகள் வாங்கிக்கொண்டு போனான். இளைஞன் பீடிக் கட்டு வாங்குகிறானே என்று கடைக்காரர் அதிசயப்பட்டிருப்பார்.

விடுமுறை நாட்களில் இரண்டு மணி நேரம்போல நூலகத்தில் கழித்தான். முதல் சில நாட்கள் அப்படி உட்கார்வது சிரமமாக இருந்தது. பின்பு பழக்கமாகிவிட்டது. சில புத்தகங்களை வீட்டுக்கும் எடுத்துவந்து படித்தான். படிக்க வேண்டுமென்று ரொம்ப நாட்களாகத் திட்டமிட்டிருந்தவற்றில் பாதியையாவது முடிக்கத் தீர்மானித்தான்.

சொசைட்டிக் கடனில் கிடைத்த இரண்டாயிரத்தையும் வட்டிப் பணத்தையும் சந்திரன் கொண்டுபோய் அந்த ஆசாமியிடம் கொடுத்தான். "ரெண்டாயிரம் கொடுத்ததை எழுதிக் கையெழுத்து வாங்கிட்டு வா," என்று ராமசாமி சொல்லியனுப்பினார். அப்படியே இரண்டு அக்கா வீடுகளுக்கும் போனான். ஒரு மாதம் கழித்து அவர்கள் எல்லாரும் சேர்ந்து வந்தார்கள். கருத்தரித்திருந்ததால் உமாராணி வரவில்லை. சௌகரியமாகப் படுக்க இடமில்லாமல் இருந்தாலும் எல்லாரும் நிறைவாக

இரண்டு நாட்களைக் கழித்தார்கள். பெரியவர்கள் இரண்டு பேரைத் தவிர மற்றவர்கள் சினிமாவுக்குப் போனார்கள். இந்த எளிய கேளிக்கை அவர்களுக்குக் கொடுத்த மனநிறைவை நினைத்தால் ஆச்சரியமாக இருக்கிறது. புது ஊரில் பார்த்த சினிமா அவர்கள் பேச்சில் பலநாள் இடம்பெறும். ஊரில் இப்படி ஒரு சந்தர்ப்பம் வாய்த்ததில்லை.

சமயத்தில் அலுவலகம் முடிந்து அண்ணாமலையின் வீடுவரை சந்திரன் போய்வருவான். இரண்டு பேரும் சைக்கிள்களைத் தள்ளிக்கொண்டே நடப்பார்கள். ஒரே இடத்தில் எட்டு மணி நேரம் உட்கார்ந்திருந்த அலுப்புக்கு அது சுகமான மாற்றாக இருக்கும். அப்படியான நாளொன்றில் அவர் ஒரு திட்டத்தைச் சொன்னார்.

“நீ இப்டி மாசா மாசம் வட்டிப் பணம் கொடுக்க அந்த ஊருக்குப் போற. அக்காங்களையும் பாக்கறேன்னு சொல்ற. இருந்தாலும் அது வீண் செலவுதானே. அதே வட்டிக்கு இங்கியே வாங்கித் தர்றேன். இதே ஊர்ல கணக்கு வழக்க வெச்சிக்கிலாமே. ஊருக்கு ரெண்டு, மூனு மாசத்துக்கு ஒரு தடவ போ. அவங்களையும் வரச்சொல்லு. உங்கப்பா, அம்மாவுக்கும் அவங்களைப் பாக்கறது வசதியாப் போவுமே.”

“சார், நீங்க சொல்றது சரிதான். அப்டி ஏற்பாடு பண்ணித் தந்தீங்கன்னா நல்லதுதான். இங்க அடமானம் ஏதும் கேப்பாங்களா?”

“நீ இப்ப அரசாங்க ஊழியர். நானும் ஒரு கையெழுத்துப் போட்டா போதும். நம்புவாங்க.”

ஒரு வாரத்தில் அண்ணாமலை சொன்னபடி எல்லாம் நடந்தது. நான்காயிரம் ரூபாயையும் அந்த மாத வட்டியையும் கொடுத்து வீட்டுப் பத்திரத்தைத் திரும்ப வாங்கிக்கொண்டார்கள். கையெழுத்துப் போட ராமசாமியையும் கூட்டிக்கொண்டு போயிருந்தான். எல்லாரையும் பார்த்துவிட்டு இரவு பத்து மணிக்கு மேல்தான் வந்து சேர்ந்தார்கள். வசந்தாவுக்கு நிம்மதியான நாளாக அது இருந்தது. வீட்டுப் பத்திரத்தை வாங்கிப் பார்த்துவிட்டுப் பெட்டியில் வைத்துக்கொண்டார்.

“நீ சொல்ற அண்ணாமலை எப்டி இவ்ளோ நல்லவரா இருக்கார்?”

"என்னாலும் நம்ப முடியலப்பா. ஒலகத்துல சிலர் இப்டி இருப்பாங்க போலருக்கு. இத்தனைக்கும் என்னால அவருக்கு ஆகவேண்டியது ஒன்னுமில்ல."

"செலவெல்லாம் எப்டி சமாளிக்கிற?"

"பாதி சம்பளம் வாடகைக்கும் வட்டிக்கும் போயிடும்பா. மிச்சம் வீட்டுச் செலவுக்கு. ஒங்களையும் அம்மாவையும் ஒரு தடவ மெட்ராஸுக்கும் மதுரைக்கும் கூட்டிட்டுப் போகணும்னு எனக்கு ஆசைப்பா. நானுமே அதெல்லாம் பாத்ததில்ல." வார்த்தைகள் தடுமாறி வெளியே வந்தது போல இருந்தது.

"எங்குளுக்கு எதுக்கு இப்ப அதெல்லாம். நீ போவ. மொதல்ல கடன் தீரட்டும்."

வீட்டுச் செலவைப் பற்றி அவர் மனதில் போட்டிருந்த கணக்குச் சரியாக இருந்தது.

கிருஷ்ணனிடமிருந்து கல்யாணப் பத்திரிகை வந்தது. கூடவே ஒரு கடிதத்தை வைத்து அனுப்பியிருந்தான். பெண் சொந்தமாம். அவனுடைய ஹார்டுவேர் கடை அனுபவத்தைப் பார்த்த ஒருவர் சின்னதாக ஒரு கடை வைத்துக் கொடுத்துப் பெண்ணையும் தருகிறார். தனக்கு ஒரு மாதிரித்தான் இருக்கிறது என்றும் குடும்பச் சூழல் அதை ஏற்றுக்கொள்ளும்படி செய்துவிட்டதாகவும் எழுதியிருந்தான். அதைப் படித்த சந்திரன் சந்தோஷப்பட்டான். கிருஷ்ணனுக்கு இது ஒரு வகையில் விடிவுகாலம். கல்யாணம் நடப்பது ஒரு வேலை நாளில். விடுமுறை எடுத்துக்கொண்டு கட்டாயம் போகவேண்டும் என்று தீர்மானித்தான்.

உமாராணியின் பிரசவத்தைக் கலாவதியைப் பார்த்துக் கொள்ளச் சொல்லிவிட்டார்கள். புது ஊரில் சிரமமாக இருக்கும் என்பதால் அப்படியொரு ஏற்பாடு. அவள் கணவர் வீட்டாருக்கும் அங்கு வந்துபோவது வசதியாக இருக்கும். நிர்ணயித்திருந்த தேதிக்கு ஒரு வாரம் முன்னதாகவே கலாவதி வீட்டுக்கு அவளை அழைத்து வந்தார்கள். அப்பாவையும் அம்மாவையும் சந்திரன் கூட்டிக்கொண்டுபோய் அங்கு விட்டுவிட்டு வந்தான். அரசாங்க ஆஸ்பத்திரி என்றாலும் பணம் கொஞ்சம் செலவாகும். தன்னிடமிருக்கும் ஐநூறு ரூபாயை அப்போதைக்கு செலவுக்கு வைத்துக்கொள்வதாக வசந்தா சொன்னார். சந்திரனும் சரியென்று சொல்லிவிட்டான்.

ஆண் குழந்தை பிறந்த செய்தியை அலுவலக ஃபோன் மூலம் கலாவதியின் கணவர் தெரிவித்தார். அலுவலகம் முடிந்து சந்திரன் போனான். சுகப் பிரவசம் என்பதில் எல்லாருக்கும் நிம்மதி. பத்து நாட்கள் கழித்து அவளையும் குழந்தையையும் அழைத்துக்கொண்டு வருவோம் என்று வசந்தா சொன்னார். அவளை மூன்று மாதங்கள் இங்கு வைத்திருந்து அனுப்ப வேண்டும். குழந்தைக்குக் கொலுசும் குறைந்தது ஒரு பவுனில் செயினும் போட வேண்டும் என்று அவர் சொன்னது அவனுக்குப் புதிதாகப் பட்டது. மற்ற பேரக் குழந்தைகளுக்கு மோதிரமும் வெள்ளிக் கொலுசும் வெள்ளி அரைஞாணும்தானே போட்டதாகச் சொல்வீர்கள் என்று கேட்டான். "காலம் மாறிடிச்சுப்பா. நாம என்னா பண்றது. அப்டிப் போட்டாதான் கௌரவமா இருக்கும்னு உமாவும் சொல்றா" என்றார். "சரிம்மா, செஞ்சிடலாம்."

ஆயிரத்தைந்நூறு ரூபாய் தேவைப்படுகிறது என்று அடுத்த நாள் அண்ணாமலையிடம் தெரிவித்தான்.

12

"சந்திரா, நீ எதேதோ புஸ்தகமெல்லாம் படிக்கிறன்னு தெரியும். என்னன்னு எனக்குத் தெரியாது. நான் சரித்திரக் கதைங்க படிப்பேன். அத விட்டா குமுதந்தான். பொன்னியின் செல்வன அப்பப்ப எடுத்து முழுசா ஒரு தடவ படிச்சிருவேன். அன்றாடம் தினத்தந்தி. பையன் இப்ப பேங்க் வேலை கெடைச்சி பக்கத்து ஊருக்குத் தினமும் போய்ட்டு வர்றான். அவன் ஹிந்து வாங்குறான். அத லேசாப் பொரட்டிப் பாப்பேன். இந்த அரசாங்க வேலைக்கு இதெல்லாமே அதிகம். ஆனா, நீ ஒத்துக்க மாட்ட."

"சார், என்ன அப்டி சொல்லிட்டிங்க. படிக்கிறதா முக்கியம்? நமக்கு சம்பளம் தர்ற வேலைய ஒழுங்கா செய்யணும். நம்ம ஆஃபிஸுக்குப் பசங்களும் பொண்ணுங்களும் எவ்ளோ நம்பிக்கையோட வர்றாங்க. அவங்களோட டிரெஸ்ஸையும் செருப்பையும் பாருங்க. அவங்களும் அவங்க அப்பா அம்மாவும் அன்றாடம் ஒருத்தருக்கொருத்தர் பாத்துக்கிற பார்வையில பல விஷயங்கள பேசாமலியே பரிமாறிக்குவாங்க. அந்தமாதிரி பசங்களுக்குத் தேவையானத நாம சரியா செஞ்சா போதும். நீங்க அவங்ககிட்ட அன்பா நாலு வார்த்த பேசறீங்க. சார், அது போதும். நம்ம மூலம் எப்பவோ சிலருக்கு வேல கெடைக்குது. அப்ப நமக்கு எவ்ளோ சந்தோஷமா இருக்குது. அது போதும் சார். படிக்கிற பழக்கம் எனக்கு வந்ததுக்கு எங்க அப்பா மொதல் காரணம். அப்புறம் எனக்குக் கெடச்ச நல்ல ஆசிரியர்கள், நண்பர்கள்னு சில பேர். அதிருக்கட்டும்,என்ன இந்த டாபிக்க எடுத்துட்டீங்க?"

"ஒன்னுமில்லப்பா. எங்க பக்கத்து வீட்டுக்கு ஒருத்தர் குடிவந்திருக்கார். தனியார் நூல் மில்லுல சூப்பர்வைசரா இருக்கார். நாப்பது வயசு இருக்கும். பாலிடெக்னிக்ல படிச்சிருக்கார். ஒய்ஃபும் ஒரு

குழந்தையும் மட்டுந்தான். அப்பா, அம்மால்லாம் ஊர்லியே விவசாயம் பாக்குறாங்களாம். கொறஞ்சது ஒரு எரநூறு புஸ்தகம் இருக்கும்பா. நான் ஒரு நாள் அப்டியே லேசா பாத்தேன். மார்க்ஸ், லெனின்லாம் நான் கேள்விப்பட்ட பேருங்க. இன்னும் சிலதுல்லாம் எனக்குத் தெரியல. கல்கியெல்லாம் அங்கே இல்ல. எல்லாம் அழகா அடுக்கி வெச்சிருக்கார். நல்லவிதமான ஆளா தெரியறார். ஒனக்கு சிநேகிதம் பண்ணி வெச்சா ஒங்க ரெண்டு பேருக்கும் பிரயோஜனமா இருக்குமேன்னு தோனுச்சு. சந்தர்ப்பம் வரட்டும்."

"சார், நானும் ரெண்டு மூனு வருஷமா சரியா படிக்கல. பேசவும் அப்படி ஒருத்தர் கெடைக்கிறது நல்லதுதானே. இப்பல்லாம் அப்படியான ஆட்கள் கொறஞ்சிகிட்டே வர்றாங்க."

அடுத்த ஞாயிற்றுக்கிழமை காலை அண்ணாமலை சந்திரனைத் தன் வீட்டுக்கு வரச்சொன்னார். பக்கத்து வீட்டுக்குக் குடிவந்திருப்பவரை அவனுக்கு அறிமுகம் செய்துவைப்பது அவர் திட்டம். ஓரிரு முறை கூப்பிட்டும் அவன் அவர் வீட்டுக்குப் போனதில்லை. சங்கோஜப்படுகிறான் என்று அவரும் வற்புறுத்தவில்லை. இப்போது அங்கு போக வேண்டும் என்ற ஆசை உண்டாகியிருந்தது. நுழைந்ததும்,

"வாப்பா. உக்காரு." கையிலிருந்த தினத்தந்தியை டீபாய் மேல் வைத்தார். மனைவியையும் மகனையும் கூப்பிட்டு அறிமுகப்படுத்தினார்.

"இந்தத் தம்பிதான் சந்திரன். சொல்லிருக்கேன்ல. பொறுப்பான பையன்," என்றார். அவர் அப்படிச் சொன்னது அவனுக்கு ஒரு மாதிரி இருந்தது.

"சாப்டியா சந்திரா?"

"ஆச்சுங்க சார்."

"இது எங்க அப்பா காலத்து வீடு. போன வருஷம் கொஞ்சம் மராமத்து பாத்தோம். பின்னாடி ஒரு ரூம் போட்டோம். வா, வந்து பாரு."

வீட்டைச் சுற்றிக் காட்டினார். வெளியார் வீடுகளுக்கு அதிகம் போகாத அவன் இயல்பாக உணரவில்லை.

அவர் மனைவி டீ கொண்டுவந்தார். குடித்துக்கொண்டே, ஒரு பெரிய கிராமமாக இருந்த அந்த ஊர் எப்படி சின்ன நகரமாக வளர்ந்தது என்று விவரித்தார். எழுந்த அவர் சட்டை

அணிந்து வந்தார். "பக்கத்து வீட்டுக்குப் போய் வரோம்," என்று மனைவியிடம் சொன்னார். அவரிடம் முன்பே அதைப் பற்றி சொல்லியிருந்தது அவர் அதைச் சொன்ன விதத்தில் தெரிந்தது.

"சார், வாங்க," என்று அவர் வரவேற்று உட்காரவைத்தார்.

"நான் சொல்லல, இவர்தான். பேரு . . . " என்று அவரைப் பார்த்து நிறுத்தினார் அண்ணாமலை.

"விஸ்வநாதன்," என்று சிரித்துக்கொண்டே சொல்லிவிட்டுக் கையை நீட்டினார். "சந்திரன்" என்று சொல்லிய அவன் அவர் கையைப் பற்றினான்.

"சாரி, ஒங்க பேர மறந்துட்டேன்," என்றார் அண்ணாமலை.

"அதுக்கென்ன. ஒரு தடவைதான சொல்லியிருப்பேன்."

"இந்தத் தம்பியும் நல்லா படிக்கிறவரு. நீங்களும் இவ்ளோ புஸ்தகம் வெச்சிருக்கிங்க. சரி ரெண்டு பேரும் பேசிக்கிட்டிங்கின்னா நல்லதுன்னு நெனச்சி கூட்டிட்டு வந்தேன்."

"சார், ரொம்ப சந்தோஷம். சந்திரன், என்ன படிச்சிங்க?"

"பி.ஏ. தமிழ் இலக்கியம் படிச்சேன். சர்வீஸ் கமிஷன் பரிச்ச எழுதி இந்த வேலைக்கு வந்தேன். சார்தான் ஆஃபிஸ்ல எனக்கு எல்லாமே."

மனைவியை அறிமுகப்படுத்தினார். குழந்தை மூன்றாம் வகுப்புப் படிப்பதாகச் சொன்னார்.

"சரி, நீங்க பேசிக்கிட்டிருங்க. கொஞ்ச நேரம் கழிச்சி நான் வர்றேன்," என்று சொல்லிவிட்டு அண்ணாமலை போய்விட்டார்.

"இலக்கியத்தப் பாடமாவே படிச்சிருக்கிங்க. நாங்கள்ளாம் அப்படியில்லியே. ஒங்களுக்கு நுணுக்கம்லாம் கூடுதலாத் தெரியும்."

"காலேஜ்ல படிக்கிறதனால அது வந்தர்றதில்ல. பயிற்சியும் இயல்பான ஆர்வமும் இருக்கணும். ஆசிரியர்கள், நண்பர்கள்னு ஏதோ தூண்டுதல் வந்துடும். அதிர்ஷ்டவசமா எனக்கு அதெல்லாம் நல்லவிதமா அமைஞ்சது. சின்ன வயசுலியே பாடப் புத்தகம் தாண்டி படிக்க அப்பா பழக்கினார். நெறைய புத்தகங்கள் சேகரிச்சிருக்கிங்க. நல்லாவும் பராமரிக்கிறிங்க." அலமாரியின்மீது பார்வையை ஓட்டியபடியே இதைச் சொன்னான்.

"ஸ்கூல்ல ஒரு ஆசிரியர் படிக்கத் தூண்டினார். கி.ரா. ஜெயகாந்தன்னு ஆரம்பிச்சேன். அப்புறம் இடதுசாரித் தோழர் ஒருவரோட அறிமுகம் கெடைச்சது. மார்க்சிய அடிப்படைகளைப்

படிச்சேன். சமயத்துல கட்சிக் கூட்டத்துக்கும் போவேன். கிட்ட போய்ப் பாருங்களேன்.”

குடும்பம், தனிச்சொத்து, அரசு ஆகியவற்றின் தோற்றம், கம்யூனிஸ்ட் கட்சி அறிக்கை, ஜான் ரீடின் உலகைக் குலுக்கிய பத்து நாட்கள் போன்றவை ஒரு வரிசையில் இருந்தன. அசோகமித்திரன், சுந்தர ராமசாமி, தி. ஜானகிராமன் ஆகியோரின் புனைகதைகளும் காணப்பட்டன. நெகிழ்வானவர்தான் என்று சந்திரனுக்குப் பட்டது.

“ஜான் ரீடைப் பத்தி சமீபத்தில் ஒரு கட்டுரை படிச்சேன். நியூயார்க்கின் ஒரு பகுதியா இருக்கும் கிரீனிச் வில்லேஜ்ன்ற பகுதியில ஆயிரத்துத் தொள்ளாயிரத்து பத்து, இருபது வருடங்கள்ள நவீனக் கவிஞர்கள், ஓவியர்கள், நாடகக்காரர்கள், போர் எதிர்ப்பாளர்கள் எல்லாம் சேந்து வசிச்சிருக்காங்க. ரொம்ப முற்போக்கானவங்களாகவும் மார்க்சிய சிந்தனை உள்ளவங்களாகவும் இருந்திருக்காங்க. ஒருவகையான நாடோடி வாழ்க்கையை வாழ்ந்திருக்காங்க. ‘அறிவிஜீவிப் பாட்டாளிவர்க்கம்’ன்னு தங்களை அழைச்சுக்குவாங்களாம். ரீடும் அங்கே சில வருஷங்கள் வாழ்ந்திருக்காரு. அங்கிருந்து சில அரசியல், இலக்கியப் பத்திரிகைகள் வெளிவந்திருக்கு. அப்படி வந்த லிபரேட்டர்ன்ற பத்திரிகையிலதான் அவர் தன்னோட உலகைக் குலுக்கிய பத்து நாட்களைத் தொடரா வெளியிட்டிருக்கார். அவரே ஒரு கவிஞரும்கூட. அந்தக் கிராமத்தின் அரசவைக் கவிஞர்னு அவரக் கூப்பிடுவாங்களாம். இப்ப அதிகமாப் பேசப்படற ஹிப்பி, பீட்டிள்ஸ் இயக்கத்துக்கெல்லாம் முன்னோடிக் குழு அது.” அந்தப் புத்தகத்தைக் கையில் வைத்துக்கொண்டே பேசினான்.

“இது எனக்குப் புதுத் தகவல். ரஷ்யப் புரட்சியப் பத்தி அமெரிக்கர் ஒருத்தரின் நம்பகமான நேர் சாட்சிப் பதிவுன்ற முறையில அது ஒரு முக்கியமான புத்தகம்.”

“மோக முள்தான் நான் படிச்ச முதல் ஜானகிராமன் நாவல். முதல் வருஷம் பி.ஏ. படிக்கும்போது கெடைச்சது. அந்த வயசுக்கு அந்த நாவல் எப்டி இருந்திருக்கும் பாருங்க. நீங்க எப்பப் படிச்சிங்க?”

“இருபத்தஞ்சி வயசுல படிச்சேன். தாமதம்தான். ஒருத்தர் நாப்பது வயசுக்குப் பிறகும் அத ஒரு தடவ திரும்பப் படிக்கணும். சிறுகதைகள்ள உங்களுக்கு ரொம்பப் பிடிச்சது?”

“கோபுர விளக்கு.”

“எனக்குக் கோதாவரிக் குண்டு.”

அவர் சகஜமாகப் பேசியது சந்திரனுக்குப் பிடித்திருந்தது.

"என்னா, எல்லாம் பேசி முடிச்சிட்டிங்களா?"

"இதுக்கெல்லாம் முடிவே கெடையாது. நாமா பாத்து நிறுத்தினாதான் உண்டு," என்றார் விஸ்வநாதன்.

"இதுக்கும் மேல ஞாயித்துக்கெழமை ஒருத்தரைத் தொந்தரவு பண்ணக் கூடாது. நாம இன்னொரு நாள் பாத்துக்கலாம் சார்," என்று அவரைப் பார்த்து சந்திரன் சொன்னான்.

"ஞாயித்துக்கெழமை காலைல சென்ட்ரல் லைப்ரரிக்கு வருவேன் பாத்துக்கலாம்," என்றார் விஸ்வநாதன்.

அண்ணாமலையிடமும் விடைபெற்றுக்கொண்டு சந்திரன் கிளம்பினான்.

உமாராணியின் குழந்தைக்கு அம்மா கேட்டுக்கொண்டபடி செயினும் கொலுசும் போட்டு அனுப்பிவைத்தார்கள். எல்லாருக்கும் திருப்திதான். சந்திரனுக்குக் கூடுதலாக ஆயிரத்தைந்நூறு கடனும் அதற்குண்டான வட்டியும். இதெல்லாம் அவனுக்கு இப்போது பழக்கமாகிவிட்டது. தேவைகளை இன்னும் கொஞ்சம் குறைத்துக்கொள்ள வேண்டியதுதான். அவனுக்கிருக்கும் ஒரே வருத்தம் அப்பா, அம்மாவுக்கு இன்னும் கூடுதலான சௌகரியத்தைத் தரமுடிய வில்லை என்பதுதான். தனக்காவது இன்னும் வாழ்க்கை இருக்கிறது. இடங்களைப் பார்க்க வாய்ப்புகள் வரலாம். இவர்களுக்கு வாழ்க்கை கடைசிவரை இப்படித்தான் இருக்குமா? அப்பாவை அவர் புத்தகங்களில் படித்த ஒன்றிரண்டு இடங்களுக்காவது அழைத்துப்போக முடியுமா? அலுவலகத்தில் யாராவது வெளியூர்களுக்குப் போய்விட்டு வந்த செய்தியைச் சொல்லும்போது அவனுக்குக் குற்ற உணர்வு வரும். அம்மாவாவது பக்கத்து வீட்டுப் பெண்மணியோடு சில சமயங்களில் பேசுகிறார். அப்பாவுக்கு அதுவும் இல்லை. இரவு நேரங்களில் வசந்தா ஊர்க்கதைகளை நினைவுகூர்வார்.

"அப்பா, நீங்க எந்தெந்த ஊருங்களுக்கெல்லாம் போயிருக்கிங்க?"

"கரூர் தாந்தோனிமலைக்குப் போவோம். காட்டுப்புத்தூ ருக்குப் போவோம். காட்டுப்புத்தூர்ல குல தெய்வக் கோயில். நம்ம வீட்டுக் குழந்தைகளுக்கு அங்கதான் மொத மொட்டை அடிக்கிறது. பழனிக்கு ஒரு தடவ போயிருக்கேன்."

"அம்மா, நீ?"

"கல்யாணத்துக்கு முன்ன லத்துவாடியில இருக்கற குலதெய்வக் கோயிலுக்குப் போவோம். அப்பறம் காட்டுப்புத்தூர். அவ்ளோதான். இப்ப இந்த ஊர்."

"லலிதா மாதிரி ஒருத்தர் இப்ப ஒனக்குப் பக்கத்து வீட்ல இருந்தா எப்டி இருக்கும்?"

"அய்யோ. அவள ஞாபகப்படுத்திட்டியா? நம்ம வீட்டுப் பொண்ணு மாதிரித்தான் இருந்தா. நாலு வருஷந்தான். அதுலயும் கொழந்த பொறப்புக்குப் போய்ட்டு ஆறு மாசம் கழிச்சி வந்தா. அவங்க வூட்டுக்காரரு திடுதிப்புன்னு செத்துப் போனாரு. ரெண்டு வயசுப் பையனைக் கூட்டிக்கிட்டு அவ தம்பியோட ஊருக்குப் போனப்ப எனக்கு நெஞ்சே வெடிச்சிபோன மாதிரி இருந்துச்சி."

லலிதாவும் அவர் வீட்டுக்காரரும் கொஞ்சம் வயது கூடுதலாக ஆன பிறகே கல்யாணம் செய்துகொண்டிருப்பார்கள் என்ற சந்தேகம் சந்திரனுக்கு சின்ன வயதிலேயே இருந்தது.

"செம்மீன் படம் ஞாபகம் இருக்கா?"

"எப்டி மறக்கும்?"

"அந்த கத தமிழ்லியும் இருக்கும்மா. நான் லைப்ரரியிலிருந்து எடுத்திட்டு வர்றேன்."

"எடுத்திட்டு வா. நான் மெதுவாத்தான் படிப்பேன்."

"பரவால்லம்மா. நிதானமா படிச்சிட்டுக் குடுக்கலாம்."

அடுத்த வாரத்தில் ஒரு நாள் சாயங்காலம் ராமசாமிக்கு வியர்த்தது. சாய்வு நாற்காலியில் உட்கார்ந்து எதோ வாசித்துக் கொண்டிருந்தார். வழக்கமான வியர்வை இல்லை. பனியன் நசநசத்தது. நெஞ்சில் படபடப்பை உணர்ந்தார். சரியாகிவிடும் என்று கொஞ்சம் பொறுத்துப் பார்த்தார். முடியாதபோதே வசந்தாவைக் கூப்பிட்டார். குரல் கேட்டு சந்திரனும் வந்தான். உடல்நிலை சரியில்லை என்பது அவரைப் பார்த்த மாத்திரத்தில் தெரிந்துவிட்டது.

"என்னா பண்ணுதுப்பா? தண்ணி குடிங்க. மாத்திரை சாப்டிங்களா?"

"ம்ம்"

வசந்தா டம்ளரைக் கொடுத்தார். அவரால் பிடிக்க முடியவில்லை. கொஞ்சம் குடிக்க வைத்தார்கள்.

“அம்மா, நான் ஆட்டோ கூட்டிட்டு வர்றேன். நீ பாத்துக்கோ.”

ஒரு சின்ன கிளினிக் பக்கத்துத் தெருவில் இருந்தது. சாதாரண நிலையில் நடக்கும் தூரம்தான். ஐந்து நிமிடங்களில் சந்திரன் ஆட்டோவிலிருந்து இறங்கிவந்து அவரைக் கைத்தாங்கலாக கூட்டிக்கொண்டு போனான்.

“அம்மா. நீ இங்கியே இரும்மா. நான் பாத்துக்கிறேன்.” ஆட்டோவிலும் சரியா இடம் இல்லை.

“நான் எடத்தப் பாத்திருக்கேன். நீங்க போங்க. நான் வூட்டப் பூட்டிட்டு வந்துர்றேன்.”

அவரைப் பார்த்ததுமே டாக்டர் ஒரு மாத்திரையைக் கொடுத்து நாக்குக்குக் கீழே வைத்துக்கொள்ளச் சொன்னார். பிறகு நிதானமாகப் பரிசோதித்தார். ரத்த அழுத்தத்தை இரண்டு முறை பார்த்தார். ஊசி ஒன்றும் போட்டார். அங்கிருந்த படுக்கையில் கொஞ்ச நேரம் படுக்கவைக்கும்படிச் சொன்னார். பத்து நிமிடங்களில் அவர் இயல்பு நிலைக்கு வந்துவிட்டதுபோலத் தெரிந்தது.

சந்திரனையும் வசந்தாவையும் டாக்டர் கூப்பிட்டார்.

“அவருக்கு இதயம் பலவீனமா இருக்குது. தொடர்ந்து மாத்திரைங்க சாப்பிடணும். அவருக்கு எதாவது கவலை இருந்தா அது என்னான்னு பாத்துக்குங்க. அவர் ஓய்வா இருக்கணும். நுரையீரல் வலுவா இல்லை. புகை பிடிக்கிறாருன்னு தெரியுது. அவர் வழக்கமா செஞ்ச எதையாவது திடீர்னு நிறுத்தினாரா?”

“வேலைக்குப் போறதை நிறுத்தினாரு. அது ஒரு வருஷத்துக்கு மேல ஆச்சு டாக்டர். பீடி குடிக்கிறார்.”

“அதை நிறுத்தணும். நீங்க கண்காணிக்கணும்மா.” வசந்தாவைப் பார்த்துச் சொன்னார்.

“ஐயா, நீங்கதான் உடம்பப் பாத்துக்குணும். பீடி குடிக்கிறதை சுத்தமா நிறுத்திரணும். பயப்பட வேண்டாம். மாத்தரையை மறக்காம எடுத்துக்குணும், தெரியுதுங்களா?”

சரியென்று தலையசைத்த அவர் லேசாக சிரிக்க முயன்றார்.

அன்று இரவு அவர் புகைக்கவில்லை. அவர் தூங்குவதற்கான அறிகுறி தெரியும்வரை அம்மாவும் மகனும் அவரோடு

பேசிக்கொண்டிருந்தார்கள். அக்காக்களை வரச்சொல்லி எழுத வேண்டுமென்று சந்திரன் நினைத்தான்.

பத்திரிகைப் பகுதியில் விஸ்வநாதன் உட்கார்ந்திருந்தார். சந்திரனைப் பார்த்ததும் புன்னகையுடன் எழுந்துவந்தார். இரண்டு பேரும் வெளியே வந்து மரங்களுக்குக் கீழிருந்த சிமென்ட் பெஞ்சில் உட்கார்ந்தார்கள். இருந்த நான்கு பெஞ்சுகளில் இதன்மீதுதான் நிழல் அதிகம்.

“அப்பா எப்டி இருக்கார்? அண்ணாமலை சார் சொன்னார்.”

“பரவால்ல. பயந்துட்டோம். இதுக்கப்புறம் ஜாக்கிரதையாப் பாத்துக்கணும்னு டாக்டர் சொல்லியிருக்கார். அப்பாவும் கொஞ்சம் தேறியிருக்கார்.”

“விவசாயம் பண்றதால எங்க அப்பாவும் அம்மாவும் ஊர்லியே இருக்காங்க. இங்க வந்து இருக்க முடியாது. அப்பப்ப நான் போயி பாத்துட்டு வர்றேன். நாம கூடவே இருந்தா அவங்களுக்கு ஒரு தெம்புதான்.”

“ஆமா. ஹரிநந்தனைப் பத்திக் கேள்விப்பட்டிருக்கிங்களா? அவர் என்னோட காலேஜ்ல படிச்சவர்.”

“அப்படியா? சந்தோஷம். கேள்விப்பட்டிருக்கேன். அவர் பேசின ஒரு கூட்டத்துக்குப் போயிருக்கேன்.”

“நீங்க கட்சியில் ஏதும் இருக்கீங்களா?”

“இல்லை. முன்னெல்லாம் ஒரு பற்று இருக்கும். சிறுகச் சிறுகக் காணாமப் போய்க்கிட்டிருக்கு. எடுக்குற ஒவ்வொரு முடிவுக்கும் நியாயம் தேடுற வேலையா தென்படுது. சமரசம் உச்ச கட்டத்துக்குப் போயிட்ட மாதிரி இருக்கு. இந்தக் கட்சிகளே இப்படி ஆகியிருக்கும்போது மத்ததைப் பத்தி கேக்கவே வேணாம். மக்கள ஏமாத்தற மாதிரி இருக்கு. அவங்ககிட்ட முன்ன இருந்த மரியாதையும் கொறஞ்சிருச்சு. ஆனா, இன்னும் நான் ஒரு இடதுசாரியாத்தான் இருக்கேன்னு நம்பறேன்.”

“ஆமாம். பழைய பெருமையை எவ்ளோ நாளைக்கிப் பேசிக்கிட்டு இருக்க முடியும். சுதந்தரப் போராட்டத்துல ஈடுபட்டவங்களுக்கு இணையா, இன்னும் சொல்லப்போனா, கூடுதலாகவே தியாகங்களை செஞ்சவங்க. நெறைய படிச்சவங்க. உன்னதக் கோட்பாடு ஒன்னைக் கையில வெச்சுகிட்டு வெறுமனே அழகுபாத்துக்கிட்டு இருக்குற மாதிரி தெரியுது. அக, புற சூழல்கள் கனியணும்னு சொல்வாங்க. இன்னைய

சூழல்ல இளைஞர்கள ஈர்க்க முடியலேன்றது தோல்விதான். சில பதவிகளுக்காக மற்ற கட்சிகளோட கூட்டு சேர்றதை எந்த விதத்திலும் நியாயப்படுத்த முடியாது."

"எனக்குப் பழக்கமான சாதாரண கிராமத்து விவசாயி ஒருத்தர அன்னக்கிப் பார்த்தேன். யாரோ மார்க்சியத்தப் பத்தி எளிமையா அவர்கிட்ட சொல்லியிருக்காங்க. அவர் என்னைக் கேட்டார், 'ஏப்பா, நீ படிச்சவன்தானே. இவ்ளோ நல்ல விஷயம் ஒன்னு உலகத்துல இருக்குன்னு நீ இத்தன நாளா எங்கிட்ட சொல்லவேயில்ல. நீ என்ன ஏமாத்தத்தானே நெனச்ச'ன்னு என்னைக் கேட்டார். என்ன பேசறதுன்னு தெரியாம எதையோ பேசி சமாளிச்சேன்."

"இன்னிக்கும் சமூகப் பிரச்சனைகள்ள இடதுசாரிகள் என்ன சொல்றாங்கன்னு சிலராவது கவனிக்கிறாங்க. ஆனா, பெரும்பாலும் உள்ளூர்ப் பண்பாடு, நம்பிக்கைகள் போன்றதைக் கணக்கில் எடுக்காமல் கோட்பாட்டை அப்படியே இங்க வந்து பதிக்கிற முயற்சி செய்யறாங்களோன்னு தோணுது. நம்மோட சேந்து சிந்திக்காதவங்கள எதிரியாப் பாக்குற மனநிலை கூடாது. ஆட்சியில இருக்குற கட்சிகளின் தவறுகளை, ஊழல்களைக் கண்டிக்கிற எல்லாரும் நம்ம தோழர்கள்தான்னு பாக்கணும். ஆட்சி செய்றவங்களோட தவறுகளுக்கு எதிரான அழுத்தம் கொடுத்துக்கிட்டிருக்கிறது கட்சியோட வேலை. நாமே போய் அங்க உட்கார்னுங்கிறது சரியில்ல. இந்த அமைப்புல யார் ஆட்சி செஞ்சாலும் பெரிய மாற்றங்களைக் கொண்டுவர முடியாது."

"நம்ம நம்பிக்கை இவங்க மேலதான் இருக்கு. அதே சமயம் எல்லாமே சடங்கு மாதிரி ஆயிட்டதையும் மறுக்க முடியாது. மக்களோட நெருக்கமான உறவு இடதுசாரிகளுக்குத்தான் இருக்கணும். அதுக்கு அவங்களோட மொழியைப் பேசணும். அவங்க வாழ்க்கையைப் பேசணும். அவங்ககிட்ட போயி புரியாத தத்துவத்தையெல்லாம் பேசக்கூடாது. அப்படியெல்லாம் பேசி மக்களிடமிருந்து அந்நியமானதுதான் மிச்சம். அவங்களோட அன்றாடப் பிரச்சனைகளைத் தீக்க என்ன வழின்னு யோசிக்கணும். நேரிடையான நடவடிக்கை ஏதும் வேணுன்னாலும் எடுக்கணும். பொருளாதார அடிக்கட்டுமானம் என்பதை இறுக்கமாகப் பிடிச்சிக்கிட்டாங்கன்னு தோணுது. இன்னும் நெகிழ்வா அதப் பாக்கலாம்."

"சாரி, நாமேகூட இப்படிப் பேசிட்டுப் போயிடற மாதிரிதான இருக்கு. நம்ம பங்குன்னு என்ன இருக்கு. சில வருஷங்களுக்கு முந்தி ஹரிநந்தனோட இதே மாதிரி பேசியிருக்கேன்.

மக்கள் மத்தியில கட்சியோட முகம் அவர். பேசி அவங்களத் தக்கவெச்சிக்க முயற்சி பண்ணிக்கிட்டிருக்கார். எவ்ளோ நாளைக்கு அது போகும்னு தெரியலை. அவருக்கே எந்த அளவு நம்பிக்கை இருக்குன்னும் புரியலை. நேரிடையா பொதுவெளில வேலை பாக்குறதுக்கு அசாத்திய நம்பிக்கை வேணும்."

"எளிய மக்களோட நம்மளை அடையாளப்படுத்திக்கிறத நாம தொடர்ந்து செய்யணும். படிக்கிறதோ கோட்பாட்டப் புரிஞ்சிக்கிறதோ நமக்கு அகங்காரத்தக் கொடுத்தறக்கூடாது. கட்சி சரித்திரத்தில எத்தனை ஆசான்களைப் பாத்திருக்கோம். அவங்களுக்கு முன்னாடி நாம ஒன்னுமேயில்ல. ஆக்ஸ்ஃபோர்டுலை யும் கேம்ப்ரிட்ஜுலையும் படிச்சிட்டு வந்து இங்க நாலு முழ வேட்டியைக் கட்டிக்கிட்டு பாயில படுத்துக் கட்சியை வளத்துனவங்களோட அர்ப்பணிப்பெல்லாம் சாதாரணமா?"

"சரியாச் சொன்னீங்க. நீங்க சமகால இலக்கியமும் படிக்கிறது ரொம்ப மகிழ்ச்சியான விஷயம். மார்க்சிஸ்ட்னா இப்படியான எழுத்தப் படிக்கக்கூடாது, அதெல்லாம் நசிவு இலக்கியம் அது இதுன்னு சொல்வாங்க. பலர் சிரிக்கக்கூட மாட்டேன்றாங்க. எம்மா கோல்டுமேன்னு ஒரு பெண்மணியைப் பத்தி சமீபத்துல படிச்சேன். அவர் லிதுவேனிய யூதர். சின்ன வயசிலேயே அமெரிக்காவுக்குக் குடியேறியிருக்கார். சோஷலிசம், போர் எதிர்ப்புப் பத்தி மட்டுமல்லாம குடும்பக் கட்டுப்பாடு, பெண்களுக்கான வாழ்வியல் சமத்துவம் பத்தியெல்லாம்கூட நெறையா எழுதி, பொது வெளியில பேசிய முன்னோடி சிந்தனையாளர். அனார்கிசக் கருத்துகள் கொண்டவர். அந்தத் தளத்தில் எமர்சன், தொரோ போன்றவர்களின் தாக்கம் இருந்திருக்கு. 'ஒரு புரட்சியாளர் நடனமாடக் கூடாது என்றால் அந்த மாதிரியான புரட்சியில் இருக்க நான் விரும்ப மாட்டேன்,' என்கிற மாதிரி சொன்னாராம்."

"சுவாரசியமா இருக்கே. அனார்கிஸ்ட்டுகளை மார்க்சிஸ்ட்டு களும் சரி, சோஷலிச அரசாங்கமும் சரி எப்பவும் சகிச்சிக்காது. ஏசு, காந்தில்லாம்கூட அனார்கிஸ்ட்டுகள்தானே."

"ஆமா. இன்னும் படிக்க வேண்டியது நெறையா இருக்குன்றது மட்டும் புரியுது. ஒருவன் தன்னை மார்க்சிஸ்ட் என்று அழைத்துக்கொள்ள நிறையத் தகுதிகள் வேண்டும்."

"கண்டிப்பாக. சந்திரன், இன்னொரு நாள் பாப்போம்."

உமாராணி தன் கணவர், குழந்தையோடு முதலில் வந்தாள். அவர்கள் இருந்த மூன்று நாட்களும் ராமசாமியின் முகத்தில்

உற்சாகக் களை தென்பட்டது. மருமகனோடு மாலை நேரத்தில் ரயில் ரோடு ஓரமாக நடந்தார். அவர் அப்படி நடந்து ஒரு மாதம் ஆகியிருக்கும். அடுத்தடுத்து கௌசல்யாவும் கலாவதியும் வந்தார்கள். அவர்கள் ராத்திரியில் வெகு நேரம் எல்லாரோடும் பேசிக்கொண்டிருந்தார்கள். பழைய சங்கதிகளை அசைபோட்டார்கள். கடந்துபோன காலம்தான் சந்தோஷமானது என்ற எண்ணம் அவர்கள் பேச்சில் பிரதானமாக வெளிப்பட்டது. அப்பா, அம்மா, தம்பி என்று இவர்களோடே இருந்துவிடலாமா என்ற ஆசை பெண்களின் மனதில் நிரம்பியிருந்தது. அதன் சாத்தியமின்மைமீது வெறுப்பாக இருந்தது. சகோதரிகள் மூன்று பேரும் சந்திரனுக்கு சீக்கிரம் பெண் பார்க்க வேண்டும் என்றார்கள். தாங்களும் தெரிந்த இடங்களில் கேட்பதாகச் சொன்னார்கள். இனிமேலும் இதைத் தள்ளிப்போடக் கூடாது என்ற தீர்மானம் ராமசாமிக்கும் வசந்தாவுக்கும் உண்டானது.

13

நேரில் வந்து பார்ப்பதாக இரண்டு முறை சந்திரனுக்கு எழுதியும் ஹரிநந்தனால் இயலாமல் போனது. அவரைப் பார்ப்பதற்கான ஏக்கம் அவன் மனதில் அதிகரித்துக்கொண்டே போனது. தன் அப்பாவின் உடல்நிலை, கோட்பாடுகள், கட்சிகள் தொடர்பான அவநம்பிக்கைகள், கேள்விகள், புதிதாகக் கிடைத்த நட்புகள் போன்றவற்றை விளக்கி அவருக்கு எழுதினான். இரண்டு வாரங்கள் கழித்து அவர் எழுதிய கடிதம் வந்தது.

அன்புள்ள சந்திரன்,

நீ எழுதிய கடிதத்தை நான் பத்து நாட்களாகத் தங்கியிருந்த ஊரின் கட்சி அலுவலகத்துக்கு வீட்டிலிருந்து அனுப்பினார்கள். இப்போதெல்லாம் பெரும்பாலும் சொந்த ஊருக்கே போக முடிவதில்லை. நிறையக் கூட்டங்களில் பேசுகிறேன். அநேகமாக தமிழ்நாட்டின் எல்லா பெரிய, சிறிய ஊர்களையும் பார்த்துவிட்டேன். விதவிதமான மனிதர்கள், அவர்கள் சுபாவங்கள், எதிர்பாராத இடங்களிலிருந்து வரும் போதனைகள், ஆச்சரியங்கள், அதிர்ச்சிகள் என்று அலை அலையாய்க் கிடைக்கின்றன. ஊர் என்பது வெறும் மனிதர்களும் வீடுகளும் தெருக்களும் ஏரிகளும் மரங்களும் மட்டுமல்ல. கண்ணுக்குத் தெரியாத எண்ணங்கள், ஆசைகள், எதிர்பார்ப்புகள், மகிழ்ச்சி, துயரம் போன்றவை அந்த ஊரின் ஆன்மாவைப் புனைகின்றன. அவற்றைப் பார்க்க இயலுகிறவனே அந்த ஊரைப் பார்க்கிறான். அதாவது, பௌதீகத்தில் அல்ல, அருவத்திலேதான் ஒரு ஊரின் ஆன்மா உள்ளது. ஆனால், அதைப் புரிந்துகொள்ள அவ்வூர் மக்களிடம் பேசிப்பழகுவதே ஒரே வழி. இப்படிச் சுற்றிக்கொண்டிருப்பதே ஒருவகைக் கல்விதான். அதை முழுதாக உணர்கிறேன்.

அப்பாவின் உடல்நிலை அறிய வருத்தமாக உள்ளது. கொந்தளிப்புகளை அமைதியாகக் கடப்பவர் அவர் என்று சொல்லியிருக்கிறாய். அப்படிக் கடப்பது நல்ல விஷயம் என்றாலும் சில சமயமாவது ஒருவர் தன் உணர்ச்சிகளைக் கொட்டிவிட வேண்டும். அப்படிச் செய்வது உடல், மனம் இரண்டுக்குமே ஆரோக்கியம். அவரைக் கவனித்துக்கொள். நான் உனக்குச் சொல்ல வேண்டியதில்லை. அம்மாவுக்கு என் அன்பைத் தெரிவி.

மார்க்சிஸ்ட்டாக ஆக முயல்பவன் என்றே என்னை நான் அழைத்துக்கொள்கிறேன். அதுதான் சரி. சுயத்தை முற்றிலுமாக அழித்துக்கொண்டவனே மார்க்சிஸ்ட்டாக இருக்க முடியும். கிட்டத்தட்ட ஒரு துறவி அவன். சுயத்தை அறுத்துக்கொண்ட துறவி மட்டுமல்ல, பிறர் துயரம் களையச் செயலாற்றும் துறவியும்தான். இந்த நிலையை அடைய பெரும் முயற்சி தேவை. இது ஒரு லட்சிய நிலை என்பதும் எனக்குத் தெரியும்.

கட்சிகள் தவறுகளுக்கு அப்பாற்பட்டவை அல்ல. எந்த ஒரு சமூக அவலத்தையும் எதிர்ப்பதில் முன் நிற்பவை இன்றும் இடதுசாரிக் கட்சிகளே. எளிய மனிதனின் மாண்பையும் படைப்பூக்கத்தையும் உறுதிப்படுத்த முயலும் அமைப்புகள் அவையே. அவற்றை வலுப்படுத்துவதே என் போன்றவர்களின் சிறு பணி. உங்களைப் போன்றவர்களின் கருத்துகளை மதித்து அவற்றையும் கணக்கில் கொள்வோம்.

உன்னை நேரில் பார்க்க முயல்வேன். நீ திருமணம் செய்து கொள்ளும் தருணம் வந்துவிட்டது என்று நினைக்கிறேன். பெற்றோரை நீ மகிழ்ச்சிக்குள்ளாக்கும் செயலாக அது இருக்கும்.

தோழமையுடன்,
ஹரிநந்தன்

கூடப் படித்து ஆறேழு ஆண்டுகள் ஆகியும் இன்னும் ஆத்மார்த்தமாகக் கடிதத்தில் வெளிப்படும் ஹரியைப் பற்றி யோசிக்க அவனுக்குப் பெருமிதமாக இருந்தது. நட்பு என்று சொல்ல தனக்கு ஓரிருவர் மட்டுமே இருப்பதையும் அப்போது உணர்ந்தான். அப்போதைக்குக் கல்யாணம் செய்துகொள்ளும் எண்ணம் கொஞ்சமும் அவனுக்கில்லை. அதே அறிவுரையை அண்ணாமலை ஒரு மாதத்துக்கு முன் சொன்னபோது, 'கடனெல்லாம் முடிந்த பிறகு யோசிக்கலாம் சார்' என்று சொல்லிவிட்டான். கடனைத் தீர்த்துவிட்டு அப்பா, அம்மாவை விரும்பிய ஊர்களுக்கு அழைத்துச்செல்ல வேண்டும்; வீட்டில் அவர்களுக்கு இன்னும் கூடுதல் வசதிகளைச் செய்துதர வேண்டும் போன்ற திட்டங்கள் அவன் மனதில் உருவாகியிருந்தன.

தனக்கு ஒரு புது நண்பர் அறிமுகமாகியிருப்பதாகவும் இடதுசாரியான அவரைச் சந்திக்க சந்திரனுக்கு ஆர்வம் இருக்கலாம் என்றும் விஸ்வநாதன் ஒரு நாள் சொன்னார். சில நாட்களில் அதற்கான சந்தர்ப்பம் வாய்த்தது.

"எங்கள் அமைப்பு சில இடங்கள்ள வலுவாக உள்ளது. அங்கெல்லாம் உற்சாகமாகச் செயல்படறோம். சமூகக் கொடுமை களை வேடிக்கை பார்த்துக்கொண்டிருப்பது அவற்றுக்குத் துணைபோற மாதிரிதான். நேரிடையான நடவடிக்கைகள் மூலம் அவைமாதிரியானவற்றை நீக்கும் முயற்சியே நாங்கள் செய்வது. இனியும் மக்களை ஏமாற்றுவது பெரிய துரோகம். பாராளுமன்ற ஜனநாயகம் பயனற்றது என்பதைக் காலம் நிரூபித்துவிட்டது. ஜாதி மூலம் வரும் ஏற்றத்தாழ்வு, பொருளாதாரம் உண்டாக்கும் சமமின்மை, ஊழல்களும் பரிவற்ற திட்டங்களும் கொண்டுவந்து சேர்க்கும் வறுமை, அதிகாரம் விளைவிக்கும் அச்சம் இவையெல்லாம் இல்லாததே மக்களுக்கான சமூகம். ஆனால், இந்த உன்னதத்தை அடையும் முயற்சியில் எல்லாரும் பங்குகொண்டுவிட முடியாது என்பதை உணர்ந்தே இருக்கிறோம். முழு அர்ப்பணிப்பைக் கோரும் பணி இது."

விஸ்வநாதன் அறிமுகப்படுத்தியவர் பேசிக்கொண்டிருந்தார். அந்தக் குரலில் ஒலித்த நம்பிக்கை அசாதாரணமாகத் தெரிந்தது. சாதாரணத் தோற்றம். வேட்டி சற்று மேலே ஏறியிருந்ததால் தெரிந்த கறுத்த கால்களின் திண்மை, நிறைய நடப்பவர்களுக்கே உருவாகும் வாகு. அறுபது, அறுபத்தைந்து கிலோ மீட்டர் தொலைவிலுள்ள சிறு நகரங்களை அவர் ஒரே இரவில் நடந்தே போய்ச் சேர்வார் என்ற பேச்சு உண்டு. அவரின் மன உறுதி கண்களில் வெளிப்பட்டது. எளிய மனிதர்களின் ஏக்கங்களையும் அவை சுமந்திருந்தன. தோல்விகளும் சரிவுகளும் மன உறுதியைக் குலைத்த மாதிரி தெரியவில்லை. நோக்கத்தில் ஒரு குறையும் இல்லை. மக்கள்மீது இவர்கள் கொண்டிருக்கும் பரிவு அப்பழுக்கற்றது. நடைமுறையின் சரித்தன்மையில் போதாமை இருக்கிறது.

"இவ்வளவு பெரிய நாட்டில், இத்தனை அதிகாரம் கொண்ட அமைப்புக்கு எதிரா போராடறது அவ்வளவு எளிதான காரியமா என்ன?" சந்திரன் தன் சந்தேகத்தைக் கேட்டான்.

"வரலாற்றில் எல்லாப் போராட்டங்களும் மிகச் சின்ன அளவில்தானே தொடங்கின. போராட்டத்தின் லட்சியத்தில் உண்மை இருந்தால் மக்கள் தாமாகவே ஆதரவளிப்பார்கள்.

இன்னும் அனுபவிக்க வேண்டிய கொடுமைகள் நம் ஜனங்களுக்கு ஏதும் மீதி இருக்கின்றதா? சகல வல்லமையும் பெற்றிருந்த பிரிட்டிஷ் சர்க்காரை எதிர்த்து அந்தக் காலத்தில் நம் முன்னோர்கள் போராடவில்லையா? இப்போது நம்மவர்களை எதிர்த்தே போராட வேண்டியிருக்கிறது. எங்கள் வாழ்நாளில் இது நடந்து முடியப்போவதில்லை. நாங்களும் தோல்விகளைச் சந்தித்தோம். தப்பான அணுகுமுறைகளுக்கான விலையைக் கொடுத்தோம். தொடர்ந்து கற்றுக்கொள்கிறோம். இது ஒரு நீண்டகாலப் புரட்சி. மொத்த அமைப்பையே மாற்றி அமைக்க நடக்கும் போராட்டம். வெகு மக்களின் ஆதரவு கிடைக்கும் என்பதில் எங்களுக்கு நம்பிக்கை இருக்கிறது. அதிகாரம் செயற்கையானது. மனித மாண்புக்கு எதிரானது. டயோஜினீஸ் பற்றி நீங்கள் கேள்விப்பட்டிருப்பீர்கள். கிரேக்கத் தத்துவ ஞானியான அவர் மிகக் குறைந்த ஆடை அணிந்து யாசகத்தில் உயிர் வாழ்ந்தவர். பிச்சைப் பாத்திரம்கூட ஒரு உடைமை என்று ஒரு கட்டத்தில் தோன்ற அதையும் தூக்கி எறிந்துவிட்டவர். பிறர் தருவதை வெறும் கையால் வாங்கி உண்ணுவாராம். ஒரு முறை சக்கரவர்த்தி அலெக்ஸாண்டர் மரியாதை நிமித்தம் அவரைப் பார்க்கப் போயிருக்கிறான். அவர் படுத்தவாறு வெயில் காய்ந்துகொண்டிருந்திருக்கிறார். அப்போது நடந்ததாகச் சொல்லப்படும் உரையாடல் சரித்திர முக்கியத்துவம் கொண்டது.

'டயோஜினீஸ், நீங்கள் என் சாம்ராஜ்யத்தில் வாழ்வது எனக்குப் பெரும் கௌரவம். மன்னனாக உங்களுக்கு நான் ஏதும் செய்ய வேண்டும் என்று விரும்புகிறீர்களா?'

'அலெக்ஸாண்டர், நீ சூரியனை மறைக்கிறாய். கொஞ்சம் தள்ளி நில்.'

அங்கிருந்து போகும் வழியில் உடன் வந்தவர்கள் டயோஜினீஸைக் கிண்டல் செய்ய அலெக்ஸாண்டர் சொன்னானாம்: 'உண்மையைச் சொல்லவேண்டுமென்றால், நான் மட்டும் அலெக்ஸாண்டராக இல்லாதிருந்தால் டயோஜினீஸாக இருக்க ஆசைப்படுவேன்.' டயோஜினீஸின் மனோதிடம் நமக்கு வேண்டும். உங்களைப் போன்றவர்கள் எங்களைப் புரிந்துகொள்ள வேண்டும் என்பதே எங்கள் எதிர்பார்ப்பு."

டயோஜினீஸைப் பற்றி அப்போதுதான் சந்திரன் கேள்விப்பட்டான் வியப்பாக இருந்தது. 'பெரியோரை வியத்தலும் இலமே' என்பதன் நிரூபணம் மாதிரி இருந்திருப்பார் போலிருக்கிறது.

தான் அறிந்த மார்க்சியத்துக்கு இப்படியானவர்கள் தெரியவருவது அதிகமே என்று அவனுக்குத் தோன்றியது.

தருநிழல்

தன் வாழ்க்கை நிலையும் பார்க்கும் நடப்புகளும் இடதுசாரிக் கருத்துகளையும் அவை சார்ந்த செயல்பாடுகளை மேற்கொள்ளும் மனிதர்களையும் தன்னிடம் கொண்டுவந்து சேர்க்கின்றன என்று தோன்றியது. அதே சமயம், பெற்றுக்கொள்ளத் தயாராக இருப்பவர்களுக்குக் கிடைக்கும் அனுபவங்களே அவை என்றும் தோன்றியது. தன்னைவிடக் கூடுதலான பிரச்சனைகளைச் சந்திக்கும் நபர்களுக்கு, கூடுதலான மார்க்சிய அறிவு உடையவர்களுக்கு அவை கிடைப்பதில்லை. பொதுவாகப் பார்த்தால், அவை நிகழ்வதில் பெரிதாக எந்தத் தர்க்கமும் இருப்பதாகத் தெரியவில்லை. தான் வெறும் பார்வையாளன் மட்டும்தானோ என்ற சந்தேகமும் சமூக மாற்றத்தில் தன் பங்கு என்ன என்பது குறித்த கேள்வியும் அண்மைக் காலத்தில் அவனை அலைக்கழித்துக்கொண்டிருந்தன.

வசந்தா இருவரையும் சாப்பிடக் கூப்பிட்டார். படித்துக் கொண்டிருந்த புத்தகத்தின் பக்க எண்ணைப் பார்த்துவிட்டு மூடிவைத்தான் சந்திரன். கட்டிலில் உட்கார்ந்திருந்த ராமசாமி எழுந்தார். எழுந்த வாக்கிலேயே சரிந்து விழப்போனார். சட்டென்று சந்திரன் பிடித்துக்கொண்டான். அவர் உடல் முழுக்கத் தொப்பலாக வியர்த்தது. மெதுவாக அவரைக் கட்டிலில் படுக்கவைத்தார்கள். அவர் மயக்கமாக இருப்பதைப் பார்த்துவிட்டு “தண்ணி குடிங்க” என்று சொல்லி வசந்தா கொடுத்ததை அவரால் குடிக்க முடியவில்லை. வாயோரத்தில் வழிந்தது. “என்னா பண்ணுதுப்பா?” என்ற சந்திரனின் கேள்விக்கு அவர் ஏதோ லேசாக முனகினார். நிலைமை மோசம் என்று உணர்ந்த சந்திரன் தன் அம்மாவைத் தயாராக இருக்கச் சொல்லிவிட்டு ஓடிப்போய் வாடகைக் காரொன்றைக் கூட்டிவந்தான். பத்தே நிமிடங்களில் வசந்தாவும் தயாராகி விட்டார். அரசு மருத்துவ மனையின் அவசர சிகிச்சைப் பிரிவுக்கு அவரைக் கைத்தாங்கலாக அழைத்துப்போனார்கள். வாசலிலிருந்த தள்ளு நாற்காலியில் உட்காரவைத்துப் பணியாள் தள்ளிக்கொண்டு டாக்டர் அறைக்குப் போனார். பரிசோதித்த அவர், “உங்க அப்பாவா? சீரியஸ்தான் தம்பி, அட்மிட் பண்ணித்தான் ஆகணும். நீங்க வெளியில உக்காருங்க” என்றார். வெளியே போய்த் தள்ளி நின்று அவரையே பார்த்துக்கொண்டிருந்தான். உடனே சில ஊசிகளைப் போடும்படி நர்ஸிடம் சொன்னார்.

வசந்தா அழ ஆரம்பித்துவிட்டார். “அம்மா, அழாதே. சரியாயிடும்மா. அரசாங்க ஆஸ்பத்திரிலதான் பெரிய டாக்டருங்கெல்லாம் இருப்பாங்க. கவனிச்சிக்குவாங்க.

கவலப்படாதம்மா." இப்படிச் சொன்னானேயொழிய அவனுக்கும் பயமாகத்தான் இருந்தது. இதயப் பிரச்சனை ஏதும் வந்திருக்குமா, மாத்திரையெல்லாம் சரியாகத்தானே சாப்பிட்டார், நம் கவனிப்பில் குறை இருந்ததா என்று பலவாறாகக் குழம்பினான். ஸ்ட்ரெச்சரில் வைத்து அவரைத் தீவிர சிகிச்சைப் பிரிவுக்கு அழைத்துப் போவதைப் பார்த்தான். ராத்திரி ஒன்பது மணிக்கு எப்படி ஊருக்குத் தகவல் தெரிவிப்பது? கலாவதியின் வீட்டுக்காரர் காலை ஒன்பது மணிக்குத்தான் வேலைக்கு வருவார். அங்கு தொலைபேசி இருக்கும். பக்கத்து வீட்டுத் தொலைபேசி எண்ணை உமாராணி கொடுத்திருக்கிறாள். இந்த நேரத்தில் சொல்லிக் கலவரப்படுத்த வேண்டாம். அண்ணாமலை சாருக்காவது சொல்ல வேண்டும். நேராகத்தான் போக வேண்டும். காலையில் பார்த்துக்கொள்ளலாம். பெஞ்சில் உட்கார்ந்திருந்த அம்மாவின் கையைப் பிடித்துக்கொண்டான். அவர் அடிக்கடிக் கண்ணீரைத் துடைத்துக்கொண்டேயிருந்தார். கூட மகள்கள் இருந்தால் கொஞ்சம் தைரியமாக இருப்பார். துயரமான நேரத்தில் இன்னொரு குடும்ப உறுப்பினர் இருப்பது பெரிய ஆறுதலாக இருக்கும். சிறுவனாக அப்பா அவர் பெற்றோரின் அரவணைப்பைப் பெறவில்லை. அதன் பிறகு வந்ததெல்லாம் சோதனைக்காலம்தான். இந்த ஓய்வுக்காலத்தில் ஆரோக்கியம் இல்லை. சரியான பின் அவரை இன்னும் நன்றாகப் பார்த்துக் கொள்ள வேண்டும்.

"ராமசாமின்ற பேஷன்ட்டோட அட்டண்டர் யாரு?"

குரல் கேட்டு எழுந்த சந்திரனைப் பணியாள் டாக்டர் அறைக்கு அழைத்துப்போனார். வசந்தாவும் எழுந்தார். அவரை அங்கேயே உட்காரச் சொல்லிவிட்டு அவன் மட்டும் உள்ளே போனான்.

"தம்பி, உங்க அப்பாவுக்கு ஹார்ட் அட்டாக் வந்திருக்கு. உடனடியா கவனிச்சதால பெரிய அளவுல ஆபத்து வரல. ஆனாலும் இரண்டு நாள் பொறுத்துப் பாக்கணும். திரும்பவும் வரலாம். ஐ.சி.யூ.வில ஸ்டாஃபே கவனிச்சுக்குவாங்க. நீங்க ஒரு ரெண்டு நிமிஷம் பாத்துட்டு வந்துடணும். கூட வந்தவங்க உங்க அம்மாவா? அவங்கள வீட்டுக்கு அனுப்பிச்சுடுப்பா. அரசாங்கத்துல வேல பாக்குறதா எழுதியிருக்க. அதுக்கான சர்டிஃபிகேட் நாளைக்குக் குடுத்திரு தம்பி," என்றார் டாக்டர். சரியென்று சொல்லிவிட்டு வெளியே வந்தான்.

"நானும் இருக்கம்பா," என்றார் வசந்தா.

"இல்லம்மா. இது ஆம்பளைங்க வார்டு. நீ இருக்க முடியாது. நான் பாத்துக்குறேன். நாளைக்கு அவங்களுக்கெல்லாம்

சொல்லிறலாம். நீ காலையில வந்தா பாத்துட்டுப் போயிடலாம்." ஆட்டோக்காரரிடம் சொல்லி அவரை அனுப்பிவைத்தான். தீவிர சிகிச்சைப் பிரிவின் வெளியே இருந்த பெஞ்சில் உட்கார்ந்தான். அவ்வப்போது எழுந்து கண்ணாடித் தடுப்பு வழியே பார்த்தான். தூங்குகிறாரா, மயக்கத்திலிருக்கிறாரா தெரியவில்லை. ஐந்து மணிக்கே எழுந்து வீட்டுக்குப்போய்க் குளித்துவிட்டு வந்தான். ஏழு மணிபோல நர்ஸிடம் சொல்லிவிட்டு அண்ணாமலை வீட்டுக்குப் போய் விவரம் சொன்னான். 'கவலைப்படாதே, சரியாயிடும்,' என்று ஆறுதல் சொன்ன அவர், சீக்கிரம் அலுவலகத்துக்குப் போய் அவன் சகோதரிகளுக்கு தகவல் தெரிவித்துவிடுவதாகச் சொல்லி எண்களை வாங்கிக்கொண்டார். "அவங்கள எல்லாம் வீட்டுக்கு வரச்சொல்லிடுங்க சார்," என்றான். அவனிடமிருந்து விடுமுறைக் கடிதம் வாங்கிக்கொண்டார்.

சாயங்காலம் எல்லாரும் வந்தார்கள். முன்பின்னாக வந்ததால் அவர்களிடம் தனித்தனியாக விளக்க வேண்டியிருந்தது. பார்வையாளர் நேரம் என்றாலும் சிகிச்சையின் தீவிரம் கருதி தூர இருந்து ஓரிரு நிமிடங்களே அவர்களால் பார்க்க முடிந்தது. அண்ணாமலை, விஸ்வநாதன், அலுவலக ஊழியர்கள் சிலரும் வந்து பார்த்துவிட்டுப் போனார்கள். வெளியே இருந்த மரத்தடியில் குடும்பத்தினர் பேசிக்கொண்டிருந்தார்கள். மகள்கள் தங்கள் அம்மாவைவிட அப்பாவிடம் அதிக பாசத்தோடு இருப்பது தெரிந்ததுதான். தனக்கென்னவோ இரண்டு பேரிடமும் ஒரே அளவு ஒட்டுதல் இருப்பதை சந்திரன் உணர்ந்தான். ஆளாளுக்கு மாற்றி மாற்றி அழுதார்கள். அவர்கள் அளவுக்கே கலங்கியிருந்தாலும் ஆண் என்பதால் அவர்களுக்குத் தைரியம் சொல்லவேண்டிய பொறுப்பு அவனுக்கிருந்தது.

"அப்பாவுக்கு சின்ன வயசிலிருந்தே நிம்மதியான வாழ்க்கை கெடையாது. எப்டியோ காரியங்கள் அதுபாட்டுக்கு நடந்தது. இனிமேல்ட்டு எல்லாம் சரியாயிடும்னு நெனச்சோம்," என்றார் கௌசல்யா.

"சந்திரன் வேலைக்கி வந்துட்டான். அப்பா சந்தோஷமா காலத்தக் கழிப்பாருன்னு நெனச்சேன்" என்று சொல்லிவிட்டுக் கேவினாள் கலாவதி. இதைக்கேட்ட வசந்தா, "தனக்கு இன்னது வேணும்னு அவரு எப்பவுமே சொன்னதில்ல," என்று சொல்லிக்கொண்டே அழுதார். தன்னைவிடவும் இவர்கள் அப்பாவை அதிக வருடங்கள் பார்த்தவர்கள். அவரைப் பற்றித் தனக்குத் தெரியாத சோகமான சில விஷயங்கள் இவர்களுக்குத் தெரிந்திருக்கும் என்பது அவன் வருத்தத்தை அதிகரித்தது.

“சரி, அழாதீங்க. இங்க நல்லாவே கவனிச்சிக்கிறாங்க. சரியாயிடும்,” என்று சொன்ன சந்திரனின் குரல் அவ்வளவு உறுதியாக இல்லை. குழந்தைகளை வீட்டிலேயே விட்டுவிட்டு வந்திருப்பதால் ஆண்கள் ஊருக்குக் கிளம்பினார்கள். சற்று கழித்துப் பெண்களைப் பக்கத்திலிருந்த ஹோட்டலில் சாப்பிட வைத்து வீட்டுக்கு அனுப்பினான். அரை மனதோடு கிளம்பினார்கள்.

அடுத்த நாள் நர்ஸ் அவனை இரண்டு நிமிடங்கள் அனுமதித்தார். கண்களைமூடிப் படுத்திருந்தார். “அப்பா,” என்று அவர் கையைத் தொட்டான். லேசாகக் கண்களைத் திறந்த அவர், “ஒனக்கு ரொம்ப தொந்தரவு தர்றனாப்பா?” என்று மெதுவாகக் கேட்டார். “அய்யோ, அப்டில்லாம் இல்லப்பா,” என்றான். அவன் சொன்னதை அவர் கேட்டாரா என்பது தெரியவில்லை. “இப்பதான் அவரு கண்ணத் தொறந்ததே,” என்றார் நர்ஸ்.

இரண்டு நாட்கள் கழித்து டாக்டர் சந்திரனைக் கூப்பிட்டார். “தம்பி, பயந்த மாதிரி அடுத்த அட்டாக் ஒங்கப்பாவுக்கு வரல. அதே சமயம் இன்னொரு பிரச்சனை வந்திருக்கு. அவரு கோமாவுக்குப் போயிட்டாருப்பா. அது எத்தன நாள் இருக்கும், அடுத்து என்ன நடக்கும்னு சொல்ல முடியாது. இனிமேல அவரை ஐ.சி.யூ. வில வெச்சிருக்க வேண்டியதில்ல. நார்மல் வார்டுக்கு மாத்திரப் போறோம். வெயிட் பண்ணிப் பாக்கலாம்,” என்றார். கேட்டதும் அதிர்ந்துவிட்டான். என்ன நடக்கும் என்று தெரியாத நிலையை எப்படி எதிர்கொள்வது? வீட்டுப்பெண்களிடம் இதை எப்படி விளக்கிச் சொல்வது? தனக்கு நடப்பதை அவர் எப்போதாவது உணர்கிறாரா? ஒன்றும் தெரியவில்லை. அன்று பிற்பகல் அவரைச் சாதாரண வார்டுக்கு மாற்றினார்கள். பார்வையாளர் நேரம் இரண்டு மணி நேரம் என்பதால் கொஞ்ச நேரம் என்று மாற்றி மாற்றிப் பார்த்துவிட்டு வெளியே போனார்கள். “கூட்டம் கூடாதீங்க,” என்று நர்ஸுகள் அவ்வப்போது கத்திச் சொல்லிக்கொண்டிருந்தார்கள்.

“அப்பாவுக்கு என்னா ஆச்சி? டாக்டர் என்ன சொல்றார்?” என்று கேட்டார் வசந்தா.

“அப்பா கோமாவுக்குப் போயிட்டாரும்மா. மயக்கமா இருப்பார். என்ன நடக்குதுன்னு தெரியாது. சில சமயம் ஞாபகம் வரலாம். வராமலும் போவலாம். அதுவாவே சரியாவும் ஆவலாம்னு டாக்டர் சொல்றார்.”

சந்திரன் சொன்னதைக் கேட்ட பெண்கள் அழத் தொடங்கினார்கள். மரத்துக்குக் கீழே சுற்றி நின்ற சிலர் திரும்பிப் பார்த்தார்கள். அங்கு நின்றுகொண்டிருந்தவர்கள் பெரும்பாலும் இரண்டு பேர், மூன்று பேர் என்று குழுவாக இருந்தார்கள். தனி நபர்களாகவும் சிலர் இருந்தார்கள். அதிலும் பகிர்ந்துகொள்ள முடியாத கவலையை ஒரு தனித்த பெண் எப்படித் தாங்குவாள் என்று சந்திரன் யோசித்தான். இரண்டு வயதுக் குழந்தையைக் கவனிக்க வேண்டுமென்று உமாராணியை மட்டும் ஊருக்கு அனுப்பிவைத்தார்கள். மற்றவர்களோடு சேர்ந்து வீட்டுக்குப்போய் சாப்பிட்டுவிட்டுத் திரும்பினான்.

இரவுநேர மருத்துவமனை வினோதமாக இருக்கிறது. மரங்களுக்குக் கீழும் நுழைவாயிலின் இருபுறங்களிலும் நோயாளிகளின் உறவுகள் படுத்திருக்கிறார்கள். சிலர் குழுக்களாக உட்கார்ந்து பேசிக்கொண்டிருக்கிறார்கள். அந்தச் சூழலே ஒருவரை எந்த மோசமான நிலைக்கும் தயார்ப்படுத்திவிடும். மங்கலான வெளிச்சம் நோயின் குறியீடு மாதிரி தோன்றியது. ராமசாமி இருந்த வார்டில் இரண்டு வரிசைகளாக முப்பது நோயாளிகள் இருந்தார்கள். நோயாளியுடன் ஒருவர் உடன் இருக்கலாம் என்று விதி இருந்தாலும் சிலருக்கு அப்படி இருப்பதில்லை. அவ்வப்போது வந்து பார்த்துவிட்டு வெளியே போய்விடுகிறார்கள். சிலர் கட்டிலுக்குக் கீழேயே உட்கார்ந்திருக்கிறார்கள். அப்படியே படுத்தும் விடுகிறார்கள். ஒன்றிரண்டு வார்த்தைகளே பேசுகிறார்கள். சிலருக்கு உட்கார ஸ்டூல் கிடைக்கிறது. அது பெரிய ஆடம்பர இருக்கை. எப்படியோ சந்திரனுக்கு அது கிடைத்தது. கையில் ஏதோ ஒரு புத்தகம் வைத்திருந்தான். ஆனாலும் அதை மனது ஊன்றிப் படிக்க முடியவில்லை. அவருடைய முகம் எந்தவித சலனமுமில்லாமல் இருந்தது. வாய் வழியாக உணவு கொடுக்க முடிவதில்லை. பாட்டில் மூலம் குளுகோஸ் திரவமும் அதோடு சேர்ந்து மருந்துகளும் போய்க்கொண்டிருக்கின்றன. தூங்கும் அப்பாவை தான் அதிகம் பார்த்ததில்லை என்பது அவன் நினைவுக்கு வந்தது. இந்த ஊர் மருத்துவமனையில் வைத்து அவருக்கு சிகிச்சை தருவோம் என்பதை நினைத்துப் பார்த்திருப்போமா? பூஞ்சையான அவர் உடல் இவ்வளவு மருந்துகளைச் செரித்துக்கொள்ளுமா? அந்த வார்டின் இரண்டு நர்ஸுகளில் ஒருவர் தீவிர சிகிச்சைப் பிரிவிலேயே அவனுக்கு அறிமுகமாகியிருந்தார். இரவுப் பணிக்கு வந்த இரண்டுபேரும் புத்துணர்ச்சியோடு வேலையைத் தொடங்கினார்கள். பத்து மணிக்குப் பிறகு வார்டு அமைதியாகிவிட்டது. எல்லாரும் தூங்குகிறார்கள் என்று சொல்ல முடியவில்லை. சிலரது

ஆர். சிவகுமார்

அசைவுகளிலேயே அவர்கள் தூங்கவில்லை என்பது தெரிகிறது. காய்ச்சல் இருந்தால் அதன் அளவு, நாடித் துடிப்பு, ரத்த அழுத்த அளவு என்று ஒவ்வொரு நோயாளிக்கும் பார்த்து அவற்றைப் பதிவு செய்வது, பரிந்துரைக்கப்பட்ட ஊசிகளையும் மாத்திரைகளையும் உரிய நேரத்தில் கொடுப்பது, திடீரென்று அனுமதிக்கப்படும் நோயாளிக் கான சம்பிராதயங்களை முடிப்பது என்று நர்ஸுகள் நிற்க நேரமில்லாமல் ஓடிக்கொண்டிருக்கிறார்கள். நோயாளிகள் சிலரின் உடல்நிலையில் மாற்றம் ஏற்படும்போது டாக்டரை அழைத்துவந்து காட்டுகிறார்கள். ஒரு மணி, இரண்டு மணி வாக்கில் வார்டின் முனையிலிருந்த கழிவறையிலிருந்து வரும் நாற்றம் சகிக்க முடியாததாக இருக்கிறது. அடுத்த நாள்தான் அதை சுத்தம் செய்வார்களாயிருக்கும். “நீங்க வெளியே போய் இருங்களேன், தம்பி. நாங்க பாத்துக்கிறோம்,” என்று ஒரு நர்ஸ் சொன்னார். “பரவால்ல சிஸ்டர். முடிஞ்சவர முழிச்சிருக்கேன்,” என்று சொல்லிவிட்டான்.

அவசர சிகிச்சை அறையிலிருந்து ஒருவரைப் பரபரப்புடன் இங்கு கொண்டுவந்தார்கள். ‘பாம்புக் கடி’ என்ற பேச்சு காதில் விழுந்தது. கொன்ற பாம்பை உடன் வந்த ஒரு ஆள் பையில் போட்டுக் கொண்டுவந்திருந்தார். அதை டாக்டர் காட்டச் சொன்னார். “இது விஷப் பாம்புதாம்பா,” என்ற டாக்டர் அதை வெளியே எடுத்துக்கொண்டு போகச் சொன்னார். கடிபட்டவரின் வாயில் நுரை வந்தது. அந்த ஆளின் முகத்தில் மரணக்களை தெரிந்தது. உடனே ஒரு ஊசியைப் போட்டுவிட்டு ஆக்ஸிஜன் குழாயைப் பொருத்தினார்கள். குளுகோஸையும் வேறு மருந்துகளையும் கையில் ஊசியைச் செருகிச் செலுத்த ஆரம்பித்தார்கள். இருபது நிமிடங்களில் அந்த ஆளின் முகம் தெளிவடைந்தது. “அவர தூங்காமப் பாத்துக்கப்பா,” என்று கூட வந்தவரிடம் சொல்லிவிட்டு டாக்டர் போய்விட்டார். அதைப் பார்த்த சந்திரன் ஆச்சரியப்பட்டான். அந்த ஆள் நாளை காலை நலமுடன் வீட்டுக்குத் திரும்பிவிடுவார். மருத்துவ விஞ்ஞானத்தின் முன்னேற்றம் அவனுக்கு வியப்பாக இருந்தது. அப்பாவுக்கும் இப்படி ஏதாவது சிகிச்சை முறை இருந்தால் தேவலையே. ஒரு பீடியைப் பற்றவைத்து அவர் வாயில் வைத்துவிடலாமா?

அடுத்த நாள் ஊரிலிருந்து சொந்தக்காரர்கள் பலரும் மருத்துவமனைக்கு வந்தார்கள். தங்கள் சொந்தத்தில் ஒருவரை இப்படி வெளியூரில் வைத்து சிகிச்சை அளிப்பதைப் பார்ப்பது அவர்களுக்குப் புது அனுபவமாக இருந்தது. அநேகமாக

எல்லாரும் அவருடைய மென்மையான சுபாவத்தைக் குறிப்பிட்டு வசந்தாவிடமும் சந்திரனிடமும் பேசினார்கள். அலுவலகம் முடிந்து வந்த அண்ணாமலை ரகசியமாக ஆயிரம் ரூபாயை அவன் கையில் திணித்தார். சந்திரனுக்குத் தொண்டை அடைத்தது. "செலவு இருக்கும்பா," என்றார்.

காலை வீட்டுக்குப் போன சந்திரன் செய்தித்தாளை அவசரமாகப் பிரித்து மேலோட்டமாகப் படித்தான். சில நாட்களுக்கு முன்பு அவன் பார்த்த தோழரின் குழுவைச் சேர்ந்த மூவரைக் காவல் துறை கைது செய்திருப்பதாகச் செய்தி வெளியாகியிருந்தது. மூன்று பேரின் புகைப்படங்களும் பிரசுரமாகியிருந்தன. அவற்றில் அவருடையதும் ஒன்று. அவனுக்கு வருத்தமாக இருந்தது. இதையெல்லாம் அவர்கள் எதிர்பார்த்துதான் இருப்பார்களோ. இனி என்ன நடக்குமோ என்று சஞ்சலப்பட்டான்.

14

“சார், இவரோட நிலைமை எப்டி இருக்கு? இம்ப்ரூவ்மெண்ட் ஏதும் இருக்கா?” வழக்கமாகப் பரிசோதிக்க வந்த டாக்டரிடம் சந்திரன் கேட்டான்.

“அப்டியேதான் இருக்கார். இந்த நெலமை தானாவே சரியானாத்தான் உண்டு. சரியாகவும் செய்யலாம். ஆகாமலும் போகலாம். மற்ற சின்னச் சின்னப் பிரச்சனைகள் வராம இருக்கத்தான் ட்ரீட்மெண்ட் குடுக்கிறோம். நம்பிக்கையோட இருப்பா.”

“தேங்க்ஸ் டாக்டர்.”

என்னவெல்லாமோ கடந்து வந்திருக்கிறார். ஒவ்வொரு சம்பவமும் அதன் தாக்கத்தை அவர் இதயத்தில் விட்டுச் சென்றிருக்கும். பால்யப் பருவத்தைத் தவிர அவர் மகிழ்ச்சியாக இருந்த நாட்கள் மிகக் குறைவாகத்தான் இருந்திருக்கும். புகை பிடிப்பது ஆரோக்கியத்துக்குக் கேடு என்று சொல்கிறார்கள். அது உண்மையாக இருக்கலாம். ஆனால், இவருக்கு அது பெரிய ஆறுதலைக் கொடுத்திருக்கிறது. அதையும் கொஞ்ச நாட்களாக அனுபவிக்க முடியவில்லை. சந்தோஷத்தையோ கவலையையோ அவர் பெரிதாக வெளிக்காட்டிக் கொண்டதில்லை. அந்த சுபாவமே உடல்நலத்தைப் பாதித்திருக்கும் போலிருக்கிறது. குரலை உயர்த்திக்கூட ஒருநாளும் பேசியதில்லை. துறவியைப்போல வாழ்ந்திருக்கிறார். இன்னும் ஒரு வருடத்தில் கடனையெல்லாம் அடைத்து விட்டால் அவரை இன்னும் நன்றாகப் பார்த்துக் கொள்ளலாம். அந்த நாள் வருமா? மற்ற நோயாளிகளைப் பரிசோதித்து முடித்த பின்

வார்டைவிட்டு வெளியேறும்போது டாக்டர் அவனைப் பார்த்துப் புன்னகைத்தபோது சுய நினைவுக்கு வந்தான்.

அதே நிலைமை இரண்டு நாட்கள் நீடித்தது. மூன்றாம் நாள் மதியத்திலிருந்து அவர் சுவாசிப்பதில் மாற்றம் தெரிந்தது. அதுவரை மூச்சு விடுவதே தெரியாத அளவுக்கு சுவாசித்துக் கொண்டிருந்த அவருடைய மார்பு ஏறி இறங்கியது. நர்ஸைக் கூப்பிட்டுக் காண்பித்தான். அவர் டாக்டரை அழைத்துவந்தார். பரிசோதித்த அவர் ஆக்ஸிஜன் குழாயைப் பொருத்தச் சொன்னார். "தம்பி, கொஞ்சம் சீரியஸ்தான்," என்று சொன்ன அவர் நோயாளிக்கான கோப்பில் ஏதோ எழுதினார். நர்ஸிடமும் சிலவற்றைச் சொல்லிவிட்டுப் போனார்.

சந்திரனுக்குக் கால்கள் நடுங்கின. மூச்சு அடைத்துப்போன மாதிரி இருந்தது. அப்பாவின் நிலைமை பயத்தைக் கொடுத்தது. வீட்டுக்குப்போய் அவர்களிடம் சொல்லலாமா? கலவரப்பட்டு விடுவார்கள். கொஞ்சம் பொறுத்துப் பார்க்கலாம். பார்வையாளர் நேரம் வந்துவிடும். அப்பாவின் நெஞ்சில் கைவைத்துப் பார்த்தான். அவர் கைவிரல்களைத் தன் விரல்களோடு பிணைத்துக் கொண்டான். அருகில் கடந்துபோன நர்ஸிடம், "என்ன சிஸ்டர்," என்று கேட்கும்போது அவன் குரல் தழுதழுத்தது. "ஒன்னும் சொல்றதுக்கில்லப்பா," என்றார் அவர்.

பார்வையாளர் நேரம் தொடங்கியதும் மூன்று பேரும் வந்தார்கள். பார்த்ததுமே ஏதோ விபரீதம் என்பதைப் புரிந்து கொண்டார்கள். அழ ஆரம்பித்தார்கள்.

"என்னாச்சு?" என்றார் வசந்தா. மூன்று பேரும் அவரின் கால்களைப் பிடித்துக்கொண்டார்கள். "தள்ளி நின்னு பாருங்கம்மா," என்றார் நர்ஸ். சந்திரன் நிலைமையை விளக்கினான். அவர்கள் அதைக் கேட்டுக்கொண்ட மாதிரி தெரியவில்லை. "பாத்துட்டாங்கன்னா அவங்களக் கொஞ்ச நேரம் வெளிய இருக்கச் சொல்லுங்க, தம்பி," என்று நர்ஸ் சொன்னார். அவர்களைச் சந்திரனே கூட்டிக்கொண்டுபோய் வெளியே இருந்த பெஞ்சில் உட்காரவைத்தான். "அழாதீங்க. நாம எதுக்கும் தயாரா இருக்கணும்," என்றான். அவர்கள் இன்னும் குரலெடுத்து அழுதார்கள். அரை மணி நேரம் போன பிறகு உள்ளே போனார்கள். கௌசல்யாவும் கலாவதியும் "அப்பா, அப்பா," என்று அடங்கிய தொனியில் கூப்பிட்டுக்கொண்டே இருந்தார்கள். புடவைத் தலைப்பை வாயில் வைத்து வசந்தா அழுதார். எல்லாரும் பார்க்கவே அவருடைய சுவாசம் கொஞ்சம் கொஞ்சமாகக் குறைந்துகொண்டே வருவது தெரிந்தது.

இரண்டு நிமிடங்களில் மூச்சு அடங்கியது. தலை லேசாகச் சரிந்தது. பெண்கள் 'ஓ'வென்று கத்தினார்கள். "அப்பா" என்றும் "என் சாமி" என்றும் குரல்கள் எழுந்தன. தரை நழுவியதுபோல உணர்ந்த சந்திரனும் அவர் கால்களைப் பிடித்துக்கொண்டு அழத் தொடங்கினான்.

சம்பிரதாயங்களைப் பெரும்பாலும் அண்ணாமலையும் விஸ்வநாதனுமே செய்துமுடித்தார்கள். ஊருக்கும் அவர்களே தகவல் சொன்னார்கள். வீட்டுக்குப் போய்த் தேவையான பொருட்களை எடுத்து வந்தார்கள். மருத்துவமனையிலிருந்த அமரர் ஊர்தியை அடுத்த மாவட்டத்துக்கு அனுப்பத் தயங்கினார்கள். தனியார் வாகனத்தை அண்ணாமலை ஏற்பாடு செய்தார். "நீங்க நாலு பேரும் அதுலியே போய்க்க முடியும். வழியில யாரும் கேட்டா இந்த சர்டிஃபிகேட்ட காமி. இந்த வண்டிக்கு நான் பணம் கொடுத்தர்றேன். லீவைப் பத்திக் கவலப்படாதே. நான் நாளைக்கு வர்றேன்," என்று சொன்னார். சந்திரன் அவர் கையைப் பிடித்துக்கொண்டு, "சார் . . ." என்று மேலே பேசமுடியாமல் தேம்பினான். அவர் அவன் கையை இறுகப் பற்றினார். ஓட்டுநரிடம் போய், "ஜாக்கிரதையாப் போப்பா," என்றார்.

கிளம்பும்போது இரவு பத்து மணி ஆகியிருந்தது. அழுது ஓய்ந்த மாதிரி தோன்றும்போது யாராவது ஒருவர் தொடங்க மற்ற பெண்கள் சேர்ந்துகொண்டார்கள். எவ்வளவு கண்ணீரைத்தான் அந்தக் கண்கள் வைத்திருக்குமோ. ஊரில் செய்ய வேண்டியவற்றைச் செய்ய உரியவர்கள் இருப்பது சந்திரனுக்கு ஆறுதலாக இருந்தது. இறுதிச் சடங்குகள் நாளை மதியம்தான் நடக்கும். அவர்கள் சொந்தத்தில் இறந்த உறவினர் சிலரைப் புதைத்திருக்கிறார்கள். அப்பாவைக் கண்டிப்பாக எரிக்க வேண்டும். அவர் உடல் புதைக்கப்பட்டிருப்பதை ஏற்றுக்கொள்ள முடியாது. முதன்முறையாக இங்கு வரும்போது என்ன நினைத்தாரோ. அப்பா இல்லாத குடும்ப வாழ்க்கையை அம்மா எப்படி எதிர்கொள்ளும் என்று தெரியவில்லை. அப்பாவும் அம்மாவும் அதிகம் பேசிக்கொண்டதுகூடக் கிடையாது. ஆனாலும் அவர்களிடையே இருந்த இணக்கம் ரொம்ப இயல்பான காரியம்போல நிகழ்ந்திருக்கிறது.

பன்னிரண்டு மணிக்குப் போய்ச் சேர்ந்தார்கள். அந்த நேரத்தி லும் கூட்டம் கூடியிருந்தது. வாகனம் வீட்டுக்கு முன் நின்றதும் அலறிக் கூவி அழுதார்கள். ஆண்கள் அவர் சடலத்தை

மெதுவாக இறக்கிக் கொண்டுபோனார்கள். மர நாற்காலியில் அவரை இருத்தி வாய், கைகால்களைத் துணியால் கட்டினார்கள். வசந்தாவைக் கட்டிக்கொண்டு மூத்த பெண்கள் கதறினார்கள். உமாராணி கத்தி மயங்கி விழுந்தாள். கொஞ்ச நேரத்துக்கு யார், என்ன என்றே தெரியவில்லை. வாகன ஓட்டுநருக்கு நன்றி சொல்லி அனுப்பிவைத்தான். பத்து நிமிடங்கள் போல எல்லாரையும் அழவைத்துவிட்டு ஒரு பாட்டி, "சரி, அழுவாதீங்க. சாமி கும்பிடணும்," என்று கத்திச் சொன்னார். அந்தச் சடங்குக்குப் பிறகு எல்லாரும் அழுது ஓய்ந்தார்கள். சிலர் கிடைத்த இடங்களில் படுத்தார்கள். வயதானவர்கள் அவருடைய பழைய வாழ்க்கையை நினைவுகூர்ந்தார்கள். சக்திவேலும் சுந்தரமும் சந்திரனோடு பேசிக்கொண்டிருந்தார்கள். இறுதிச் சடங்கு முடியும்வரை சாப்பிட மாட்டார்கள் என்று தெரிந்தாலும் சின்னம்மா ஒருவர் அவர்களைச் சாப்பிடச் சொன்னார். காபி மட்டும் போதும் என்று சொன்னான். பெண்கள் அதையும் குடிக்கவில்லை. சந்திரன் அடிக்கடி உள்ளே போய் அவரைப் பார்த்தான். வசந்தா சொந்தமெல்லாம் விடியற்காலைதான் வர முடிந்தது.

விடிந்ததும் வேலைகள் கிரமமாக நடந்தன. தன்னிடமிருந்த பணத்தை சந்திரன் மாமாவிடம் கொடுத்துவிட்டான். கூடுதல் செலவைப் பிறகு கேட்டுக் கொடுத்துவிடுவது அவன் திட்டம். இவர் இதைச் செய்வாரா என்று சந்தேகப்பட்டவர்களெல்லாம் அதைச் செய்தார்கள். பசும் தென்னை ஓலைகளைத் தடுக்கு களாகப் பின்னினார்கள். சிலர் மயானத்துக்கு விறகு கொண்டு போனார்கள். பூப்பல்லாக்குப் பாடை, மேளம், சங்கு போன்றவற்றுக்கு உரிய ஆட்களைக் கொண்டுவந்தார்கள். இந்த வேலைகளிலிருந்த ஒழுங்கு ஆச்சரியமாக இருந்தது. அம்மாயி, அப்பாயி, தாத்தாக்களெல்லாம் இறந்தபோது இந்தச் சடங்குகளை ஐந்தாறு தடவைகளாவது அவன் பார்த்திருக்கிறான். கொள்கை, கோட்பாடெல்லாம் இந்த சந்தர்ப்பங்களில் செல்லாது. இவர்களுக்கு இவற்றைச் செய்வதில் ஆறுதல் கிடைக்கிறது. செய்யாமல் விட்டால் உண்டாகும் குற்ற உணர்வை இவர்களால் தாங்க முடியாது. எல்லாம் போக, இறந்தவர்களைக் கண்ணியத்துடன் அனுப்பிவைப்பதும் இந்த சடங்குகளில் அடங்கியிருப்பதாக நினைக்கிறார்கள்.

பதினோரு மணிக்கு மேல் சடங்குகள் இறுதிக் கட்டத்தை அடைந்தன. அண்ணாமலை அந்த நேரத்தில் வந்து சேர்ந்தார். சந்திரனின் தலையும் முகமும் மழிக்கப்பட்டன. குளித்த ஈர வேட்டியோடு நின்றான். இறந்தவரின் தலையில் நல்லெண்ணெய், சீயக்காய் வைத்துக் குளிப்பாட்டிக் கோடித் துணியைப்

போர்த்தினார்கள். பேரக் குழந்தைகள் நெய்ப் பந்தம் பிடித்துச் சுற்றி வந்தார்கள். எல்லாரையும் வாய்க்கரிசி போடச் சொன்னார்கள். சடலத்தைப் பாடையில் வைத்தபோது பெண்கள் உரத்த குரலில் புலம்பினார்கள். வசந்தாவின் முகத்தை சந்திரனால் பார்க்க ஒண்ணவில்லை. அவன் தோளில் தண்ணீர் நிரம்பிய சிறு பானை இருந்தது. ஊர்வலத்தில் கொஞ்ச தூரம் வந்த பெண்களை ஒரு கட்டத்துக்குப் பிறகு நிற்கச் சொல்லிவிட்டார்கள். இன்னும் சற்றுத் தள்ளி அதுவரை வீட்டை நோக்கி இருந்த சடலத்தின் முகம் சுடுகாட்டைப் பார்க்குமாறு பாடையின் திசையை மாற்றினார்கள்.

இடுகாட்டில் எல்லாம் தயாராக இருந்தது. சடலத்தைக் கிடத்தி எருமட்டையையும் விறகையும் அடுக்கினார்கள். சந்திரனை அதைச் சுற்றிவரச் சொன்னார்கள். ஒரு சுற்றுக்கு ஒன்று வீதம் மூன்று சுற்றுகளுக்கு அவன் தோளிலிருந்த பானையில் துளைகளிட்டார்கள். பிறகு சிதைக்கு அவன் தீ மூட்டினான். காலம் காலமாகத் தொடரும் மகனின் கடமை. சில மணி நேரத்தில் அவர் சாம்பலாவார். உடல் ரீதியான அணுக்கம் இறுதியை எட்டிவிட்டது. இனி நிலைக்கப் போகிறவை அவர் நினைவுகள்தாம்.

தூக்கத்துக்கும் விழிப்புக்கும் இடையிலான அரைப் பிரக்ஞையில் அன்றைய ராத்திரி சந்திரன் அமிழ்ந்திருந்தான். அப்பா இல்லையென்று ஆகிவிட்ட முதல் இரவு. அவரை அங்கே விட்டுவிட்டு அவர்களால் எப்படி இங்கே படுத்திருக்க முடிகிறது? எப்படி மனிதன் எல்லாவற்றுக்கும் பழகிவிடுகிறான். இருப்பவர்கள் வாழவேண்டியிருக்கிறதோ? காலத்திடம்தான் பதிலும் ஆறுதலும் கோரவேண்டும்.

அடுத்த நாள் அதிகாலை உறவினர்கள் சிலர் போய் சிதைக்குப் பால் தெளித்துக் கொஞ்சம் சாம்பலையும் சில எலும்புகளையும் ஒரு பானையில் போட்டுக் காவிரிக்குப் போய்க் கரைத்துவிட்டு வந்தார்கள். இறுதிச் சடங்குக்கு வர முடியாதவர்கள் அடுத்த நாளிலிருந்து ஓரிருவராக வந்தார்கள். மாலைநேரச் சடங்கு களில் பெண்கள் கூடுவதும் பேசிக்கொள்வதும் அம்மாவின், சகோதரிகளின் துக்கத்தைக் குறைப்பதை சந்திரன் கவனித்தான். பழைய சம்பவங்களை நினைவுகூர்ந்து பகிர்ந்துகொண்டார்கள். நான்கைந்து நாட்களில் கிட்டத்தட்ட இயல்புநிலைக்கு வந்திருந்தார்கள். ஆனால், எந்த நேரத்திலும் வெளிப்பட கண்ணீர் விளிம்பில் ததும்பி நிற்கத்தான் செய்கிறது. சௌகரியமாக இருக்க வேண்டிய நேரத்தில் அவர் இறந்துபோனதையே பலரும் குறிப்பிட்டுப் பேசினார்கள். அந்தப் பேச்சு அவன் துக்கத்தை அதிகரித்தது. இங்கேயே வைத்துவிட்டுப்போன அவருடைய

ஓரிரு புத்தகங்களைத் தனிமையில் தொட்டுப் பார்த்தான். ஹரிக்குக் கடிதம் எழுதினான். அவர் கைக்கு அது கிடைத்ததா என்பது தெரியவில்லை.

எட்டாம் நாள் நடுநிசியில் வசந்தாவுக்கு விதவைக் கோலம் கொடுத்தார்கள். முழுக்கப் பெண்களே நிறைவேற்றிய சடங்கு. அடுத்த நாள் காலையில் அவர் தோற்றம் பொறுத்துக்கொள்ள முடியாததாக இருந்தது. அந்தச் சுற்றத்தின் எல்லா சுப காரியங்களிலும் முன்னால் நின்றவர் அவர். மதியம்வரை சடங்குகள் தொடர்ந்தன. நெருங்கிய சொந்தம் மொத்தமும் கூடிக் கலைந்தது. அன்று இரவும் அந்தக் குடும்பம் வெறுமையை அனுபவித்தது.

"அம்மா, நாளைக்கிக் காலையில ஆஃபீஸ் போறம்மா. லீவு ரொம்ப நாள் போடமுடியாது."

"நாளைக்கு ஒரு நாள் மட்டும் இருந்துரு. சாய்ந்தரம் வேணுன்னாலும் போ. சாப்பாட்டுக்கு என்ன பண்ணுவே?"

"ஆஃபீஸ் பக்கத்துல ஒரு மெஸ் இருக்கு. அதுல சாப்ட்டுக்குவேன்."

"நீ வேணுன்னா நாளைக்கி போ. அம்மா இந்த மாசம் முடிய இருந்துட்டுதான் வரும். முப்பதாம் நாள் ஒரு சடங்கு இருக்கு," என்றார் கௌசல்யா.

"சரி. நாளைக்கி சாய்ந்தரம் போறேன். நீங்க யாராவது ஒருத்தர் அம்மாவோட கூடவே இருங்க."

"நாங்க பாத்துக்கிறோம். நீ கவலப்படாதே."

அடுத்த நாள் காலை சீனிவாசன் வீட்டுக்குப் போய் தினமணி படித்தான். மூன்றாம் பக்கத்தில் வெளியான செய்தியைப் பார்த்ததும் திக்கென்றிருந்தது. காவலிலிருந்து தப்பியோடிய அந்தத் தோழர் பெரிய பள்ளத்தில் விழுந்து இறந்துபோனார் என்று தெரிவிக்கப்பட்டிருந்தது. இப்படி நடந்திருக்குமா? இது உண்மையாக இருக்குமா? யார் கையாலோ எந்த அபத்த சம்பவத்தாலோ இல்லாமல் போக அவர் உயிர் அவ்வளவு மலிவா? கோட்பாடு வற்புறுத்தும் தியாகமா? அந்தத் தியாகத்துக்கு இந்த சமூகத்தில் என்ன மதிப்பு? எதுவும் புரியவில்லை.

சாயங்காலம் கிளம்பினான். பள்ளிக்கூடம் போன ரயில் ரோடு. அதன் ஒவ்வொரு அடியிலும் ஒரு நினைவு புதைந்திருக்கிறது. அப்பா இரண்டு தடவை அதில் கூட நடந்தார், ஆறாம் வகுப்பு நுழைவுத் தேர்வுக்கு, அப்புறம் சினிமாவுக்கு.

வெளியூர் பஸ்ஸில் அவ்வளவாகக் கூட்டம் இல்லை. ஜன்னலோர இருக்கை கிடைத்தது. இரண்டு, மூன்று முறைதான் இந்த வழியில் அப்பா பிரயாணம் செய்தார். வழிக் காட்சிகள் அவர் நினைவில் பதிந்திருக்குமா என்று தெரியவில்லை. ஓசையில்லாமல் வாழ்க்கைக்கு உள்ளே வந்து ஓசையில்லாமல் வெளியேறி விட்ட ஜீவன்.

பஸ் நிலையத்திலிருந்து வீட்டுக்கு நடந்து போனான். டவுன் பஸ்ஸில் ஏறியிருக்கலாம். துயரமான மன நிலையில் அவனுக்கு நடக்கப் பிடிக்கிறது. வீட்டைத் திறந்து விளக்கைப் போட்டான். கண்ணில் முதலில் பட்டது அவர் உட்காரும் நாற்காலிதான். அந்த சூனியத்தைப் பார்த்ததும் துக்கம் நெஞ்சுக்குள் பரவிச் சீறியது. எட்டிப் போய்க் குத்துக்காலிட்டு நாற்காலியைத் தழுவி, "எல்லாம் போச்சு," என்றான்.

• • •

ஆர். சிவகுமாரின் மொழிபெயர்ப்பு நூல்கள்

[காலச்சுவடு வெளியீடு]

வசை மண்

(உலக கிளாசிக் நாவல்)

மார்ட்டின் ஓ'கைன்

ரூ.390

அயர்லாந்து எழுத்தாளரான மார்ட்டின் ஓ' கைனின் 'வசை மண்' நாவல் நவீன ஐரிஷ் இலக்கியத்தின் 'கிளாசிக்'காகக் கருதப்படுகிறது. மூலமொழியில் 1949இல் வெளியான இந்நாவல் பெரும் இலக்கியச் சாதனை என்ற புகழையும் அராஜகப் பிரதி என்ற நெருங்க முடியாத தன்மையையும் ஒரே சமயத்தில் பெற்றது. எனினும் ஐரிஷ் தவிர்த்த வேறு மொழி வாசகர்களுக்கு ஏறத்தாழ முக்கால் நூற்றாண்டுக் காலம் இந்தப் படைப்பும் படைப்பாளியும் அறியப்படாதவர்களாகவே இருந்தார்கள். 2015, 2016ஆம் ஆண்டுகளில் வெளியான இரண்டு ஆங்கில மொழியாக்கங்களே மார்ட்டின் ஓ'கைனை உலகின் முக்கியமான நாவலாசிரியர்கள் வரிசையில் அமர்த்தின. ஜானதன் ஸ்விஃப்ட், ஆஸ்கர் வைல்ட், ஜார்ஜ் பெர்னார்ட் ஷா ஆகியோரின் ஐரிஷ் அங்கத மரபிலும் வில்லியம் பட்லர் யேட்ஸ், ஜேம்ஸ் ஜாய்ஸ், சாமுவல் பெக்கெட் ஆகியோரின் ஐரிஷ் இலக்கிய மேதைமை வரிசையிலும் இந்நாவல் மூலம் மார்ட்டின் ஓ' கைன் இயல்பாகப் பொருந்துகிறார்.

பூமிக்கு மேலே முடிந்துபோன வாழ்க்கையின் சச்சரவுகள் கூடுதல் தீவிரத்துடன் பூமிக்குக் கீழேயும் தொடர்கின்றன. ஓரிருவர் தவிர மற்ற கதாபாத்திரங்கள் அனைவரும் மரித்தவர்கள்தாம். ஏமாற்றமும் அவமானமும் பொறாமையும் பூசலும் நிரம்பிய கொந்தளிப்பான ஒரு பெண்ணை மையமாக வைத்து நகர்கிறது நாவல். கவித்துவமும் துள்ளலும் ஒரு முனையில், வசையும் கொச்சையும் மறு முனையில் என்ற உயிரோசை கொண்டது நாவலின் மொழி. ஒரு சிறு நகரத்தின் வாழ்க்கை நிகழ்வுகளை அவற்றைக் கடந்த பெரிய உலகத்தின் உயிர்த் துடிப்புள்ள சித்திரமாக விரிக்கிறது நாவலாசிரியரின் கலை விகாசம்.

சிறுகதைகளும் வேறு இரண்டு நாவல்களும் எழுதியுள்ள மார்ட்டின் ஓ' கைனின் சில படைப்புகள் அவருடைய மறைவுக்குப் பின்பே வெளியாயின. நார்வேஜியன், டேனிஷ், ஜெர்மன், பிரெஞ்சு, செக் மொழிகளில் பெயர்க்கப்பட்டுள்ள 'வசை மண்' இந்திய மொழிகளில் தமிழில்தான் முதலில் வெளியாகிறது.

சோஃபியின் உலகம்
(உலக கிளாசிக் நாவல்)
யொஸ்டைன் கார்டெர்
ரூ. 580

பதினான்கு வயதுச் சிறுமி சோஃபி அமுண்ட்சென்னுக்கு ஒருநாள் இரண்டு செய்திகள் கிடைக்கின்றன. இரண்டும் கேள்விகள். 'நீ யார்? இந்த உலகம் எங்கிருந்து வருகிறது?' இந்த இரண்டு கேள்விகளுக்குப் பதிலை யோசிக்கும் அந்த நொடியிலிருந்து சோஃபியின் உலகம் வேறாகிறது. காலங்காலமாக சிந்திக்கும் மனிதர்கள் கேட்கும் கேள்விகளுக்கு சோஃபியும் விடைதேடத் தொடங்குகிறாள். அதன் வழியாக மனிதகுலத்தின் வரலாற்றை, தத்துவப் போக்குகளைப் புரிந்துகொள்கிறாள்.

இந்தப் பிரபஞ்சம், இந்த பூமி, இந்த வாழ்க்கை - இவை எல்லாம் எப்படி வந்தன என்ற கேள்வி ஒலிம்பிக் போட்டியில் யார் அதிகம் தங்கப் பதக்கங்களை வென்றார்கள் என்பதைவிட முக்கியமானது என்பதை இளம் தலைமுறைக்கு வலியுறுத்த எழுதப்பட்ட நூல் 'சோஃபியின் உலகம்'. தத்துவ நூலுக்குரிய இறுக்கமில்லாமல் ஒரு நாவலின் சுவாரசியத்தோடு எழுதப்பட்ட இந்நூலில் மனிதனின் ஆதிகால நம்பிக்கைகள் முதல் சாக்ரடீஸ், பிளாட்டோ வழியாக சார்த்தர் உட்பட்ட சான்றோர்களின் சிந்தனைகள்வரை அறிமுகமா கின்றன.

இதுவரை ஐம்பது மொழிகளில் மொழிபெயர்க்கப்பட்டு மூன்று கோடிப் பிரதிகளுக்குமேல் விற்பனையாகியுள்ளது. தொடர்ந்து உலகில் அதிக எண்ணிக்கையில் வாசகர்களைப் பெறும் நூலாகக் கருதப்படும் 'சோஃபியின் உலகத்தை' தெளிவான மொழியாக்கத்தில் தமிழ் வாசகர்களுக்கு அறிமுகம் செய்கிறது 'காலச்சுவடு பதிப்பகம்'.

அந்த நாளின் கசடுகள்

(குறுநாவல்)

மார்ட்டீன் ஓ’கைன்

ரூ. 125

துச்சமாக எண்ணும் உறவும் பகைமைகொண்ட நகரமும் இறந்த மனைவியை அடக்கம் செய்ய வேண்டிய கடமையும் அதற்கான பணமின்மையும் அலைக்கழிக்க, போதமின்றித் தெருக்களில் திரியும் தனியனான ஒருவனின் இரண்டுநாள் கதையே இந்தக் குறுநாவல்.

அவற்றின் போக்கில் இழுத்துப் போகப்பட சம்பவங்களிடம் தன்னை ஒப்புக்கொடுத்த அவனை ஆன்மீக வெளிப்பாடுகள் சில தொட்டுச் செல்கின்றன. இறுதிவரை வீடுதிரும்பாத அவன், அலைக்கழித்தவை மறைய, மாயச் சூழல் தோற்றுவிக்கும் விடுதலையைக் கண்ணுறுகிறான்.

பின்நவீனத்துவக் கதையாடலின் அனைத்துச் சாத்தியங்களும் தொழிற்படும் களம் இப்புனைவு.